Ta rảo quanh làng hóng chuyện phiếm
Đời người cũng chuyện phiếm mà thôi
(Tô Thùy Yên)

Phiếm 24

song thao

NHÂN ẢNH

2020

Phiếm 24

Song Thao

NHÂN ẢNH xuất bản

Bìa: Trần Triết

Kỹ thuật: Tạ Quốc Quang

www.songthao.com

Copyright © 2020 by Song Thao

ISBN: 978-1-989705-47-6

MỤC LỤC

PHIẾM

DU KÝ

PHỤ LỤC

PHIẾM

BAGEL

Gặp tôi ở Little Saigon, nhà thơ Đỗ Quý Toàn nói ngay: "Biết ông qua tôi đã nhờ ông mang sang ít *bagel*!". Khi đó anh Toàn mới rời Montreal qua Cali làm báo Người Việt chưa được bao lâu nên chưa dứt được mùi vị của *bagel* Montreal.

Con gái tôi, ở Montreal từ nhỏ, nay vì công việc phải sang định cư tại Vancouver, mỗi lần về thăm nhà, khi trở về đều dành nguyên một va-ly chứa *bagel* để ăn dần.

Bagel thì đâu mà chẳng có, cớ chi người xa Montreal lại phải nhớ nhung ra riết như vậy? Bởi vì *bagel* Montreal có… đẳng cấp! Các sách du lịch đều có đề cập tới đặc sản này. Nhưng không phải tới Montreal là có ngay *bagel* thứ ông Đỗ Quý Toàn nhớ đâu. Trong các cửa tiệm bán bánh, tại các siêu thị, *bagel* đầy rẫy, cũng làm ở Montreal, nhưng đó là thứ *bagel* khác, không thuộc loại "chảnh". *Bagel* xịn ở Montreal chỉ có hai thương hiệu: *Fairmouth Bagel* và *Saint Viateur*

Bagel Shop.

Tôi vốn không hẩu với *bagel* vì phải nhai mỏi miệng nhưng bữa nay tự dưng phải nói đến *bagel* vì thương hiệu Fairmouth vừa đánh dấu 100 năm hiện diện vào ngày thứ bảy 7/9/2019 vừa qua. Thứ *bagel* kia, *St. Viateur Bagel Shop* trẻ người non dạ hơn, chỉ mới được 62 năm.

Một rừng có hai cọp chắc chắn phải có sự phân định hơn thua. Khách hàng coi bộ trung dung. Cả hai hiệu *bagel* ăn trùm này đều ngon. Tiện đâu mua đó. Ông chủ hiện nay của cửa hiệu *bagel* trăm tuổi Fairmount là ông Irwin Shlafmans lại càng tránh có ý kiến. Nhưng ông này khôn tổ chảng. Ông chỉ nhắc lại là vào năm 2006 có một cuộc nếm *bagel* do báo The Gazette tổ chức. Ban giám khảo gồm sáu người được cho nếm hai loại *bagel* của Montreal và hai loại của Toronto. Dĩ nhiên *bagel* đã được ngụy trang để các giám khảo không biết thứ nào của tiệm nào. Kết quả năm giám khảo đã chấm vô địch cho loại *bagel* phủ hạt anh túc và mè của Fairmount. Đàn anh trăm tuổi Fairmouth ăn đứt đàn em 62 tuổi St. Viateur. Còn hai em út ở Toronto chỉ được đứng ngoài nhìn vô!

Các chuyên viên *bagel* đồng ý là *bagel* Montreal ăn trùm vì nước và mật ong ở thành phố mang hơi hướm tây này đặc biệt hơn các nơi khác. Ngoài ra, cách nướng bánh bằng than củi cũng tạo ra sự khác biệt.

Chuyện nướng bằng than củi này là mối lo cho hậu duệ của ông Isadore Shlafman. Một trăm năm trước, khi ông Isadore mang cái nghề làm *bagel* từ Nga qua Montreal, chuyện than khói không thành vấn đề. Lúc đó môi trường còn trong sạch, người ta thoải mái chuyện đốt lò than củi. Một trăm năm sau, chuyện môi trường là chuyện nóng bỏng. Ngay lò sưởi đốt bằng củi tại tư gia cũng đã bị điểm danh thì những lò đốt than củi của các cơ sở thương mại phải là chuyện chính phủ phải tính tới. Thành phố đã có luật quy định cho những lò nướng *bagel, pizza* hay gà quay phải thiết lập hệ thống lọc khói thích hợp để giảm thiểu bụi khói có thể gây ra bệnh ung thư cho dân chúng. Các thanh tra đã được phái đi kiểm soát việc thi hành quy định của thành phố. Trong một cuộc kiểm tra vào tháng 11 năm 2016, bụi khói của lò *bagel* Fairmouth cao gấp bốn lần tiêu chuẩn cho phép! Ông Irwin phải cải tiến tình hình, cho lắp đặt hệ thống lọc tân tiến. Cuộc kiểm tra vào tháng 7 năm 2017 cho thấy bụi khói đã ở dưới mức cho phép. Vậy là yên trí lớn. Nhưng thỉnh thoảng hàng xóm vẫn phàn nàn khi hệ thống lọc bị hư hỏng hoặc ngưng hoạt động để bảo trì. Lò bánh hoạt động ngày đêm không ngưng nghỉ để có thể sản xuất mỗi ngày 12 ngàn chiếc *bagel* cũng là mối lo cho chủ nhân. Làm sao để giảm thiểu tối đa những bất tiện do nhà máy gây ra ngày đêm luôn luôn là ưu tư hàng đầu của cửa tiệm. Chủ nhân Irwin biết trước là tới một ngày nào đó, dù hệ thống lọc có tốt đến đâu đi nữa, việc xài than củi sẽ phải chấm dứt. Đó là bước tiến của xã hội. Chuyển việc nướng *bagel* từ lò than củi qua lò điện không phải là việc khó nhưng phẩm chất của chiếc bánh nhất định phải kém đi. Nhưng lúc đó, tất cả các lò đều chung một tình trạng, việc cạnh tranh không thay đổi. Chỉ buồn cho các tín đồ của *bagel* sẽ không còn được ăn những chiếc bánh như bây giờ!

Con số 12 ngàn chiếc bánh mỗi ngày khiến bánh phải ra đều đặn bất kể ngày đêm. Tuy đã bỏ mối cho các nơi tới

75% số bánh, con số còn lại vẫn chỉ đủ bán cho các khách hàng tới mua thẳng tại lò để có được bánh nóng hổi. Dù ngày hay đêm, hàng người đứng xếp hàng cũng nối đuôi nhau rồng rắn. Ký giả của báo The Gazette đã thử làm một cuộc khảo sát. Khách xếp hàng là dân Montreal nhưng hầu như lúc nào cũng có những người từ nơi khác tới chờ mua bánh. Lúc ký giả có mặt đã đếm được 5 người Mỹ và 2 người Úc trong hàng người đang rồng rắn trước tiệm.

Bà quản lý Rhonda khôi hài: "Vì tiệm không bao giờ đóng cửa nên chúng tôi không có một chiếc khóa cửa nào cả!". Mọi người hùng hục làm việc mới thỏa mãn được những người đứng chờ. Chủ cũng như thợ, họ gọi nhau thân mật bằng tên, chẳng cần phân ngôi chủ tớ. Ông chủ Irwin vui vẻ : "Tôi thích cái lối xử sự không cần tôn ti trật tự ở đây. Vì muốn làm một chiếc *bagel* hoàn hảo, chúng tôi cần không phân biệt giai cấp!".

Trong thời buổi toàn cầu hóa, những thương hiệu danh tiếng đều theo thể thức *franchise*, nhượng quyền thương mại, để có thể phát triển mang lại nhiều lợi nhuận. Nhiều doanh nhân ở nhiều thành phố trên thế giới đã ngỏ ý muốn được nhượng quyền sản xuất *bagel* Fairmouth tại các địa phương nhưng ông Irwin vẫn lắc đầu: "Cha tôi không muốn chúng tôi đi lung tung. Ông bảo: người ta không thể nhảy tại hai đám cưới trong cùng một lúc. Đây là vấn đề chất lượng. Đây là vấn đề nhất quán. Khách hàng vẫn được dùng thứ *bagel* y hệt như thứ của ông nội tôi làm cho ông nội các bạn ăn một trăm năm trước!".

Bagel... ông nội được làm theo chu trình gồm bốn giai

đoạn: trộn và nhào bột; nặn thành hình bánh tròn có lỗ ở giữa; dưỡng bánh trong 12 tiếng dưới nhiệt độ từ 5 tới 10 độ C; luộc bánh trong khoảng từ một phút tới một phút rưỡi trong dung dịch gồm chất kiềm, *baking soda*, si-rô lúa mạch hay mật ong; nướng bánh với độ nóng từ 175 độ tới 315 độ C.

Vì chất lượng bánh được bảo đảm kỹ lưỡng như vậy nên bà Christine Robinson vừa bay từ Úc qua phải có mặt trong hàng người chờ mua bánh. Bà qua Montreal lần này là lần thứ tư, lần nào cũng phải mua *bagel* Fairmouth. Bà cho ký giả biết: "Tôi đã ăn thử *bagel* hầu như tại khắp các nước trên thế giới, nhưng đây mới là thứ có đẳng cấp đặc biệt!". Bà Lianne Barski, dân Montreal, đía vô: "Mùi bánh làm tôi mê. Các con tôi cũng vậy. Chúng là xúc cảm của Montreal chúng tôi!".

Tôi là dân Montreal nên mũi tôi cũng nở ra vì xúc cảm. Có lẽ chẳng nơi đâu có tới hai tiệm bánh *bagel* nổi tiếng như ở Montreal này. Đã nói tới tiệm trăm năm tuổi thì không thể làm lơ tiệm sáu chục năm sống trên đời. Năm 1953, chàng tuổi trẻ Myer Lewkowicz từ Ba Lan tới định cư ở Canada. Cuộc đời của Myer đã vất vả nếm mùi trại tập trung Đức Quốc Xã Buchenwald vào năm 1942. Trong một lần thuyết trình tại lớp khi theo học trung học, Myer đã nói: "Tại trại Buchenwald, tất cả ước mơ của tôi chỉ là một mẩu bánh mì!". Tới Montreal, việc làm của chàng nhất định phải là tại một tiệm bánh: tiệm *Hyman Seligman's Montreal Bagel Bakery* trên đường Saint Laurent. Vừa làm vừa chú ý học, chỉ 5 năm sau Myer cùng vợ ra mở tiệm chung với Seligman trên đường Saint Viateur. Địa điểm này vẫn còn trụ được tới ngày nay và tên đường trở thành tên thương hiệu *bagel* St. Viateur nổi tiếng tới tận bây giờ.

St. Viateur nay bung ra mạnh hơn Fairmouth. Trong khi Fairmouth cố thủ với một cửa tiệm tại *downtown* thì St. Viateur thành lập thêm những chi nhánh có lò nướng bánh tại ít nhất là ba nơi trong thành phố. May mắn là khu tôi ở cũng có một chi nhánh của St. Viateur, thật thuận tiện mỗi khi cần mua. Nói thế cho có tình có nghĩa chứ tôi, vốn không mặn mà chi với *bagel,* đi ngang qua tiệm hà rầm mà chẳng bao giờ ngừng xe. Chỉ khi nào con gái ở Vancouver về mới có dịp cho xe đậu trong *parking* của tiệm.

Món ăn sáng thường ngày của tôi là bánh mì. Có bạn dễ dãi nói *bagel* cũng như bánh mì thôi chứ khác chi. Dân Việt trong nước cũng bé cái lầm như vậy khi gọi *bagel* là "bánh mì vòng". Vòng thì có vòng nhưng bánh mì thì nhất định không.

Bagel xuất phát từ dân Do Thái ở Ba Lan. Cái từ *bagel* cũng khá ngộ nghĩnh. Trong chủng viện Do Thái, *bagel* có nghĩa là làm một giấc ngủ dài 12 tiếng. Khi nói: "*I slept a bagel last night*" không có nghĩa là "đêm qua tôi ngủ trên cái bánh *bagel*", mà là "đêm qua tôi đã đánh một giấc dài 12 tiếng". Thế thì tại sao *bagel* lại thành tên cho chiếc bánh tròn tròn có lỗ ở giữa? Có thuyết cho rằng từ khi trộn bột nắn thành bánh *bagel* cho tới khi bỏ vào lò nướng phải cho bánh "ngủ" đúng 12 tiếng để lên men. Nhưng cũng có thuyết đơn giản hơn: chiếc bánh trông giống cái đồng hồ có vẽ số 12 giờ nên chết tên như vậy.

Chuyện cái tên chỉ là cái tên, chẳng quan trọng chi.

Chuyện bagel là *bagel* và bánh mì là bánh mì quan trọng hơn. *Bagel* và bánh mì đều được làm bằng bột mì nhưng *bagel* làm bằng bột mì nguyên chất trong khi bánh mì làm bằng bột mì trắng. Bột làm *bagel* được trộn thêm với đường, mật ong, và mạch nha trong khi bột bánh mì nguyên chất, không trộn thêm các chất này. Vì vậy nên khi nhấm nháp *bagel,* chúng ta cảm thấy có vị ngọt. Nhưng tiến trình làm hai thứ này mới rõ ra sự khác biệt. Bánh mì được nhồi bột và bỏ vào lò nướng trong khi *bagel* phải luộc trước khi nướng. Khác với bánh mì, khi ăn *bagel,* chúng ta thấy bên trong còn dai nhưng bên ngoài giòn là vì cách luộc này.

Các nhà làm *bagel* truyền thống rất tôn trọng chu trình sản xuất. Nhưng ngày nay, chạy theo lợi nhuận, chu trình này không còn được tôn trọng. Nhiều nơi làm *bagel* đã bỏ qua giai đoạn luộc. Thay vào đó, họ hấp. Hấp đỡ tốn kém hơn. Nhưng phẩm chất thua xa bánh luộc. *Bagel* ngày nay phổ biến khắp hang cùng ngõ hẻm. Vào bất cứ siêu thị lớn nhỏ nào, chúng ta cũng bắt gặp *bagel* nằm lềnh khênh trên các quầy hàng. Và giá rất khác biệt. Khi hạ giá, có khi một gói *bagel* 6 cái chỉ bán có 1 đô! Nhưng thứ *bagel* loại…danh giá của Montreal không thể xếp hàng chung với loại *bagel* tầm tầm đó. Chúng thuộc…giai cấp khác. "Quý tộc" hơn. Cũng quý tộc không kém là thứ *bagel* ở thành phố New York.

Montreal và New York là nơi phát sinh ra hai trường phái *bagel.* Như đã nói ở trên, *bagel* Montreal gồm lúa mạch và đường nhưng không có muối, được luộc trong nước pha mật ong trước khi nướng bằng lò than củi. Thứ hạt rải trên mặt thường là mè trắng. *Bagel* New York ít ngọt hơn và mặt bánh được trải bằng hạt anh túc *(poppy)*. Tôi không phải là dân khoái *bagel* nên không biết chi nhiều về các trường phái *bagel*. Không biết người đã từng là dân Montreal, nay dân Mỹ, là ông bạn Đỗ Quý Toàn, một người rất ngọt bùi với *bagel*, có những nghiên cứu thâm sâu không. Phần tôi, cố gắng lắm cũng chỉ biết năm áo ông Google.

Theo ông Google thì ở đâu có cộng đồng dân Do Thái lớn mạnh, ở đó có *bagel*. Thành phố New York, cũng như Montreal chúng tôi, có những khu Do Thái. Mỗi chiều thứ bảy, tại những khu này, từng nhóm người quần áo đen kịt với những chiếc mũ rộng vành của các ông và những bộ váy lòa xòa của các bà, túa ra đường, cùng nhau tới các đền thờ dự lễ. Hầu như họ đi từng gia đình, chồng râu ria rậm rạp, vợ trẻ trung với nước da trắng hồng, con cái đông đúc, đứa ngồi xe đẩy, đứa nhung nhăng chạy quanh. Không biết có phải vì bộ râu làm các ông già đi không, nhưng mắt tôi thấy rõ ràng dân Do Thái thường chồng già vợ trẻ. Thấy cảnh này, mấy ông bạn tôi ông nào cũng thích đội nón để râu làm dân riêng của Chúa!

Những gì tôi chứng kiến ở Montreal, chắc ở New York cũng vậy. Thế nên Montreal có *bagel* thì New York cũng phải…*bagel. Bagel* theo chân các di dân gốc Do Thái từ Đông Âu qua New York vào cuối thế kỷ 19. Thoạt đầu chỉ có các điểm làm *bagel* nho nhỏ, có tính cách gia đình, làm bằng tay với những dụng cụ thô sơ. Khoảng năm 1900, có 70 cơ sở làm bánh *bagel* tập trung ở khu *Lower East Side*. Năm 1907, nghiệp đoàn *International Bagel Bakers' Union* mới được thành lập và hầu như độc quyền sản xuất *bagel* tại thành phố. Tới thập niên 1960 mới có những cơ sở quy mô sản xuất hàng loạt. Với sự bùng nổ này, số *bagel* tiêu thụ tăng với tốc độ kinh hoàng. Tới thập niên 1980, New York mới có thứ *bagel* đặc trưng của thành phố. Vì là thành phố quốc tế nên có nhiều người không phải là Do Thái nhảy vào cạnh tranh sản xuất *bagel*. Như hãng *bagel* nổi tiếng H&H Bagels do một gia đình gốc Puerto Rico làm chủ, hãng John Marx do di dân gốc Đức thành lập.

Có điều vui vui là, cũng như Montreal, *bagel* New York cũng tự hào là loại *bagel* số dách trên toàn cầu. Họ cũng viện dẫn lý do là nước nơi đây có tỷ lệ *calcium* và *magnesium* hoàn hảo khiến *bagel* có độ mềm đặc biệt. Lý do viện dẫn cũng y chang như Montreal.

Nghĩ cũng tức cười. Hình như miệng mũi của người dân mỗi nơi đều có tinh thần địa phương. Miệng mũi New York cũng như miệng mũi Montreal. Nếu hỏi ý kiến của tôi, chắc chắn tôi sẽ tung hô *bagel* Montreal là vô địch tuy tôi ít ăn *bagel*!

09/2019

BÁN CHỮ

Năm học Đệ Nhất ban Triết tại Chu văn An Sài Gòn, tôi được học môn văn chương Pháp với thầy Nguyễn văn L.. Ông thầy trẻ này chịu chơi hết biết. Tóc bồng bềnh, miệng lúc nào cũng cài điếu thuốc (thuốc đen nhưng phải quệt dầu cù là suốt chiều dài điếu thuốc), lái xe hơi thể thao chạy bụi tung mù mịt, nói tiếng Pháp như tây Paris. Ai cũng tưởng thầy du học bên Pháp về nhưng "du học mẹ gì!". Thầy được một ông tây chính cống nuôi từ bé nên tiếng tây rổn rảng. Vào lớp, nháy mắt cười một cái, tay không chẳng sách vở chi, rút bao thuốc lá, móc chai dầu nhị thiên đường, xổ tiếng Pháp như điên. Chúng tôi chỉ biết há mồm nghe. Giờ dạy của thầy thiệt vui. Vui nhất là thầy hay nghỉ ngang xương. Cứ thấy bóng ông giám thị bước vào loan báo thầy không tới là lòng chúng tôi như mở hội, được về bát phố sớm. Nhưng thầy rất có lương tâm, bao giờ cũng dậy bù cho đủ giờ. Thường thì thầy dậy bù vào chiều thứ bảy, trường nghỉ, chỉ có lớp thầy dạy. Những giờ học bù này lớp vẫn đông đủ. Phần vì anh nào cũng khoái giờ của thầy, phần vì trường chẳng có ai, nên thầy trò muốn tự tung tự tác chi cũng được. Thầy mua la-ve cho cả lớp vừa học vừa nhấm nháp. Thầy một chai, trò mỗi bàn một chai, văn chương Pháp càng dậy mùi. Giọng tiếng Pháp của thầy hớp hồn chúng tôi ngơ ngẩn. Giảng xong, thầy cười cười xổ tiếng tây tiếp: "Văn chương để làm chi? Chẳng làm chi cả. Chỉ để cho tui tán dóc, bán chữ kiếm tiền mua la-ve thuốc lá!".

Dân gian không gọi nghề dậy học là nghề bán chữ mà là nghề "bán cháo phổi". Đó là một nghề cao quý, giáo dục con người, mà cài chuyện bán buôn vô thiệt không xứng đáng. Ông thầy dậy văn chương Pháp của tôi chỉ nói cho vui. Chuyện bán cháo phổi cũng chỉ là chuyện cám cảnh của những người trong nghề. Chữ nghĩa là thứ không để đem ra bán. Nhưng sống nhờ chữ nghĩa như cụ Dương văn Ngộ thì có thể gọi là bán được không? Nếu người có chữ nghĩa mang chữ ra làm một thứ trao đổi để nhận tiền công, và người thiếu chữ nghĩa bỏ tiền ra để lấy chữ về làm lợi cho mình, thì có lẽ có chuyện bán buôn thiệt!

Những ngày trước 1975, tại các bưu điện, nhất là các bưu điện lớn, thường có những người ngồi viết thư mướn cho những người có nhu cầu viết thư mà không biết chữ hoặc không biết ghép chữ thành câu cú chỉnh tề. Cụ Dương văn Ngộ, nay đã 89 tuổi, là một người làm nghề viết thư mướn tại Bưu Điện Sài Gòn. Chắc chúng ta còn nhớ Bưu Điện Sài Gòn có những chiếc bàn dài, to bản, nằm chính giữa để cho dân chúng ngồi viết hay dán tem thư. Tôi nhớ những chiếc bàn này dính bê bết hồ, mỗi lần cần dùng phải đi quanh lựa chỗ sạch sẽ. Cụ Ngộ chiếm một góc bàn phía bên phải làm… đại bản doanh. Cụ bày ra tấm biển nhỏ, vài xấp giấy, mấy cuốn từ điển và chiếc kính lúp. Nếu theo đúng thời thì cụ phải có thêm chiếc máy đánh chữ như các người viết thư mướn khác thời trước 1975. Và có lẽ ngày nay phải tiến tới chiếc *laptop* mới đủ hiện đại. Nhưng cụ là người nệ cổ và nặng tình nghĩa nên ngại thay đổi. Cụ cho biết: "Tôi thấy viết tay khỏe hơn nhiều, tôi suy nghĩ đến đâu viết đến đó. Nó còn có thể bôi sửa. Đánh máy chữ nó sạch sẽ nhưng lỡ sai thì phải bỏ hết và viết lại. Vả lại, viết tay nó có hồn hơn nhiều. Giả dụ, lỡ mình đang viết thì mình muốn chữ lớn, chữ nhỏ gì thì theo đó mà viết. Mình có thể sáng tạo tùy hứng theo từng nét chữ của mình. Như vậy giờ có máy tính cũng không thể thay cách viết tay của tôi đâu".

Cả đời cụ dính với bưu điện. Cụ làm tại bưu điện Thị Nghè từ năm 16 tuổi. Năm 1948 cụ chính thức nhập ngạch công chức bưu điện. Công việc lúc đầu của cụ là lựa thư. Sau đó, sống lâu lên lão làng, cụ lần lượt được chuyển qua các công việc chuyên môn hơn. Năm 1990, cụ về hưu, xin với bưu điện cho cụ ngồi viết thư thuê. Và cụ kiên trì viết cho tới nay, tổng cộng đã 29 năm. Sáng sáng cụ gò lưng trên chiếc xe đạp cũ, đạp từ Thị Nghè tới Bưu Điện Sài Gòn, cạnh nhà thờ Đức Bà, để hành nghề. Khách hàng của cụ có khi nhờ cụ viết thư tiếng Việt, có khi bằng tiếng Anh tiếng Pháp.

Với những thư tiếng Việt, cụ phải chỉnh sửa lời kể, viết sao cho thích hợp và…văn chương. Ngôn ngữ của cụ vẫn là những chữ cũ kỹ từ xưa. Cụ ít dùng những từ mới. Cụ nói:

"Những từ mới không nên dùng cho những ông cụ bà cụ, người lớn tuổi. Trừ trường hợp là những người trẻ tôi mới dùng từ mới bây giờ. Gởi cho cha mẹ phải có lời lẽ kính trọng khác, anh em gửi thì tôi viết khác nhau, bạn bè tôi dùng ngôn từ cũng khác nhau nữa."

Với những bức thư bằng tiếng ngoại quốc, cụ không chỉ viết theo lời khách, cụ còn phải dịch, nắm ý chính rồi diễn tả ra tiếng ngoại quốc. Cuốn tự điển bên cạnh giúp cụ trong những trường hợp…gay go. Khách hàng của cụ có khi là người ngoại quốc nhờ viết thư tiếng Việt cho người thân là người bản xứ. Vậy nên các báo ngoại quốc mới biết tới cụ và chạy nhật trình về cụ. Đầu tiên là một bài báo của Đức viết khoảng 12 năm trước. Cụ rất trân trọng những bài báo này. Cụ cắt ra và để trong chiếc cặp không lúc nào rời bên mình cụ. Chiếc cặp cũng cũ kỹ như cụ. "Chiếc cặp này chắc cũng hai mấy năm rồi. Từ lúc tôi làm việc này tôi không có thay nó. Khi cặp bị rách tự tôi cũng vá nó đó. Tôi đi mua kim, cước về tự làm hết. Chứ hỏng lẽ mỗi cái mỗi đem mướn. Tôi xài đồ quen rồi thay cái khác cũng mắc công".

Nếu cho là cụ Dương văn Ngộ bán chữ thì cụ chỉ là thứ tép riu, bán cò con. Ngày nay việc bán chữ được tổ chức quy mô hơn nhiều. Ngày chúng ta còn mài đũng quần nơi ghế nhà trường, ngày thi, bí quá, cọp-dê tên bên cạnh bị giám thị tóm được là có cơ bị phạt. Nhẹ thì cảnh cáo, nặng thì cấm thi. Nếu leo cao hơn, làm Cao học hay Tiến Sĩ, phải có luận án. Đây là cái ách chúng ta phải vác nếu muốn làm ông Nghè. Cái ách này ngày nay có người công khai đề nghị vác giùm chúng ta, với điều kiện là chúng ta phải chi. Họ quảng cáo trên *internet* như một món hàng thông thường. Tôi tò mò thử vào một trong nhiều quảng cáo loại này. Đó là trang *AceMy-HomeworkWriters*. Họ có thể sản xuất một bài *essay* trong vòng 24 giờ. Không phải theo mẫu sẵn đâu. Khách hàng cho họ biết nhu cầu làm như thế nào, họ sẽ thỏa mãn trong thời gian một ngày một đêm. Chúng ta chỉ nằm khểnh cũng có bài nộp. Họ bảo đảm bài viết thuộc loại xuất sắc, dư sức qua cầu. Họ có cả một giàn người viết thuê, bằng cấp đầy mình, thuộc mọi lãnh vực học thuật, ngành nào cũng cân hết! Họ là ai?

Thường những người viết thuê là những người sinh sống tại một đất nước đang phát triển. Phần lớn họ đã từng du học tại các nước Âu Mỹ có nền giáo dục xịn. Như anh Roynorris Ndiritu, 28 tuổi, ở Kenya. Anh tốt nghiệp kỹ sư công chánh. Về nước, anh kiếm việc không được, được mời viết luận án, anh nhận liền. Tiền anh nhận được rất khá, đủ để anh có thể sắm xe hơi và mua đất. Được hỏi là làm công việc viết thuê này có phải là một hành động lừa gạt không, anh lắc đầu quầy quậy. Lương tâm anh không có chi cắn rứt cả. Tiền là thứ duy nhất anh nhìn thấy.

Anh Roynorris Ndiritu chỉ là một trong vô vàn người bán chữ kiếm tiền trên thế giới này. Chuyện bán chữ loại này, từ chục năm nay, đã thành một kỹ nghệ sầm uất, cạnh tranh nhau sát ván. Địa chỉ *AceMyHomeWorkWriters* tôi vào coi chỉ là một trong nhiều địa chỉ cung cấp dịch vụ này. Họ bảo đảm là bài viết của họ không phải là "đạo văn", và đầy đủ tiêu chuẩn do người thuê đưa ra. Họ còn chơi bạo hơn là cam đoan sẽ hoàn lại tiền nếu có vấn đề.

Kỹ nghệ tiện lợi cho các sinh viên này ngày nay đang rộ lên một cách đáng lo ngại khi dịch vụ *internet* ngày càng thông dụng. Người ta tính ra có hàng triệu bài văn đã được các nhà viết thuê sản xuất. Các nước Kenya, Ấn Độ và Ukraine là nguồn cung cấp các người viết thuê mạnh nhất. Chỉ một cơ sở tại Kenya đã có tới 50 ngàn thành viên.

Người ta thường nói: *it takes two to tango*, phải có hai người mới nhảy được bài *tango*. Đặt vấn đề đạo đức cho phía người cung cấp dịch vụ, người ta cũng phải đặt vấn đề cho phía người tiêu thụ. Các sinh viên có thấy thiếu đạo đức khi dùng dịch vụ viết thuê này không? Phần lớn các sinh viên đều không muốn dối trá. Chúng ta sống ở các nước phát triển một thời gian đủ lâu để có thể biết được nền giáo dục ở nơi chúng ta tạm dung. Con em chúng ta được dậy dỗ về đạo đức, về sự lương thiện từ nhỏ. Những đức tính này đã nhập tâm vào đứa trẻ khiến chúng để lương tâm trên bất cứ hành động nào trong cuộc sống. Chúng sẽ không bao giờ có một hành động khuất tất nào. Ngược lại chúng còn tự thấy có nhiệm vụ ngăn cản người khác làm những chuyện không đúng chuẩn mực của xã hội chúng ta đang sống. Chẳng hạn như việc giữ sạch môi trường. Tôi nghĩ có lẽ chúng ta đều gặp trường hợp bị con em trách cứ khi không gìn giữ môi trường. Rác có thể tái sinh được phải để trong thùng *recyclage*, bỏ đại vào thùng rác là bị con cái nhăn nhó bất bình.

Đại đa số con cái chúng ta sống đàng hoàng như vậy, chúng sẽ không sa vào những chuyện khuất tất, gian dối. Nhưng dĩ nhiên xã hội nào cũng có những con sâu làm rầu nồi canh. Trong một cuộc nghiên cứu tại Bắc Mỹ vào năm

2005, 7% sinh viên nhận có dùng những bài luận văn do người khác viết. Bà Tricia Bertram Gallant, giám đốc một văn phòng duy trì sự chính trực trong đại học tại Đại Học California ở San Diego, đã phát biểu: "Đây là một vấn đề lớn. Nếu chúng ta không có biện pháp đối phó thì chúng ta sẽ biến các đại học của chúng ta thành các nơi phân phát bằng đại học!".

Thường thì các tổ chức bán chữ này thuê người viết luận văn sống tại các nước đang phát triển. Tiền công rẻ hơn. Như cô Mary Mbugua ở Kenya chỉ được trả có 4 đô mỗi trang viết. Mỗi tháng cô kiếm được 320 đô. Số tiền này tại Mỹ hoặc Canada chỉ là tiền lẻ nhưng tại Kenya, đây là số tiền lớn, ít khi kiếm được. Dân viết thuê tại Mỹ chẳng ai nhọc công để nhận số tiền mạt hạng như vậy. Giá trung bình của dân viết thuê Mỹ là 30 đô mỗi trang. Nhưng dân viết thuê Mỹ tự hào là luận văn họ bán sẽ "Mỹ" hơn, không bị nghi ngờ là viết thuê như những bài luận văn do dân Kenya chẳng hạn, viết ra với cách hành văn nhiều khi không "Mỹ".

Tưởng là chuyện bán chữ…Mỹ là chuyện của người ta nhưng trên NguoiViet Online tôi bắt gặp bài "Viết Thuê Luận Văn: Nghề "Kiếm Cơm" của Du Học Sinh Việt Nam" của tác giả Tâm An. Hóa ra chuyện bán chữ chẳng phải là chuyện của người mà còn là chuyện của ta! Tác giả được một sinh viên Việt Nam, anh Tiến Vương, kỹ sư hiện sống tại thành phố St Paul, tiểu bang Minnesota kể lại chuyện bán chữ trong cộng đồng sinh viên Việt Nam. Nhưng hãy nghe chuyện viết thuê bất đắc dĩ của anh trước. Chuyện xảy ra đã được 7 năm, khi anh từ Bình Thuận sang Mỹ du học. "Tôi từng lâm vào cảnh không có đủ tiền trang trải cuộc sống. Học kỳ đầu, tôi phải đi bộ hàng giờ dưới trời tuyết để đi làm chui nhưng tiền kiếm được không đáng là bao. Rất may sau đó, tôi quen được một đồng hương học cùng ngành, cậu ta vốn là con nhà giàu bên Việt Nam. Tôi được cậu ta cho ở nhờ miễn phí, sau này còn được bao luôn cả tiền ăn. Đổi lại, tôi phải làm tất cả bài tập làm ở nhà, các bài tiểu luận cho cậu ta". Như vậy anh Tiến Vương chỉ đổi chữ chứ không bán chữ. Nhưng anh biết rất rõ về tình trạng bán chữ của giới sinh viên Việt tại ngoại quốc. "Hầu như du sinh nào cũng biết, từ lâu, trên mạng đã xuất hiện dịch vụ thuê mướn người viết *essay* hay *assignment* trong cộng đồng các sinh viên đại học. Nhất là từ khi có các mạng xã hội như Facebook, Instagram, tôi thấy nhan nhản các quảng cáo rao vặt về dịch vụ này. Chỉ cần vào trang của các *group* du sinh trên Facebook hoặc tìm trên Google là có thể thấy ngay".

Ký giả Tâm An thử vào một nhóm có tên là "Du Học Sinh Mỹ" để tìm hiểu. Từ khóa ông dùng là "nhận viết *essay* / *assignment*". Ông tìm thấy hàng chục rao vặt về dịch vụ học thuê, học mướn này nhưng núp dưới mỹ từ "hỗ trợ / *assistant*" sinh viên học tập và nghiên cứu.

Tôi cũng vào "thực tế" coi xem chuyện bán chữ này trong giới sinh viên Việt Nam ra sao. Tôi tìm được trang "Luận Văn Việt". Mấy dòng quảng cáo mào đầu nguyên văn như sau: *"Bạn đang cần làm bài Assignment, Essay nhưng không có đủ thời gian để hoàn thành? Bạn đang muốn tìm kiếm một dịch vụ viết Assignment "ngon, bổ" nhưng phải hợp lý? Bạn đang đắn đo giữa vô số những đơn vị cung cấp trên các trang tìm kiếm? Làm sao để tìm được đơn vị cung cấp dịch vụ viết assignment uy tín, chuyên nghiệp? Trong bài viết này bạn sẽ biết cách nhận biết đơn vị "nhận làm thuê assignment" như thế nào là uy tín, chất lượng để bạn khỏi "tiền mất tật mang". Nhận viết thuê assignment, essay, thesis. Viết thuê dissertation – làm thuê luận văn bằng tiếng Anh của các chương trình liên kết uy tín, giá rẻ tại Hà Nội, Sài Gòn, Đà Nẵng, Cần Thơ. Với phương châm, chữ tín và chất lượng luôn được đặt lên hàng đầu, nhóm chúng tôi nhận hỗ trợ: làm bài tập lớn, viết báo cáo, chuyên đề, viết essay, luận án tốt nghiệp cả đại học và cao học (tiếng Anh và tiếng Việt). "Luận Văn Việt" đã nhận làm assignment, essay xin học bổng với thâm niên khá lâu khi còn là du học sinh. Hiện tại chúng tôi đã có rất nhiều thành viên ưu tú. Vì vậy các bạn hoàn toàn có thể yên tâm về chất lượng".*

Trong một ô có tô màu mè hấp dẫn, tiểu sử của nhóm được kể hấp dẫn như sau: *"Thành lập từ năm 2005 - với hơn 10 năm kinh nghiệm viết thuê luận văn, nhóm "Luận Văn Việt" là nơi hội tụ của hơn 300 thành viên ưu tú, đã tốt nghiệp đại học, cao học, Thạc Sĩ loại giỏi tại các trường hàng đầu".* Họ liệt kê tên các trường đại học trong nước và thòng thêm *"cũng như các trường đại học nước ngoài và các trường liên kết".*

Khi tôi vừa vào đọc mấy dòng quảng cáo này, *computer* của tôi kêu và nổi lên một ô mang tên "Hỗ Trợ" mời nói chuyện trực tuyến. Như vậy kể ra tính chuyên nghiệp rất khá! Đó là chuyện quảng cáo ở Việt Nam. Các du sinh Việt Nam ở Mỹ, Úc, Anh cũng làm ăn không kém. Chúng ta thử đọc một quảng cáo tại Anh: *"Nhóm mình gồm những du học sinh đã tốt nghiệp các trường đại học hàng đầu ở Anh, có cung cấp dịch vụ hỗ trợ các bạn sinh viên hoàn thiện essay, assignment, thesis (luận văn), dissertastion (luận án) tất cả các chuyên ngành. Với cam kết không đạo văn (plagiarism), vi phạm bản quyền, giao bài đúng hẹn, kết quả như ý, an toàn tuyệt đối"*.

Dưới các quảng cáo có ghi phản hồi của các khách hàng. Xin kể ra một vài cái. *"Mình đã nhận được điểm của bài assignment rồi, điểm cao lắm ạ. Mình đã sử dụng hai lần bên bạn và cả hai lần đều rất tốt"*. Một cái khác: *"Bài assignment hôm trước thầy giáo cho em điểm 11/15. May mà anh không làm cao siêu quá chứ không thầy tra khảo lại chết em"*.

Tình trạng bán chữ này rất công khai, chẳng cần giấu giếm chi. Có quảng cáo không ngần ngại cho biết cả tên, địa chỉ, điện thoại. Chẳng *care* gì hết. Bởi vì họ đâu có làm bài thuê, họ chỉ "hỗ trợ" làm bài! Ôi chữ nghĩa!

09/2019

BIG O

Big O giờ đây là biểu tượng của Montreal. Cứ nhìn sơ sơ hình dáng của chàng được vẽ một cách rất giản lược là biết ngay ý muốn nói tới Montreal. Vậy mà chàng lại là hàng xóm của tôi. Đứng ở nhà tôi, bóng chàng hằn rõ trên bàu trời. Ngày nắng chàng rực rỡ như một công tử ăn diện hết mức. Ngày mưa chàng buồn rũ rợi như muốn sụp xuống. Chàng được sinh ra trước khi tôi tới làm dân Montreal này. Từ năm 1976 lận. Nay thành phố lại râm ran chuyện ra đời của chàng vì cha chàng vừa mới qua đời.

Nhân cách hóa sân vận động Olympic Stadium của Montreal một chút cho vui. Thực ra chàng là một khối bê tông khổng lồ gây nhiều vui buồn cho con dân thành phố này. Nhân cha đẻ của khối bê tông này qua đời, tưởng cũng nên nhắc tới ông kiến trúc sư người Pháp Roger Taillibert này trước. Ông mất tại Paris vào đầu tháng 10 vừa qua, thọ 93 tuổi. Bà Thị Trưởng Montreal Valérie Plante vội *twist*: "Sân vận động Olympic được bốn phương trên thế giới đều biết tới, và nó đem lại cho lịch sử thành phố nhiều giây phút đáng hãnh diện". Cựu Thị Trưởng Montreal Denis Coderre ca ngợi người vừa khuất: "Ông là một người có viễn kiến, một người nguyên tắc. Nhiều khi ông nói điều mà người khác không thích nhưng không bao giờ ông nhượng bộ trái với nguyên tắc của ông. Ông là một thiên tài và chúng ta rất buồn khi mất một người bạn của Montreal".

Thiên tài nằm ở sự độc đáo của sân vận động. Khi Montreal được chọn để tổ chức Thế Vận Hội 1976, qua mặt hai thành phố Los Angeles của Mỹ và Mạc Tư Khoa của Nga, thị trưởng lúc bấy giờ là ông Jean Drapeau muốn xây một khu thế vận thật độc đáo. Khu này tọa lạc tại phía đông thành phố gồm có quần thể sân vận động và tòa nhà cho lực sĩ trú ngụ. Sân vận động được gọi là con voi trắng nằm phục vì cái dáng của nó trong khi tòa nhà được làm theo hình một kim tự tháp bự tổ chảng. Tôi đã vài lần vào tòa nhà này, nay là một cao ốc hạng sang. Tòa nhà cũng như sân vận động được để nguyên màu xi-măng mộc, không sơn phết.

Tôi phải thú thật là chưa bao giờ dự khán một trận thể thao nào tại sân *Big O* nên không hình dung được nó lớn tới mức nào. Chỉ biết nó có 56.040 chỗ. Đó là hiện tại. Trong lễ khai mạc Thế Vận Hội Thứ 21, sức chứa của nó là 73 ngàn chỗ. Sức chứa này duy trì tới năm 1992 mới bị thu hẹp lại do sửa chữa. Nhưng tôi có vài dịp dự những sinh hoạt trên các tầng phía bên ngoài hội trường trong dịp các xe bán đồ ăn tụ tập vào mỗi thứ sáu đầu tháng hoặc các dịp đặc biệt khác. Tỷ như dịp một nhóm thanh niên Việt Nam ở Montreal tổ chức hội ẩm thực và văn hóa Việt Nam tháng 7 vừa qua. Có gửi xe trong bốn tầng *parking* rộng mênh mông, có leo lên những khoảng không gian rộng rãi bao quanh hội trường chính mới thấy công trình này quả là một cú để đời của kiến trúc sư Roger Taillibert.

To lớn như vậy nên việc xây cất *Big O* đã trải qua nhiều bước gập ghềnh. Khởi công từ ngày 28 tháng 4 năm 1973, tới ngày khai mạc Thế Vận Hội 17 tháng 7 năm 1976, công trình vẫn chưa hoàn tất. Phí tổn xây cất khởi đầu được ước tính 770 triệu đô Canada đã tăng vọt lên tới 1 tỷ 470 triệu đô khi hoàn tất vào năm 2006. Suýt soát gấp đôi!

Giữa những con số này là một câu chuyện dài. Dài đến không biết nói chuyện nào trước, chuyện nào sau. Thôi thì nói chuyện ít vui nhất trước. Đó là chuyện cái túi tiền của dân Montreal chúng tôi. Tính có 770 triệu mà cuối cùng phồng lên tới 1 tỷ 470 triệu, tiền đâu để bù vào cái lỗ toang hoác đó? Dân Montreal è cổ ra gánh nợ. Họ cũng bất bình nhưng còn đủ óc khôi hài để gọi *Big O* thành *Big Owe*. *Owe* có nghĩa là nợ. Tôi nhập tịch dân thành phố này vào năm 1985, đúng một con giáp sau ngày khởi công, tưởng là chậm, nhưng cũng được kê vai vào chiếc gánh to đùng này. Khi tấm màn thế vận hội khép lại, số nợ lên đến 1,6 tỷ trong đó nguyên anh *Big O* đã đè lên vai dân chúng thành phố 1,1 tỷ đô.

Phải mất 30 năm mới trả hết nợ. Tới giữa tháng 11 năm 2006, thành phố mới chi trả tấm *check* cuối cùng để nợ đô la trăng trắng vỗ tay reo! Dân thành phố thở ra cái phào. Nhưng dân hút thuốc lá mới thở ra những cuộn khói tung tăng bay tít lên trời cao. Vì một phần khá lớn số nợ được trả bằng thuế phụ thu đặc biệt đánh vào thuốc lá kể từ tháng 5 năm 1976. Ngay khi Montreal được chọn tổ chức thế vận hội 1976, ông Thị Trưởng Jean Drapeau, đã tuyên bố chắc nịch: "Thế Vận Hội sẽ không để lại thiếu hụt tài chánh hơn một người cha muốn có một đứa con!". Câu nói ngon lành này sau đó đã bị nhà hí họa Aislin của báo The Gazette giễu. Nguyên lúc đó, tại Montreal, bác sĩ Henry Morgentaler công khai mở phòng mạch phá thai khiến dư luận chống đối ồn ào trên báo chí, nhà hí họa này tung ra một bức hí họa vẽ ông thị trưởng mang bụng bầu, đang điện thoại cho ông Morgentaler: *"Ello? Morgentaler?"*. *Ello* là cái chi chi? Đó là một cách chế nhạo dân nói tiếng Pháp ở Quebec không phát âm được vần H!

Chọc quê được cái bụng nợ của ông Thị Trưởng Jean Drapeau, giờ mới coi xem tại sao ngân khoản xây cất lại phình lên gấp đôi. Trước hết là điều hành kém khi thực hiện một công trình quá lớn lao. Chậm trễ lung tung. Ngay ngày khởi công đã bị trễ tới 18 tháng, mãi tới ngày 28/4/1973 mới bắt đầu. Để bắt kịp đà xây cất dự tính, phải cho công nhân làm ngày làm đêm, tiền trả *overtime* chết luôn. Sau đó là cuộc đình công của công nhân xây cất lai rai trong khoảng từ tháng 12 năm 1974 tới tháng 4 năm 1976. Tính ra công nhân đã nghỉ làm tới 155 ngày. Rồi tham nhũng làm thất thoát tiền bạc.

Tiếng là đã trả hết nợ nhưng chàng *Big O* vẫn chưa hết làm phiền dân Montreal chúng tôi. Chuyện cái mái của vận động trường là chuyện dài nhân dân tự vệ!

Kiến trúc sư Roger Tailliberg là một người có óc sáng tạo. Cái mái của vận động trường là một sáng tạo gây nhức óc và rất tốn tiền cho dân Montreal. Khi khai mạc Thế Vận Hội, chiếc mái chưa hoàn tất. Phải tới 11 năm sau, vào năm 1987, *Big O* mới có cái mũ đội trên đầu. Đây là chiếc mũ bằng vải nhựa đặc biệt, có thể kéo lên hạ xuống bằng những sợi giây thả từ chiếc tháp nghiêng xuống. Cái mái màu da cam do hãng Kevlar hoàn thành không thọ được lâu. Nó bị rách khiến mưa dột xuống vận động trường. Năm 1991, chiếc mái được tu bổ lại, thu nhỏ bớt khiến số ghế ngồi mất đi 12 ngàn chỗ. Nhưng rồi mưa gió bão bùng cộng với tuyết rơi khiến chiếc mái không chịu đựng nổi. Từ năm 1992, chiếc mái không được kéo lên nữa, vận động trường được che kín liên tục. Tháng 5 năm 1998, chiếc mái màu cam bị gỡ bỏ. Cuối năm 1998, chiếc mái thứ hai trị giá 26 triệu đô được lắp ráp . Lần này mái có màu xanh. Chắc người ta hy vọng màu xanh mang lại nhiều hứa hẹn an bình cho những nhà quản trị *Big O*. Nhưng an bình không tới. Chưa đầy một năm, ngày 18/1/1999, một phần mái rộng tới 350 thước vuông bị sập xuống đúng lúc công nhân đang sửa soạn cho cuộc triển lãm xe hơi hàng năm *Montreal Auto Show*. Các nhà tổ chức lái xe chạy mất đất. Từ năm đó, cuộc triển lãm được tổ chức tại Palais de Congrès de Montreal cho tới ngày nay! Người ta lại xúm vào sửa chữa. Nguyên do mái sụp là vì tuyết đọng bên trên mái nặng quá khiến mái không chịu đựng nổi. Để khắc phục, những chiếc ống có nước nóng lưu thông bên trong được ráp vào dưới mái để tuyết trên mái tan ra. Nhưng thời tiết khắc nghiệt, nhất là trong mùa đông, khiến mái vẫn chịu thua. Tháng 8 năm 2009, sở Cứu Hỏa thành phố báo động, nếu không sửa chữa, họ sẽ không cho phép vận động trường mở cửa hoạt động. Mãi tới tháng 11 năm 2017, thành phố mới quyết định thay mái mới với tổn phí 250 triệu đô, chiếc thứ ba! Mái được dự tính hoàn tất vào năm 2024.

Dân chúng đang nóng lòng chờ chiếc mái mà các nhà quản trị cho là do một *"dream team"* thực hiện. Không biết đội ngũ mơ ước này sẽ làm ăn ra sao. Họ gồm hãng Schlaich Bergen Partner của Đức. Hãng này đã có kinh nghiệm làm tới 60 chiếc mái cho các vận động trường của nhiều nước. Cùng chung vai sát cánh với hãng này là hãng Đức German Architectural Firm và hãng WSP của Canada. Ông Cedric Essiminy của cơ quan quản trị *Big O* đã rất tin tưởng: "Chúng tôi cố gắng tập hợp một nhóm có nhiều kinh nghiệm về kỹ thuật và kiến trúc, đã được chứng tỏ trong nhiều công trình làm mái cho các vận động trường. Chúng tôi tin rằng lần này sẽ có chiếc mái thích hợp có thể đóng mở một phần hay toàn thể mái một cách trơn tru". Ông Maurice Landry, phụ trách xây cất và sửa chữa *Big O* quả quyết: "Hai chiếc mái trước không hoạt động tốt. Chiếc mái mới này sẽ rất tốt!". Thôi thì dân chúng phải tin tưởng. Rút bóp ra mà tin tưởng đây là chiếc mái hoạt động ngon lành để kịp tổ chức vài trận trong giải túc cầu World Cup vào năm 2026.

Chiếc mái theo đồ án của kiến trúc sư Roger Tailliberg được đóng lại hay mở ra bằng cách kéo những sợi giây được giăng từ một chiếc tháp nghiêng. Đây là chiếc tháp nghiêng cao nhất thế giới tính tới nay với chiều cao là 165 thước. Bỏ xa chiếc tháp nghiêng nổi tiếng Pisa của Ý chỉ cao 65 thước. Với 165 thước cao trong thế đứng khum khum, nhiều người lo chiếc tháp sẽ khum nhiều hơn gây ra nhiều vấn đề như chiếc mái. Dân ta lo là phải vì tháp Pisa, thấp hơn cả trăm trước, vậy mà đã nghiêng khiến người ta phải tìm nhiều biện pháp chống đỡ. Có một điểm khác biệt rất quan trọng của hai chiếc tháp. Tháp Pisa là một tháp chuông nhà thờ được xây từ thế kỷ thứ 12. Tháp được xây thẳng đứng chứ không cố ý xây nghiêng như tháp nghiêng của *Big O*. Nó bị nghiêng vì nền đất mềm, lún không chống đỡ nổi. Và nghiêng ngay khi đang xây cất. Phải mất hai thế kỷ tháp mới hoàn thành. Độ nghiêng được đo vào năm 1990 là 5,5 độ. Từ năm 1993 đến 2001, tháp được tu sửa và chống đỡ nên tới nay độ nghiêng chỉ còn 3,97 độ. Trái lại, tháp nghiêng *Big O* được cố ý xây nghiêng tới 45 độ. Và kỹ thuật xây cất tiến bộ ngày nay đã giữ được độ nghiêng được tính trước. Để giữ được cái tháp dáng khum khum nặng tới 8819 tấn này, người ta đã chôn một cái chân nặng tới 159.835 tấn vật liệu nằm sâu tới 10 thước dưới mặt đất. Vậy nên không sợ tháp sụp xuống!

Tôi nói rõ về sự cứng cáp của tháp có cái tên là *Montreal Tower* này để các du khách tới Montreal an tâm leo trèo. Thực ra chẳng phải trèo chi, cứ để cho tiền nó lôi mình lên. Muốn lên tháp có thang máy lộ thiên ba bề lót kính, mỗi chuyến chở được tới 50 người. Tôi đã thử dùng thang máy này lên tháp. Hơi teo vì thấy mình chơ vơ giữa trời và từ từ bị rút lên cao. Nhưng đồng hành cùng 49 người khác thì sợ chi. Nỗi teo…teo lại vì được chia đều cho 50 người và 100 cái chân. Sở dĩ tôi cho chân vào vì khi teo, người ta cảm thấy nhờn nhợn ở hai chân trước nhất. Thang máy nhấc chúng ta lên trong hai phút. Trong hai phút này, cảnh quan thành phố chung quanh như tụt xuống trước mắt. Nếu nghĩ trong đầu mình đang được đi chiếc thang máy duy nhất trên thế giới gắn vào một tháp nghiêng thì sẽ không thấy tiếc 23,75 đô tiền vé. Càng không thấy tiếc chi khi, cùng một tấm vé này, chúng ta được ngắm cảnh Montreal trong tầng quan sát *The Observatory* nằm trên tầng 56 của tháp. Tầng quan sát này rộng 360 độ khiến tầm ngắm của du khách xoay vòng được tất cả cảnh quan của Montreal. Nếu hên, lên tầng quan sát vào một ngày đẹp trời, tầm nhìn của chúng ta có thể phóng xa tới 80 cây số. Dĩ nhiên con số hấp dẫn này chỉ dành cho những người mắt tốt. Còn mắt cánh già chập choạng không phóng xa được tới vậy.

Bòn tiền của du khách là một cách sinh lợi của *Big O*. Tháp *Montreal Tower* cũng có nhiều nguồn thu khác để sống còn. Nguồn thu chính là cho thuê chỗ làm văn phòng cho các cơ sở thương mại. Tháp có 12 tầng dùng làm văn phòng. Kể từ năm ngoái, ngân hàng Desjardins đã chiếm hết bảy tầng cho trên một ngàn nhân viên làm việc.

Sau Thế Vận Hội 1976, vận động trường được sử dụng như sân nhà của đội bóng bầu dục Alouettes cho tới năm 1998. Đội bóng *baseball* Expos cũng dùng *Big O* làm sân nhà từ 1977 cho tới 2004. Bóng tròn cũng đóng đô ở đây một thời gian với đội Manic từ 1981 đến 1983. Ngày nay, đội banh Impact tuy có sân Saputo ở sát bên cạnh cũng vẫn tổ chức những trận quốc tế quan trọng có nhiều khán giả tại đây.

Sau đó, đây là nơi tổ chức nhiều sự kiện thể thao và văn hóa như các buổi hòa nhạc, triển lãm, các cuộc biểu diễn đủ môn thể thao kể cả biểu diễn mô-tô leo đồi.

Người dân công giáo Montreal còn ghi vào kỷ niệm buổi họp mặt của giới trẻ tiếp đón Giáo Hoàng Jean Paul II vào ngày 11 tháng 9 năm 1984 với 55 ngàn người tham dự. Mới đây hơn, vào ngày 30 tháng 10 năm 2010, buổi lễ đặc biệt nhân ngày phong thánh cho Sư Huynh Andre, cha đẻ của Oratoire Saint Joseph, cũng diễn ra tại đây với sự tham dự của 30 ngàn người.

Bỏ ra ngoài sự tính toán thua thiệt về tài chánh, vận động trường Thế Vận Hội mà người ta thường âu yếm gọi là *Big O* ngày nay đã trở thành biểu tượng của thành phố Montreal chúng tôi. Nhìn hình *Big O* là hầu hết dân chúng trên thế giới nối ngay với Montreal. Chỉ mới có mặt 43 năm mà đã trở thành biểu tượng của thành phố, *Big O* vượt xa các kiến trúc khác của thành phố rất tây tại Bắc Mỹ này.

Nhiều người dân Montreal ngày nay vẫn còn nhớ tới hào quang của ngày khai mạc Thế Vận Hội thứ 21 vào một ngày hè 43 năm trước với sự hiện diện của Nữ Hoàng Elizabeth II, Thủ Tướng Pierre Trudeau và 73 ngàn khán giả đến từ khắp nơi trên thế giới. Chỉ có một điều họ tiếc là kỳ thế vận hội đó, Canada là nước tổ chức nhưng không đoạt được một huy chương vàng nào. Đây là chuyện xảy ra lần đầu tiên trong lịch sử thế vận hội! Kể ra cũng là một kỷ lục. Kỷ lục không ai muốn có!

10/2019

BOA

Ngày 24/6/2019 cầu thủ bóng đá Ronaldo mà dân mê trái banh chúng ta ai cũng phải biết, đã cùng gia đình tới Hy Lạp nghỉ ngơi tại một khách sạn sang trọng. Khi trả phòng ra về, anh đã boa cho dàn nhân viên khách sạn số tiền 20 ngàn *Euro*! Với cách boa hậu hĩnh này, anh trung phong quốc tịch Bồ Đào Nha đã đá bay tất cả các kỷ lục *tip* từ trước tới nay.

Boa như vậy là bất thường. Tiền boa thường là con số lẻ khiêm nhường, lớn tới bạc trăm đã là một biến cố cho nhà hàng được boa. Nhưng, tuy không sánh được với Ronaldo đông địa, một khách hàng tại tiệm Ramblin' Rib Eye ở Napavine, một khu ở phía tây thành phố Tacoma, tiểu bang Washington, đã để lại số tiền 3 ngàn đô cho bà Michelle Bozeman, 50 tuổi, nhân viên chạy bàn của nhà hàng. Chuyện xảy ra vào tháng 6/2018. Không ai nghĩ là vị khách sộp này biết gia cảnh của bà Michelle Bozeman. Tuy chỉ mới 50 tuổi nhưng bà đã có tới bảy đứa cháu, tuổi từ 3 đến 17. Vợ chồng người khách này giấu tên, cho một cách lặng lẽ, không ai biết. Khi đó nhà hàng khá đông khách nên bà Michelle bận không để ý khi họ ra về. Chỉ khi một cô đồng nghiệp coi hóa đơn mới nói với bà Michelle: "Chị có biết đã có người cho chị 3 ngàn đô tiền tip không?". Khi nhìn vào hóa đơn, bà không tin vào mắt mình. Phải tới khi đọc vào lời nhắn nơi mặt sau hóa đơn, bà mới biết chắc đây không phải là một sự lầm lẫn. Bà hoàn hồn và quyết định chia bổng lộc bất ngờ này với các đồng nghiệp. Lời nhắn ghi nơi mặt sau hóa đơn rất có tình: "Cám ơn vì nụ cười của cô. Cô đã làm việc rất chăm chỉ, hãy chia sẻ những điều tốt đẹp này cho người khác nhé. Mong cô tận hưởng niềm vui. Nếu có ai thắc mắc về số tiền này thì hãy gọi cho văn phòng thẻ tín dụng". Michelle cẩn thận gọi cho văn phòng thẻ tín dụng và được xác nhận không có sự lầm lẫn nào cả. Bà chia cho mọi người, chỉ giữ lại số tiền đủ để thực hiện ước mơ từ lâu: du lịch tới Ái Nhĩ Lan!

Ngày 22/10/2018, một người đàn ông vào nhà hàng Sup Dogs ở Greenville, tiểu bang North Carolina, gọi hai ly nước uống, chỉ nhấp vài hớp rồi đứng dậy ra về. Tiền *tip* ông để lại trên bàn là 10 ngàn đô cùng lời nhắn: "Cám ơn vì ly nước rất ngon miệng!". Đây là số tiền boa lớn nhất mà nhà hàng nhận được từ trước tới nay. Trước đây, có lần nhà hàng nhận được 500 đô là hết cỡ. Theo ông chủ nhà hàng Brett Oliverio thì đây là số tiền quá lớn ông không thể tưởng tượng được. Cô hầu bàn bữa đó là cô sinh viên làm thêm tên Alaina Custer. Cô này cũng chơi đẹp, chỉ giữ lại 800 đô, còn bao nhiêu chia cho các bạn đồng nghiệp. Cô vui mừng nói: "Tôi thực sự không nghĩ chuyện này là thật. Tôi cầm số tiền lên, từng cọc giấy trăm đô. Tôi cố đếm nhưng quá xúc động đếm không nổi. Tôi run rẩy, luôn miệng hỏi ông chủ: Brett, chuyện gì đây? Tôi nghĩ có lẽ người nào đó đang đùa giỡn với mình". Cô Alaina nghĩ đúng. Đây là chuyện đùa. Nhưng đùa thật! Cô cuống quýt nên không để ý nơi một bàn bên cạnh, có hai người khách ngồi quay phim phản ứng của cô. Ông chủ nhà hàng Oliviero kể lại: "Té ra đó là ngôi sao YouTube tên Mr. Beast". Hai người quay phim giải thích công việc của họ. Lúc đó cô sinh viên Custer mới biết: "Họ giải thích cho tôi biết về kênh YouTube của họ và việc họ đi khắp nơi mang niềm vui tới cho các người phục vụ trong các nhà hàng". Khi biết đây là một màn dàn cảnh của chuyện xảy ra thật, cô nói: "Tôi cảm thấy có phước khi được số tiền đó. Ý tôi muốn nói là hầu hết nhân viên nhà hàng đều là sinh viên Đại học nghèo. Số tiền sẽ giúp chúng tôi nhiều lắm. Vì số tiền được chia ra nên mọi người đều được hưởng".

Số tiền từ trời rớt xuống này không phải là phúc lộc của ông trời tuy nó như được trời ném xuống, nhưng đã được lập trình trước. Tôi ít vào YouTube nên không biết Mr. Beast là ai. Nhưng anh là một người nổi tiếng moi nhiều tiền từ trang mạng này. Chuyện này tôi cũng mới biết khi nghe một bà Việt Nam chuyên dậy nấu ăn trên YouTube cho biết bà thu về được bạc ngàn mỗi tháng. Tiền đâu ra? Tiền do You-Tube trả nếu có nhiều người vào xem *video* có xen lẫn quảng cáo. Càng nhiều người vào ghi danh, xem hay phê bình càng được trả nhiều tiền. Vậy nên *video* nào lạ, kéo được nhiều người tò mò vào coi là thu được bộn tiền. Mr Beast chỉ là một anh chàng 20 tuổi, tên thật là Donaldson, cư dân ở tiểu bang North Carolina, làm nhiều trò quái đản, quay *video* bỏ lên YouTube từ năm 2012, khi anh mới chỉ 13 tuổi. Người ta biết nhiều tới anh khi anh *post* một *video* ngồi đếm từ 1 tới 100 ngàn, liên tục trong 9 tiếng! Số người theo coi vọt lên hàng chục ngàn người. Tính tới tháng 6/2019, anh đã có 20 triệu người ghi danh vào coi anh làm trò. Một trong những trò anh hay làm là cho tiền một cách khác thường. Như thả 20 ngàn đô từ trên máy bay xuống cho người ta nhặt, *tip* anh giao *pizza* 10 ngàn đô, đi rảo ngoài đường cho những người vô gia cư anh gặp mỗi người một ngàn đô! Tính tới nay thì anh đã có 17 triệu ghi danh và tổng cộng đã có tới 2 tỷ rưỡi người vào coi khiến anh thu được số tiền lên tới 6 triệu đô!

Trò anh cho cô hầu bàn Alaina 10 ngàn đô tiền tip nằm trong kế hoạch moi tiền YouTube của anh. Vậy cũng chẳng… trong sáng gì! Dù sao anh cũng đã mang lại được những giây phút hạnh phúc cho cô Alaina và các bạn đồng nghiệp của cô.

Chuyện boa của cô Serina Wolfe, 24 tuổi, là một chuyện thiệt không hạnh phúc. Ngày 27/6/2019 vừa qua, cô tới tiệm Clear Sky Café ở thành phố Clearwater Beach ăn. Tiền ăn hết 55.37 đô. Tiện tay cô ghi luôn *tip* 5 ngàn đô. Cô trả bằng thẻ tín dụng đứng tên bạn trai của cô. Người bạn này không đi cùng cô, tá hỏa, chạy tới tiệm nói rõ sự tình. Cô muốn về Buffalo, tiểu bang New York, thăm mẹ nhưng anh không chịu mua vé máy bay cho cô. Tức khí, cô cà thẻ cho đã nư. Chuyện dẫn tới cảnh sát. Lúc đầu cô Serina Wolfe chối không tới ăn ở tiệm này và đổ hô có người xài thẻ lậu. Nhưng sau đó cô thú nhận chính cô đã cà thẻ số tiền tip 5 ngàn đô đó. Ngân hàng thông báo tới tiệm là số tiền trả qua thẻ tín dụng này là bất hợp lệ. Ngặt nỗi là ông chủ nhà hàng đã xuất tiền ra trả cho cô hầu bàn. Cảnh sát đã truy tố cô Wolfe tội đánh cắp với trường hợp gia trọng!

Nghe những câu chuyện cho tiền boa trên, chúng ta dễ toát mồ hôi hột. Nhưng đó chỉ là những chuyện boa xảy ra trong thời gian gần đây mà tôi đã biết được, viết ra để hù chơi. Ai yếu bóng vía ráng chịu. Còn những người cứng cựa nghe qua rồi bỏ. Boa là tiền cho thêm, không nhiều, như là một cách cám ơn người đã phục vụ ta. Vì là cho thêm nên nhiều người nghĩ là tùy tâm và tùy cái túi tiền, cho bao nhiêu cũng được. Nghĩ vậy không đúng. Bởi vì boa có luật lệ đàng hoàng.

Luật sư Veronica Aragon của tổ chức *Asian Pacific American Legal Center*, có phổ biến một bài viết về tiền *tip* rất rõ ràng. Trước hết, *tip* là tiền thưởng của khách hàng cho riêng nhân viên phục vụ mình, ngoài số tiền khách phải trả cho tiệm. Đây là phần tài sản riêng của nhân viên, không thuộc về người chủ. *Tip* là tiền riêng biệt và độc lập với tiền lương. Chủ không có quyền khấu trừ tiền *tip* vào số lương của nhân viên hoặc cộng thêm tiền *tip* vào lương giờ của nhân viên để trả dưới lương căn bản. Tóm lại, lương là lương, *tip* là *tip*, không nhập nhằng với nhau được. Chuyện này có nhiều vị chủ nhân làm lơ. Có lần tới ăn tại một nhà hàng ở Little Saigon, khi bỏ tiền boa trên bàn, tôi được người hầu bàn rỉ tai là đừng cho vì chủ lấy hết. Tôi nghĩ chủ nhà hàng này là loại hắc ám, ăn chặn tiền boa của nhân viên. Nhưng tôi cũng biết có những chủ nhà hàng lấy tiền boa nhưng không ăn chặn. Họ đã tăng lương giờ cho nhân viên hoặc trả trước cho nhân viên tiền boa ước tính để nhân viên không bị thiệt thời khi số tiền boa bấp bênh khiến thu nhập của nhân viên không vững. Loại chủ có tâm như vậy tương đối hiếm. Thường họ nghĩ tới cái túi tiền của họ hơn là túi tiền của người khác.

Thường chỉ có những nhân viên tiếp xúc với khách hàng mới có cơ hội nhận tiền boa. Điều này gây thiệt thời cho những người…giấu mặt. Đó là những người làm trong nhà bếp hay những công việc dọn dẹp vệ sinh. Họ cũng góp công sức vào việc phục vụ khách hàng, có khi vất vả hơn những người hầu bàn nhưng bị lãng quên. Chủ nhân có quyền can thiệp vào việc điều hòa tiền boa để tạo công bằng cho nhân viên bằng cách tập trung tiền boa để cuối ngày chia ra cho tất cả nhân viên. Điều này cũng thường gây ra nhiều tranh cãi. Có tiệm chia đồng đều, có tiệm chia cho nhân viên hầu bàn nhích hơn một chút, có tiệm chia theo…thâm niên làm trong nhà hàng. Đó là chuyện nội bộ, miễn sao mọi người chấp nhận là xong.

Phần chúng ta, những người kéo ghế, mở thực đơn, gọi món ăn và ngồi chờ món ăn đưa tới tận miệng, thì khác. Chúng ta có những vấn đề khác. Thông thường mọi người đều chấp nhận phải cho tiền boa như một cách cám ơn những người đã giúp chúng ta có một bữa ăn hài lòng. Vấn đề là cái giá của sự cám ơn. Boa bao nhiêu? Thường thì là từ 10% đến 15% tổng số tiền trên hóa đơn. Nhưng tỷ lệ này ngày nay cũng đã lỗi thời. Rất nhiều tiệm đã ghi sẵn tỷ lệ và số tiền đã được tính ra để trả cho tỷ lệ đó. Trong bản…gợi ý này có ba mức tip: 15%, 18% và 20%.

Thiệt đau cái đầu. Thôi thì thử coi báo Mỹ nói sao cho thêm hiểu biết. Báo *USA Today* cho mức tỷ lệ 15% tới 20% trước thuế. Đây là điều nhiều người, trong đó có tôi, không để ý. Giả dụ như trên hóa đơn ghi tiền ăn là 100 đô, cộng thêm thuế là 115 đô. Vậy thì chúng ta cho tip 15% hoặc 20% trên số tiền 100 đô chứ không phải 115 đô. Điều này hợp lý. Vì chúng ta boa trên tiền chúng ta thực sự dùng chứ đâu có boa tiền thuế!

Nếu biết rằng mỗi năm dân chúng sống trong nước Mỹ đã trả tổng cộng 16 tỷ đô cho tiền boa thì mới thấy đây là số tiền cần thiết cho những người phục vụ chúng ta. Chẳng lẽ chúng ta không góp chút đỉnh nào vào số tiền trên. Nhưng góp theo con số nào, chúng ta mỗi người mỗi ý. Đi ăn với con cái, nếu chúng mời, chúng ta thấy xót ruột với tiền *tip* chúng để lại. Thường là 20%. Có khi tới 25%. Xót ruột nhưng không dám nói vì chúng "Mỹ" hơn chúng ta. Nói ra sợ quê! Nhưng nếu chúng ta trả tiền thì thường 10% là coi như đẹp lắm rồi. Nếu tụi trẻ nhìn vào tiền boa của chúng ta, chúng sẽ phản ứng. Đứa hiền lành chỉ trình diễn bộ mặt bất bình, đứa năng nổ phản đối ngay tức khắc, đứa thâm thúy lẳng lặng chuồi thêm tiền boa vào sau lưng chúng ta. Chuyện phân cách thế hệ rất rõ nét trong việc chi tiền boa! Khi cánh già chúng ta đi ăn với nhau thì lại khác. Nếu ăn tiệm tây tiệm Mỹ, chúng ta sẽ sẵn sàng chi 15%. Nhưng nếu ăn tiệm Việt, chúng ta hầu như không biết tính phần trăm. Nhiều người tính đổ đồng theo số người, bất kể số tiền trên hóa đơn là bao nhiêu. Hình như chúng ta vẫn "nể" ngoại bang hơn!

Nói chuyện chi tiền boa, con người chia rẽ trông thấy. Chia rẽ giữa các thế hệ, chia rẽ giữa tiệm tây và tiệm ta, chia rẽ giữa những con số phần trăm. Nhưng ít ai nghĩ tới việc chúng ta còn sức khỏe, lê bước được tới tiệm, ăn còn biết ngon, có người cơm bưng nước rót, đã là phúc phận. Nghĩ như vậy, chúng ta sẽ boa biếc dễ dãi hơn.

Nếu muốn đầu óc không vướng víu tới chuyện boa thì chịu khó bỏ tiền máy bay qua những nước không có chuyện boa mà kéo ghế. Những nước thuộc loại chê tiền boa này không nhiều. Chỉ có ba nước: Úc, Tân Gia Ba và Nhật. Úc xưa nay không có thói quen cho tiền boa, pháp luật của Tân Gia Ba nghiêm cấm nhận tiền boa, Nhật coi tiền boa là một sự sỉ nhục!

Trong ba nước này, tôi chỉ mới có kinh nghiệm với Nhật. Tới Nhật, mỗi khi vào tiệm ăn, tôi để ý quan sát coi có thực khách nào boa không. Tuyệt nhiên không thấy. Vốn muốn biết rõ ràng chuyện…huyền thoại, tôi đã tính thử để *tip* nhưng thấy tình hình trăm khách như một, tôi chùn tay. Hỏi quầy tiếp tân ở khách sạn, cô Nhật nho nhỏ xua tay lắc đầu quầy quậy, xin chớ. Người Nhật sẽ cảm thấy bị xúc phạm nếu khách hàng để tiền boa trên bàn. Tự ái của người Nhật rất lớn. Họ coi tiền bạc phải là thứ do tự mình làm ra. Nếu khách đưa thêm tiền *tip*, ngoài giá cả thực đơn đã ghi rõ ràng, họ sẽ cảm thấy bị khinh thị. Họ nghĩ rằng khách cho là họ không được trả công xứng đáng nên mới cho thêm. Ngoài ra, họ rất tôn trọng trách nhiệm. Trách nhiệm của họ là làm hài lòng khách hàng. Đó là bổn phận. Mà bổn phận không thể được đánh giá bằng tiền được. Tiền vốn không mang lại cho con người những giá trị tinh thần ngàn lần tốt đẹp hơn. Tuy không coi khinh đồng tiền nhưng họ tránh việc trực tiếp trao tiền. Đó là hành động bị coi là thất lễ. Khi nhận tiền hay thối lại tiền, bao giờ họ cũng để tiền trên một chiếc đĩa.

Không những người phục vụ tại Nhật cảm thấy tự hào như vậy, những nhân viên người Nhật tại các cửa hàng của Nhật tại ngoại quốc cũng không nhận tiền boa dù nơi đó có thông lệ cho tiền boa. Cửa hàng Tokyo Diner tại London, Anh, có bảng đề rõ ràng không nhận tiền tip. Số tiền đó xin dành cho người vô gia cư nghèo khó cần giúp đỡ. Khách sạn Riki ở New York cũng rứa. Họ tăng tiền trên thực đơn để có thể tăng lương nhân viên thay vì nhận tiền boa.

Nếu khách hàng có cảm tình với nhà hàng thì xin khuyến khích bằng cách trở lại hoặc giới thiệu bạn bè tới ăn ở nhà hàng. Nói vậy chứ người Nhật rất tinh tế, không *tip* bằng tiền, họ có một thứ *tip* khác gọi là *Origami Tip*. Chắc mọi người đều biết *Origami* là nghệ thuật gấp giấy của Nhật. Thực khách Nhật đã dùng những mẩu giấy sẵn có trên bàn ăn như bao bọc đũa, giấy ăn, giấy lót bát đĩa, ngồi gấp tại chỗ thành những tác phẩm nghệ thuật, để lại trên bàn như một lời cám ơn trân trọng gửi tới những người phục vụ.

Anh Yuki Tatsumi, một nhân viên phục vụ tại một nhà hàng cho biết anh đã nhận những *Origami Tip* khoảng 5 năm trước đây. Anh rất trân trọng những tác phẩm này nên lưu giữ chúng tại nhà. Hiện anh đã sở hữu được 13 ngàn tác phẩm, từ những mẫu hình đơn giản đến những mẫu phức tạp cầu kỳ. Cuối năm 2017, anh đã tổ chức một cuộc triển lãm trưng bày hơn 8 ngàn tác phẩm thu thập được từ 47 địa phương trên khắp nước Nhật. Cuộc triển lãm có cái tên rất vui: *Japanese Tip!*

Japanese Tip, thứ *tip* không tanh mùi tiền, nghe sao mà… văn nghệ. Chắc nhiều người không thích. Nhưng tôi khoái!

08/2019

BƯỚM

Trong lần tới thủ đô Reykjavik của hòn đảo băng giá Iceland, tôi đã có dịp tới một bảo tàng viện có một không hai trên thế giới: bảo tàng *Icelandic Phallological Museum*. Bảo tàng này trưng bày có một thứ duy nhất: bộ phận sinh dục nam của các loài có vú. Có tất cả 282 cái những nhẵng của 93 loài động vật có vú kể cả con người. Bảo tàng này vụ vào các loài động vật hơn là con người. Phần con người chỉ có vài cái của người tiền sử và một bộ của 15 thành viên đội bóng ném quốc gia khi đội này đoạt được huy chương bạc tại Thế Vận Hội Bắc Kinh vào năm 2008. Bộ này chỉ là thứ giả, được đúc bằng bạc. Dĩ nhiên có lấy ni tấc đàng hoàng. Chúng được xếp trong một chiếc hộp bằng kính dưới bức hình chụp toàn đội bóng. Người ta không thể nhìn thứ tự trên bức hình để xác định chủ nhân của từng của quý bằng bạc bên dưới. Họ đã xáo trộn lung tung để giữ phần riêng tư cho các cô vợ trẻ của các tuyển thủ.

Coi chán chê vũ khí của cá voi, hải cẩu, dê và nhiều loài thú khác, tôi bỗng bất bình. Tại sao người ta lại trọng nam khinh nữ như thế này. Đực thì phô ra dưới đèn đuốc sáng trưng trong khi cái thì không được bình đẳng như vậy. Sự bất bình của tôi lòi ra cái dốt. Người ta có từ khuya mà tôi chẳng biết cái chi chi.

Vậy thì phải tìm cho được cái chi chi. Cái tôi tìm được không phải là một bảo tàng viện mà là một cuộc triển lãm ngắn ngày, từ 6/5/2011 đến 31/5/2011, tại Anh. Tên cuộc triển lãm là *"Great Wall of Vagina"*. Vạn Lý Trường Thành…Bướm. Đặt tên cho oai vậy chứ thật ra chỉ có 400 mẫu. Nhưng số lượng khiêm nhường này cũng thu hút đông đảo khách tới chiêm ngưỡng. Đừng tưởng bở là được tận mắt thấy thứ… tươi. Phòng triển lãm bày ra các mẫu vật bằng thạch cao, được sắp xếp sát nhau trên 10 tấm bảng, mỗi tấm 40 mẫu. Cách sắp xếp này giúp người xem thấy rõ sự khác biệt về hình thể của mỗi mẫu vật. Chủ nhân các mẫu này là những tình nguyện viên, tuổi từ 18 đến 76, thuộc đủ các tầng lớp xã hội. Điêu khắc gia Jamie McCartney, tác giả của công trình nghệ thuật này, cho biết ông chú trọng đặc biệt tới các cặp đồng tính, chuyển giới, song sinh hay mẹ con. Ngoài ra, ông cũng khuyến khích các tình nguyện viên lấy mẫu hai lần: trước và sau khi sanh hay trước và sau khi làm tình lần đầu tiên. Ông đã mất 5 năm để hoàn thành cuộc triển lãm này.

Giới truyền thông cho đây vừa là những tác phẩm nghệ thuật vừa là công cụ giáo dục giới tính trực quan. Phần tác giả, ông coi đây là một cái nhìn toàn diện và đứng đắn về cơ quan sinh dục nữ: "Cơ quan sinh dục nữ đã từ lâu được

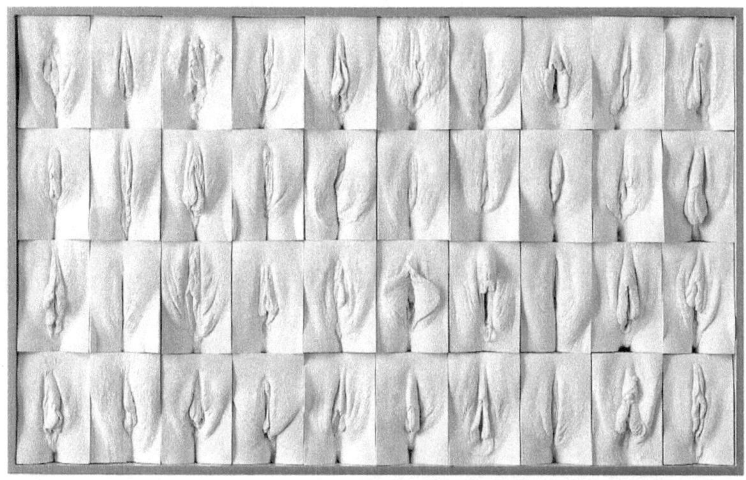

Tác phẩm của nhà điêu khắc Jamie McCartney.

coi là nguồn gốc của những đam mê và tội lỗi. Nhưng thực tế chúng không chỉ có ý nghĩa tính dục mà mỗi âm hộ đều mang bản sắc riêng và là một phần tạo nên cái tôi của mỗi cá nhân, giống như khuôn mặt vậy".

Có lẽ muốn đi tìm những "khuôn mặt" một cách rốt ráo nên ông Jamie McCartney đã có một dự án khác: làm mẫu thạch cao âm hộ của phụ nữ của mỗi quốc gia trên trái đất. Ông đang thực hiện, chẳng biết bao giờ mới xong để cho bà con biết cái này cái kia trên thế giới khác nhau ra sao. Vì muốn cho dự án này hoàn toàn trung lập nên ông dùng chữ quốc tế Esperanto để đặt tên của dự án: *mondcivitano*. *Mondcivitano* có nghĩa là "công dân thế giới". Tôi vào *internet* để kiếm tài liệu về dự án này. Thường thì tôi rất chịu khó tìm tài liệu, chuyện này tôi lại chịu khó hơn. Ông đã liệt kê tên các quốc gia ông dự tính lấy mẫu. Tổng cộng có 176 nước trong đó có Việt Nam. Mỗi nước ông chỉ lấy một mẫu,

Điêu khắc gia Jamie McCartney trong xưởng làm việc.

ai ghi danh trước sẽ được ông chọn, không phân biệt hình thể của lá lẩu. *First come first served!* Những nước sau đây đã được lấy mẫu xong, các bà các cô chậm chân không còn cơ hội nữa: Bỉ, Canada, Chile, Trung Quốc, Tiệp Khắc, Đan Mạch, Estonia, Phần Lan, Pháp, Đức, Hồng Kông, Hungary, Ấn Độ, Iran, Ái Nhĩ Lan, Jamaica, Latvia, Mã Lai, Hòa Lan, Tân Tây Lan, Nicaragua, Na Uy, Ba Lan, Tây Ban Nha, Nam Phi, Sri Lanka, Thụy Điển, Ukraine, Venezuela và Mỹ. May quá, Việt Nam chưa được lấy mẫu. Đồng hương của chúng ta còn hy vọng được…triển lãm.

Trong số các nước đã được an bài có Mỹ. Các bà chậm chân làm dữ khi không được dịp khoe. Không biết có phải các bà Mỹ thuộc loại to miệng không mà điêu khắc gia Jamie

McCartney phải chịu thua. Ông nhận sẽ làm một dự án khác riêng cho các bà Mỹ, mỗi tiểu bang được một đại diện. Phải công nhận cồng của các bà Hoa Kỳ to!

Điêu khắc gia người Anh Jamie McCartney bận rộn với phần riêng tư của các bà thì họa sĩ Phan Nguyên của Việt Nam cũng bận rộn không kém. Ông đã có cả một bộ tranh mang tên *Sexus* để mô tả chốn thâm cung của các bậc nữ lưu. Ông đang ở chơi với chúng tôi tại Montreal. Tôi lân la hỏi chuyện ông. Ông cho biết bộ tranh gồm khoảng trăm bức, vì là các tác phẩm nghệ thuật nên dĩ nhiên không cái nào giống cái nào. Nghĩ ông làm việc giống như ông Jamie McCartney nên tôi nhìn ngưỡng mộ người đã trăm lần bắt bướm. Ông vội chối bai bải. Đâu có mất thời giờ như vậy. Nó đã dính trong đầu nên khi ông họa là ra liền.

Ngày chúng tôi tụ họp nhậu nhẹt, ông Luân Hoán bị sút chân giả nên không tới được tuy ông rất muốn gặp lại ông họa sĩ nòi tình này. Bởi vì ông Luân Hoán vốn dĩ cũng nòi tình không kém. Thơ ông vương vấn chốn…phồn hoa này hơi nhiều. Không gặp được tri kỷ, ông gửi tặng ông họa sĩ một bài thơ. Tôi trích ra một đoạn:

> *hiển linh thần hồn diệp*
> *ấm lạnh nguồn sinh tình*
> *huyền bí động dục lạc*
> *mộ địa u u minh*
> *tuyệt đỉnh ngọn hạnh phúc*
> *ý nghĩa cả đời người*
> *tất cả đều quy tụ*
> *âm sắc tình tuyệt vời*

> *bí hiểm tòa kiến trúc*
> *hang ổ hiển hung thần*
> *ẩn hiện trong lồ lộ*
> *giữa cuộc sống thế nhân*

Mấy ông bạn thơ thẩn của tôi hầu như ông nào cũng chạm tới chỗ "hiển linh thần hồn diệp" này cả. Có điều các ông thiếu can đảm. Cũng phải cảm thông với cái khó của mấy ông. Ngay bà chúa thơ nôm Hồ Xuân Hương, thơ rất bỗ bã, mà cũng chỉ chạy vòng ngoài. Khi thì mượn quả mít, lúc thì vớ con ốc nhồi, khi thì chiếc quạt, lúc cái giếng.

> *Ngỡ ngay thăm thắm tới nhà ông*
> *Giếng tốt thanh thơi rất lạ lùng*
> *Cầu trắng phau phau hai ván ghép*
> *Nước trong leo lẻo một dòng thông*
> *Cỏ gà lún phún leo quanh mép*
> *Cá diếc le te lội giữa dòng*
> *Giếng ấy thanh tân ai đã biết*
> *Đố ai dám thả nạ rồng rồng*

Cái giếng này có nhiều tên tục trong chốn dân gian mà chúng ta thường…kỵ húy. Vùng cấm xã hội không cho chúng ta nói huỵch toẹt ra. Nhưng dân gian thì khác. Chỉ là cái tên. Thằng cu cái hĩm chẳng cần *care*. Ca dao bình dân cứ phứa phựa. Trong bài viết *"Thằng Cu và Cái Hĩm Trong Ca Dao"*, tác giả Mạc Thực Thái Doãn Chất đã sưu tầm được một số ca dao chẳng có vùng cấm này. Ông viết: *"Không phải ngẫu nhiên mà từ ngàn xưa hai "cái ấy" và "chuyện ấy" đã hiện hữu trong văn chương bác học và văn chương bình dân, trong đó có ca dao, tục ngữ. Đó là đề tài muôn thuở, là thứ "vàng ròng" làm cho con người vui vẻ, khỏe khoắn, ham sống, ham chiến đấu và trẻ trung hơn. Nếu không có nó thì "mặt trời sẽ tắt"! Và cuộc đời của mỗi con người sẽ giảm phần hứng thú, thú vị".*

Tác giả Thái Doãn Chất là người rất công bằng. Ông bàn về cả hai thứ của hai phía. Trong phạm vi bài này, tôi bỏ qua phía nam nhi mà chỉ nói về sự tình của nữ nhi. Ông dẫn chứng nhiều câu gọi tên húy của vật thể có thể làm "mặt trời sẽ tắt" này. Bạn đọc nào có óc nghiên cứu thâm sâu có thể vào *internet* tìm bài của ông Thái Doãn Chất một cách dễ dàng. Tôi chỉ vớt vát được một câu hợp với cái tựa của bài này nhất. *Bướm đồng động đến thì bay / Bướm nhà động đến lăn quay ra giường.*

Bướm là thứ làm các bậc quân tử khoan khoái cả xúc giác lẫn thị giác. Chỉ kính nhi viễn chi mà hồn vía đã mây bay.

> *anh sẽ đến bất ngờ ai biết trước*
> *miệng khô rồi nẻo cực lạc xa xôi*
> *ôi một đêm bụi cỏ dáng thu người*
> *em chưa đái mà hồn anh đã ướt*

Bốn câu thơ này của nhà thơ Nguyễn Đức Sơn nhưng nói chuyện…ướt phải nhắc tới nhà thơ Bùi Giáng. *"Tôi thỉnh thoảng nhớ về Bùi Giáng. Mỗi lúc mỗi khác. Khi thì nhớ tới ông - lão già bẩn thỉu dắt một xâu chó lôi thôi đứng ngơ ngáo trên đường. Khi thì nhớ một lão nông tỉ mẩn nhặt gạo nấu cơm, ăn với muối mè. Cũng không hiếm khi nhớ cặp kính dày cộm cúi trên trang viết – nét bút như trẻ con, to và không thẳng hàng cho mấy. Còn thì chưa dám nói với ai rằng nhớ*

Bùi Giáng – một thằng cha phóng đãng say sưa nằm mọp xuống nhìn phụ nữ...làm ra mưa móc (xin lỗi!)". Đoạn trích này là của tác giả Phan Thị Như Ngọc trong bài *"Ba Ngày Bùi Giáng"* đăng trên tạp chí Văn, xuất bản tại California, số 101 & 102, tháng 5 & 6 /2005.

Tác giả Phan Thị Như Ngọc có mối duyên kỳ ngộ với nhà thơ. Cô từ Đà Lạt xuống chơi với người bạn là một tăng nhân tại Đại học Vạn Hạnh. Phòng của người bạn cô bữa đó có nhà thơ Bùi Giáng dạt vào ở nhờ. Anh đành đi ngủ nơi khác, nhường giường cho cô ở chung phòng với Bùi Giáng. *"Bùi Giáng nhỏ người, mặc bộ bà ba trắng rộng. Chung quanh chỗ ông ngồi là mùng màn, quần áo, mấy cái bị giang hồ bừa bộn. Chưa đủ lỉnh kỉnh, còn thêm một lồng chim cút dưới chân giường, cái siêu sắc thuốc, cái bếp dầu, soong nồi. Cứ như đàn bà nhà quê đi tản cư...Tôi nhìn nồi cơm đang sôi, màu đỏ quạch và chén muối mè thơm thơm, hiểu là ông đang theo phương pháp Oshawa ăn gạo lức muối mè. Bác bị làm sao mà ăn uống cực vậy? Bị điên! Sao lại có thể nói tỉnh táo về khái niệm không tỉnh táo thế nhỉ. Điên mà còn biết là điên thì có thực điên không? Tôi hỏi như vậy. Ông nói tự nhiên, điên thiệt chứ. Mỗi khi gần tới cơn thì đón xe lên Biên Hòa. Bớt thì lại ra. Tôi hơi hãi. Không biết bây giờ ông ta đang thế nào, đã "sắp" chưa?"*.

Chẳng phải chờ lâu, nhà thơ lên cơn điên, cái điên ai cũng muốn có được. Buổi tối, tác giả dậy, rón rén đi vào toilet. *"Thấy tôi vào nhà tắm, Bùi Giáng bật dậy, vào theo. Tôi tái mét. Ông ta ôn tồn. Cho coi một chút thôi. Cô ngồi xuống tưới cỏ cây đi, tui nằm coi. Mát mẻ con mắt vậy mà, mai mốt cỏ trên mồ cũng mát theo. Trời ơi! Toàn "m" – mát mẻ, mai mốt, mồ mả, mắt mũi…lùng bùng đầu óc. Tôi không giận, và cũng nghĩ ông không đùa giỡn, suồng sã. Chỉ là ngạc nhiên. Sao lại lúc này, lại là tôi. Những "mẫu thân" của ông đâu hết? Tại sao ông trở đi trở lại câu thơ Nguyễn Du. "Sè sè nấm đất bên đường, dàu dàu ngọn cỏ nửa vàng nửa xanh" khi nằm nhai gạo lức trong bóng đêm?".*

Trước ngày tác giả trở về Đà Lạt, cô thấy một mẩu giấy được kẹp dưới chiếc dép cô để bên gầm giường. Rõ ràng gửi cho cô. "Đợi một ngày, còn chuyện nhờ đó". *"Chuyện nhờ vẫn là chuyện cũ, song thái độ thiết tha và ánh mắt trẻ con rưng rưng chỉ cần tôi nói không là òa khóc khiến tôi cầm lòng không được, lảy câu Kiều: "Đã lòng dạy đến, dạy thì xin vâng". Trút bớt xiêm y, ngồi xuống, và mưa. Bùi Giáng nằm dán mắt nhìn mưa móc cỏ hoa và mặt đất tràn bờ, dập dềnh. Mặt ông chói rực luồng sáng riêng tư, hoàn toàn không thể hiểu biết và chia sẻ. Mái đầu nhiều tóc bạc, gương mặt dãi dầu, gầy gò, hai tay nhăn nhúm đen xạm… Tất cả như nở hoa, hân hoan từ mặt đất, mặt nước trên lầu bốn. Dưới đường vẫn ngược xuôi xe cộ, tiếng động của đời sống con người vẫn vọng lên đều đặn. Không ai biết mắt người điên Bùi Giáng vô cùng trong sáng, đẹp sững sờ!".*

Chuyện nhìn phái nữ xả nước có lẽ là cái thú triền miên trong lòng nhà thơ điên điên tỉnh tỉnh. Chẳng ai dám quả quyết là ông điên, cũng chẳng ai nghĩ là ông tỉnh. Ông như một thứ trích tiên xuống đời này chỉ để coi những cánh bướm làm mưa. Ông đã thực sự đã con mắt với cơn mưa của cô Phan thị Như Ngọc . Nhưng biết thế nào cho đủ. Nhà văn

Nguyễn Quang Lập kể lại trong một bài viết vào năm 2009. *"Mình nói nghe anh Tường kể Bùi Giáng yêu Kim Cương mà, anh Cung Tích Biền nói yêu văn thơ vậy thôi, có động được cái lông l. nó đâu, chỉ béo thằng Trần Trọng Thức thôi. Anh Biền đọc thơ Bùi Giáng gửi Kim Cương, mình thấy hay hay, chép lại ngay:*

> *"Nếu ngày mai tôi chết đi, mà cô không thể giỏ cho một giọt nước mắt*
>> *thì cô có thể giỏ cho một giọt nước tiểu cũng được*
>> *(Nhớ nhỏ ngay trên mồ)*
>> *ở dưới suối vàng tôi sẽ ngậm cười đón nhận*
>> *(ngậm cười chín suối hãy còn thơm lây)"*

Mình cười khì khì nói thơ hay, yêu vậy mới là yêu, anh em mình toàn giả đò yêu thôi. Anh Biền nói chà, có con nào thì ăn tươi nuốt sống ngay, chờ đến khi chết nó tụt quần đái cho vài giọt thì sung sướng cái nỗi gì. Mà mình đã nằm trong hòm rồi, nó đái trển, cũng có thấy bướm nó đâu. Mình cười rũ. Cười xong thì thấy thương Bùi Giáng dại gái thế thì xưa nay hiếm".

Ông Nguyễn Quang Lập thấy thương. Tôi thấy mắc mớ chi phải thương. Hàng vạn người lũ lượt vào phòng triển lãm của nhà điêu khắc Jamie McCartney, phải trả tiền, chỉ để coi bướm bằng thạch cao. Ông Bùi Giáng, chỉ cười nụ cười trẻ thơ, được coi bướm thiệt, cử động đàng hoàng. Thiệt "đã đời du côn"!

10/2019

BUÔNG

Một bà bạn trên facebook hỏi tôi có muốn nhận tủ sách của bà không? Một độc giả của tôi vẫn mua sách đều đều mỗi khi sách ra. Bà mua cuốn sách mới nhất và hỏi tôi có muốn bà tặng lại những cuốn cũ của tôi không? Một nhà văn ở Toronto *post* trên facebook muốn tặng cho người nào yêu sách báo các bộ báo Văn, Văn Học, Hợp Lưu, Thế Kỷ 21. Họ đang buông!

Chính tôi, cách đây vài tháng, đã tặng cho một anh bạn trẻ (trẻ theo tiêu chuẩn của tôi là từ 60 tuổi trở xuống) ba bộ báo Hợp Lưu, Văn và Thế Kỷ 21. Tôi cũng buông! Khi trao từng thùng báo cho anh bạn trẻ, tôi đã dặn đi dặn lại là khi nào muốn buông thì nhớ chọn người trẻ và yêu sách vở mà tặng. Tôi phải thú nhận là tôi đã cảm thấy hụt hẫng khi phải cho đi những thứ mà mình cất công sưu tầm từ bao năm qua. Trong những ngày sau đó, tôi đã bần thần như mất một người thân. Nhưng tới lúc phải buông thì phải buông. Có tiếc nuối, đau sót cũng đành.

Một anh bạn sau đó đã cắc cớ hỏi tôi: "Buông sách và buông tiền, cái nào khó hơn?". Cũng tùy người. Tôi không dám lạm bàn. Lý do rất giản dị: tôi đâu có tiền để buông nên cũng chẳng thể so sánh. Nhưng quan sát những người chung quanh, tôi thấy ít người có can đảm buông tiền. Tiền là thứ người ta ních vào chứ không phải thứ người ta buông ra. Sách chỉ có giá trị với những người yêu sách, ham đọc sách, còn với những người không thích đọc sách thì đó chỉ là thứ để gói xôi. Tiền thì khác, nó có giá trị bao quát. Ai cũng thích và ai cũng muốn có càng nhiều càng tốt. Đồng tiền có tính đàn hồi lạ lắm. Rõ ràng đó là những tờ giấy, chiếm một thể tích trong túi, nhưng hình như nó chẳng làm chật túi. Nhét vào bao nhiêu cũng được tuốt. Có bao nhiêu cũng chưa là đủ. Người ta vẫn trăm phương ngàn kế để có thể nhét thêm càng nhiều càng tốt. Đồng tiền có hai mặt nên những con người biết buông bỏ tiền bạc có thể bị coi như những quái nhân hoặc được coi như những người đã ngộ ra chân giá trị của cuộc sống. Họ có thể bị khinh nhưng cũng có thể được tôn làm bậc thánh. Tùy cái nhìn của mỗi người. Tôi vốn chẳng bao giờ có cái túi phồng quá mức, cũng chẳng bao giờ có triển vọng làm cho cái túi của mình phồng được, nên rất ngưỡng mộ những người biết buông tiền. Những người đó không nhiều.

Ông Liu Jingchong là một. Ông chưa tới tuổi buông. Năm nay ông mới 43 tuổi. Ông là một thương gia ngành may mặc thành công ở Quảng Đông, Trung Quốc. Trên tờ báo mạng New York Post ngày 18 tháng 11 năm 2014 có một bài viết về ông. Ông cho biết ông kiếm được rất nhiều tiền và chưa chán tiền bạc. Một ngày kia, ông bị một tai nạn xe hơi tại một vùng quê. "Tôi có thể nói là tôi còn rất thích kiếm tiền nhưng tai nạn này đã thay đổi mọi sự". Ông phải nằm lại tại một khách sạn và tình cờ đọc được một cuốn sách Phật. "Tôi phải thú thực là cuốn sách đã thay đổi đời tôi". Những gì ông cảm được từ cuốn sách đã khiến ông nghiên cứu sâu hơn về đạo Phật để hiểu là của cải vật chất là nguồn của mọi đau khổ. Ông quyết định thanh lý hết tài sản. "Tôi buông bỏ hết gồm bảy chiếc xe hơi, một biệt thự, một nhà nghỉ mát để chỉ còn sở hữu một túp lều nhỏ trên sườn núi Zhongnan ở Thiểm Tây để nghiên cứu kinh sách." Trong suốt hai năm sống trên núi, ông sống rất đơn giản, chỉ ăn mỗi ngày một bữa. Ông dành tất cả thời giờ để ngồi thiền, đọc sách và tu tập. Sau đó ông quyết định xuống tóc để trở thành một nhà sư tại chùa Baochan ở Hoàng Sơn, tỉnh An Huy, nằm ở phía đông Trung Quốc.

Tỷ phú Bhanwarlal Raghunath Doshi ở Ấn Độ cũng bỏ hết của cải xuất gia cửa Phật. Ông Doshi sanh năm 1947 trong một gia đình khá giả tại tỉnh Rajasthan. Cha ông kinh doanh ngành dệt và muốn ông nối nghiệp nhà. Nhưng ông thích tự lập và đã quyết định rời gia đình lên Delhi khởi nghiệp vào năm 1978. Ông vay gia đình số tiền 30 ngàn *rupees*, khoảng 500 đô Mỹ, để kinh doanh đồ nhựa. Sau 40 năm miệt mài làm việc, ông đã thành công khi công ty đồ nhựa *DR International Plastic* trở thành công ty sản xuất đồ nhựa lớn nhất Ấ Độ, trị giá tới 100 triệu đô. Bên cạnh thành công trên thương trường, ông còn có một gia đình êm ấm hạnh phúc với một bà vợ hiền dịu và đẹp đẽ, cùng hai con, một trai một gái. Con trai ông tốt nghiệp Đại học Harvard và giúp ông điều khiển công ty nhựa rất phát đạt của ông. Là triệu phú trong một đất nước nghèo khó, ông sống rất giản dị và thân mật với mọi người. Năm 1982, sau khi nghe một tu sĩ đạo Jain thuyết giảng, ông bị thu hút và say mê nghiên cứu về tôn giáo. Ông bỏ cuộc sống giầu sang, ăn mặc đơn sơ, đi chân đất và không cắt tóc như một tu sĩ. Vợ con ông dĩ nhiên không tán thành sự thay đổi của người chồng người cha triệu phú. Ông cố gắng thuyết phục gia đình để ông sống cuộc sống giản dị theo niềm tin của ông. Tới năm 2015, ông quyết định xuống tóc đi tu. Cả nước chấn động. Anh Rohit, con trai ông cho báo chí biết: "Cả gia đình đã ra sức ngăn cản nhưng hoàn toàn thất bại. Thật không dễ dàng khi phải rời xa nhau nhưng chúng tôi luôn tự hào về ông". Lễ xuống tóc của ông diễn ra vào ngày 31/5/2015 thu hút tới 15 ngàn người tham dự. Ông chính thức trở thành môn đệ thứ 108 của tu sĩ Shri Gunratan Surishwarji Maharaj. Sau khi xuống tóc, ông Doshi đã phải từ bỏ tất cả tài sản, địa vị và ngay cả tên họ cha sinh mẹ đẻ của ông. Ông có pháp danh mới, mặc quần áo vải thô, đi chân đất và mỗi ngày chỉ ăn một bữa! Con trai ông tiếp tục điều hành công ty ông bỏ lại, một công ty lớn có chi nhánh tại năm tỉnh ở Ấn Độ và xuất khẩu hàng đi các nước Nhật Bản, Đại Hàn và Đài Loan.

Có của, buông của, đáng khâm phục. Của tới tận tay, ngoảnh mặt đi, chê không thèm, là một lối buông cũng đáng khâm phục khác. Tỷ phú Mã Lai Annda Krihnan có tên trong số 29 tỷ phú giầu nhất Đông Nam Á. Ông hoạt động trong lãnh vực truyền thông và viễn thông, là chủ nhân ông của hai công ty viễn thông *Maxis Communications* và *Methas Broadcast Network Systems*. Ông còn có ba vệ tinh viễn thông đang bay quanh địa cầu. Gia tài của ông được tạp chí Forbes tiết lộ khoảng 7,6 tỷ đô Mỹ. Ông chỉ có một cậu con trai với người vợ trước. Bà là người Thái Lan. Vài năm trước, cậu quý tử độc nhất của ông tỷ phú bỗng biến mất. Ông hối hả đi tìm. Và ông gặp cậu tại một ngôi chùa ở miền Bắc Thái Lan. Cậu công tử ngày nào nay đã là một tu sĩ đắp trên người chiếc y vàng và bình bát khất thực trong tay. Ông rủ cậu đi ăn để hai cha con hàn huyên. Cậu dứt khoát từ chối: "Con xin lỗi không thể nhận lời mời của cha được. Con phải làm như các tu sĩ khác: phải đi khất thực và chỉ dùng đồ ăn bá tánh cho". Ông Ananda Krisnan bị sốc nặng, mãi sau mới nói được: "Với tất cả tài sản của tôi, tôi không thể có một bữa ăn với con!". Hoàn cảnh nào đã khiến cậu công tử Ajahn đổi hướng cuộc đời như vậy? Trong một chuyến về thăm Thái Lan vào năm 1989, lúc được 18 tuổi, cậu Ajahn nhập tăng đoàn trong một thời gian ngắn như các thanh niên Thái thường làm. Được giáo dục trong môi trường cởi mở ở Anh, nói được tới tám ngôn ngữ, cậu rất dễ tiếp nhận những khác biệt của các nền văn hóa và tôn giáo khác. Thời gian ngắn ngủi gia nhập tăng đoàn đã khiến cậu suy nghĩ về Phật giáo và tâm hồn của những tu sĩ theo phái Theravada. Nhưng chỉ sau khi trò chuyện với thiền sư Ajahn Chah, một cao tăng của tông phái Theravada, cậu mới thấy rõ hướng đi của đời mình. Vào năm 1995, khi được 24 tuổi, cậu đã quyết định buông bỏ gia tài, từ chối tiếp tục sự nghiệp của cha, dứt khoát với đời sống cũ để khoác cà sa trong suốt quãng đời còn lại. Nhà sư Ajahn nổi tiếng là một tu sĩ uyên bác của nhánh Phật giáo cổ xưa Theravada tại Thái Lan nhưng vẫn chỉ trụ trì tại một ngôi chùa bình thường.

Cậu Mokshesh Sheth là quý tử của một gia đình giầu có vào bậc nhất của Ấn Độ với công ty JK nổi tiếng trong lãnh vực buôn bán kim cương. Chính cậu đã góp phần lớn trong việc điều hành doanh nghiệp của gia đình, đưa doanh nghiệp này vượt qua con số doanh thu 100 triệu *rupees*. Vậy mà một ngày đẹp trời, cậu Mokshesh Sheth bỗng chán kim cương và cái gia tài kếch sù cậu được hưởng để rũ áo đi tu đạo Jain.

Không biết hột soàn có lực đẩy nào không mà một quý tử của một thương gia kim cương khác ở Ấn Độ, cậu Bhavya Shah, cũng lánh xa thứ lấp lánh nhất của cuộc sống để dấn thân vào việc tu tập thiền. Có điều cậu ấm này giác ngộ rất sớm, khi mới 12 tuổi!

Buông bỏ của cải vật chất là điều rất khó. Thông thường con người rất mặn mà với tiền. Có 9 đồng phải cố kiếm thêm một đồng nữa để bỏ túi cho đủ con số mười chẵn chòi. Con người ai cũng có tính tham. Nhỏ tham đồ ăn đồ chơi, lớn tham của cải danh vọng. Nhà thơ Nguyễn Bảo Sinh cũng biết như vậy: *"Tham là phần mềm cài vào khi ta chưa ra đời. Tham là tự tánh, thuộc tính của con người. Tự tánh này luôn chuyển hóa trong bất thức "ôm vào" và "buông ra"; "nhập thế" và "xuất thế", hay có thể gọi là dục"*. Theo nhà thơ rất hóm hỉnh này thì "ôm vào" và "buông ra" là hai mặt của thiền. Các cụ cũng đã dậy: *"Có thực mới vực được đạo"*. Lấy cuộc đời nhà thơ Nguyễn Khuyến làm ví dụ về sự buông ra ôm vào, nhà thơ Nguyễn Bảo Sinh viết: *"Nếu chỉ "buông ra" không "ôm vào" là hư vô. Nguyễn Khuyến "ôm vào" đủ chặt ba vòng đỗ thủ khoa, rồi làm quan to trong triều. Sau đó "buông ra" làm ẩn sỹ tự tại ung dung: "Đề vào mấy chữ trên bia / Rằng quan nhà Nguyễn cáo về đã lâu".*

"Buông ra" nghe thì dễ, thực hành thì khó. Thế gian mấy kẻ được như nhà thơ Nguyễn Khuyến. Tôi vừa đọc được một câu chuyện ẩn dụ của "buông ra". Trong một lớp học, giáo sư giơ cao một ly nước và hỏi các sinh viên: "Các bạn nghĩ ly nước này nặng bao nhiêu?" Các sinh viên tranh nhau đoán… mò. Người nói 50 gram, 100 gram, người nói 150 gram. Giáo sư chờ cho mọi người đoán đã rồi mới nói: "Tôi không biết chính xác ly nước này nặng bao nhiêu vì tôi chưa cân. Nhưng tôi muốn hỏi nếu tôi cứ giơ cao ly nước này trong vài phút thì chuyện gì sẽ xảy ra?". Cả lớp nghĩ rồi trả lời: "Không có chuyện chi xảy ra cả!". Giáo sư hỏi tiếp: "Nếu tôi tiếp tục giơ cao trong một tiếng đồng hồ?". Một sinh viên trả lời: "Thì tay thầy sẽ bị mỏi và đau". Giáo sư nói: "Đúng! Vậy nếu tôi giơ cao ly nước này trong một ngày, chuyện gì sẽ xảy ra?". "Thưa, tay thầy có thể tê cứng. Thầy có thể bị tê liệt phải vào bệnh viện!". Cả lớp cười ồ lên. Giáo sư chuyển câu hỏi: "Rất đúng. Nhưng trong mọi trường hợp như vậy, cân nặng của ly nước có thay đổi không?". Cả lớp trả lời ngay: "Thưa không ạ!". Giáo sư hỏi lại: "Vậy thì cái gì khiến cho tay bị đau hay bị tê liệt? Và thay vì giơ cao chiếc ly mãi, tôi nên làm sao?". Cả lớp im lặng không biết trả lời sao. Cuối cùng, một sinh viê e dè trả lời: "Thầy đặt ly nước xuống!". Thầy thở phào: "Đúng vậy! Các vấn đề trong cuộc sống của chúng ta cũng giống như vậy. Khi các em giữ chúng trong đầu vài phút thì không sao. Giữ nhiều hơn, chúng làm các em đau. Cố giữ lâu thêm nữa, chúng sẽ làm các em tê liệt, không thể làm gì được nữa. Các em phải biết đặt chúng xuống!".

"Đặt chúng xuống" là buông bỏ. Buông bỏ tiền bạc đã là khó, buông bỏ mọi hệ lụy trong cuộc sống còn khó hơn. Trong một bài giảng về chữ "xả", Thượng Tọa Thích Thanh Từ đã nói: *"Quí Phật tử nghĩ trên thế gian này chung quanh mình nào xóm giềng, thân tộc v.v... có bao giờ hoàn toàn không đụng chạm nhau đâu? Người ta nói vợ chồng như chén trong sống. Chén úp trong sống thế nào cũng có khua, huống là xóm giềng, thân tộc làm sao vừa ý mình hết, mà trái ý thì mình giận. Giận rồi chứa trong tâm. Chứa là cố chấp. Giận một người chứa trong lòng, giận hai người cũng chứa trong lòng. Nếu giận một trăm người thì sao? Chứa cả một trăm cái giận trong lòng, làm sao chịu nổi. Quí vị xét khi mình đang vui vẻ mà bỗng nhớ tới người mình giận thì lúc đó gương mặt quạu xuống liền. Sở dĩ chúng ta ngủ không ngon là cũng tại giận đó. Khi nào nằm nhớ lại hôm qua, hôm kia ai làm trái ý mình liền nổi giận lên, thì hết ngủ. Đó là chứa chấp oán hờn. Chứa chấp là khổ. Ta đang vui vẻ tươi mát mà chứa một cái giận, cũng như đem cục than bỏ trong tay hay trong da, trong thịt mình vậy. Nếu cục than bỏ trong tay, trong da, trong thịt thì sao? Nóng, khó chịu. Vậy mà lòng mình chứa một trăm cục than thì người này khổ nhiều ít? Khổ thứ nhất là khô héo vì ngủ không ngon, ăn không ngon. Giận quá làm sao ăn ngon, ngủ ngon được. Khổ thứ hai là giận làm cho mình dễ xấu. Quí vị thấy mỗi lần nổi giận lên gương mặt mình thế nào? Nổi giận lên thì con mắt đỏ ngầu, mặt đổi màu đổi sắc, không còn tốt đẹp nữa. Cả trăm cái giận ở trong lòng thì nó đốt riết mình khô héo, xấu xa. Như vậy ôm ấp cái giận mấy chục năm là khôn ngoan hay thiếu khôn ngoan? Bởi vậy nên người biết tu, ai nói gì trái ý, mình giận chút rồi bỏ đi, xả đi. Giận làm chi, ngu! Ôm cái giận là ngu chớ không phải khôn, tội gì ôm cho khổ. Trong nhà Phật có câu: "Tăng hận bất cách túc" nghĩa là Tăng (người tu) giận không quá một đêm. Chúng ta là Phàm tăng nên tham sân si cũng còn, vì vậy gặp việc trái ý cũng giận. Nhưng giận chút thôi rồi bỏ, chớ không nên chấp chứa…Chúng ta phải khéo đừng nuôi dưỡng oán thù trong lòng, nên buông bỏ hết. Cái gì qua rồi không chứa chấp nữa. Hơn thua, phải quấy, chuyện đó không có gì quan trọng. Quan trọng ở chỗ làm sao cuộc sống mình bình an, thanh thản, tươi vui. Đó mới là điều đáng lưu tâm. Chúng ta sống muốn hạnh phúc, muốn được an lạc thì nên giữ hay nên xả? Nên xả. Vì vậy tôi nói tu muốn cho hết khổ thì phải xả!".*

"Buông" hay "xả" tuy hai mà một. Chúng ta thường nghe giảng hà rầm, trong chùa cũng như trong nhà thờ, thánh thất. Đạo nào cũng dậy chúng ta buông. Buông trong đời sống vật chất cũng như tinh thần. Nhưng nghe thì chúng ta nghe, làm thì hơi khó, chúng ta…buông!

08/2019

CHẤY VÀ RẬN

Chấy, nói theo người Bắc , hay chí, nói theo trong Nam, để chỉ một con vật nhỏ xíu mà lắm chuyện. Ngày còn nhỏ, thỉnh thoảng ba mẹ tôi lại làm một cuộc càn quét trên đầu các con. Hình như ngày đó, để con có chấy trên đầu là một sự hổ thẹn. Vì có ở dơ, không chịu gội đầu thường xuyên, mới có chấy. Những cuộc hành quân của cha mẹ làm lũ trẻ chúng tôi ít vui. Lý do rất giản dị là phải ngồi bó chân bó cẳng dưới sự giám sát của người lớn, hụt mất giờ chơi.

Tưởng mấy chú chấy này chỉ làm phiền chúng tôi hồi đó, ai ngờ tới bây giờ, trên xứ văn minh Canada này, mấy chú nhóc chuyên hút máu trên da đầu cũng đã được chạy nhật trình.

Một vài trường tại Montreal có thông lệ cần một số phụ huynh tới trường để kiểm soát đầu các em coi có chấy không. Việc này làm các bậc cha mẹ có con em bị người khác…vạch tóc bất bình. Chuyện vệ sinh của con tôi là chuyện của gia đình tôi, mắc mớ chi tới người khác xen vào. Vậy là chuyện trở nên ầm ỹ. Sở vệ sinh công cộng của thành phố Montreal phải ra một thông tri yêu cầu các trường chấm dứt chuyện vạch tóc con nhà người ta ra khám. "Chúng tôi đã nhận được những lời than phiền trong nhiều năm qua của những bậc cha mẹ không muốn các người khác, không phải là chuyên viên, khám tóc con họ. Vậy kể từ nay chỉ cha mẹ tại nhà chịu trách nhiệm về chuyện này". Ông Michael Cohen, Giám đốc Truyền Thông của hệ thống các trường tiếng Anh tại Montreal (*The English Montreal School Board*) nói: "Chúng tôi ghi ơn các bậc cha mẹ đã tình nguyện làm việc này. Thật ra không ai muốn mất thời giờ tới trường kiểm soát chấy trên đầu các em. Nhưng từ nay, giáo viên và các nhân viên nhà trường vẫn thông báo cho cha mẹ các em nếu thấy có triệu chứng trên đầu con em họ có chấy. Nhưng dù có được thông báo hay không, cha mẹ vẫn nên thường xuyên kiểm soát chấy cho các em. Nếu thấy có chấy cần thông báo cho nhà trường để chúng tôi thông báo cho cha mẹ các em cùng lớp biết".

Chấy là loại côn trùng sống ký sinh trên da đầu của người và hút máu để sống. Chúng lớn bằng đầu đanh ghim, không có cánh nên không thể bay nhảy. Chúng lây lan qua từng cái đầu bằng cách nhảy qua khi hai mái tóc kề nhau thủ thỉ tâm tình hay tâm sự vụn. Ngày nay chấy còn có một cơ hội khác để qua bờ khi hai mái đầu chụm nhau lại để *selfie*. Chí thích sống ở nơi ấm áp nên nơi thường trú của chúng thường là tóc phía sau tai hoặc tóc dài dưới cổ. Mang danh là loài sống ký sinh nên chúng hút máu trên da đầu để sinh tồn và phát triển. Miệng chấy có sáu đôi móc để bám vào da và một mũi nhọn để chích và hút máu. Khi chích vào da đầu chúng ta, chấy đồng thời tiết ra một chất nước bọt làm cho mạch máu nở ra và ngưng quá trình đông máu cho chúng dễ hành sự. Chính những vết cắn này làm chúng ta cảm thấy ngứa ngáy khó chịu. Và gãi. Gãi te tua tới trầy da tróc vẩy!

Sau khi giao phối, chấy đẻ khoảng từ 200 đến 300 trứng. Trứng chấy hình bầu dục, màu hơi vàng và thường nằm dưới chân tóc. Nhưng màu của chúng cũng có thể thay đổi cho giống màu tóc để dễ ngụy trang. Trứng được bao phủ một chất giống như keo để bảo vệ trứng và giúp chúng bám vào tóc chắc hơn. Muốn lấy trứng ra khỏi tóc phải tuốt theo chiều dài sợi tóc. Trứng nở và trưởng thành trong khoảng 7 đến 12 ngày. Trung bình đời sống của một chú chấy kéo dài được 30 ngày tuổi.

Bắt chấy là một quang cảnh thường thấy trong các gia đình ở miền quê trong những ngày nắng ráo. Đây là một dịp cho các bà vừa vạch tóc con cái vừa tám chuyện hàng xóm láng giềng hoặc người làng người nước. Nạn nhân là các trẻ em, ngồi chịu trận cho các bậc phụ huynh tẩn ma tẩn mẩn trên đầu.

Vũ khí giệt chấy là một chiếc lược bí. Chắc nhiều người quên chiếc lược này rồi. Lược được làm bằng cây lành hanh hoặc cây vầu, có hai hàng răng hai bên một thanh lược ở giữa. Đặc biệt là hai hàng răng lược này rất khít, khít hơn răng lược thường nhiều. Chải chấy bằng chiếc lược răng khít này bảo đảm các chú chấy không chạy được mà rơi lộp bộp xuống sàn nhà. Người ta nhanh tay chộp những chú chấy này và dùng hai móng tay cái ép chấy ở giữa, ấn mạnh vào làm chú lòi phèo. Có nhiều bà thuộc loại bà già giết giặc đã không ngần ngại bỏ chấy vào miệng và cắn nát giữa hai hàm răng.

Tôi phải thú thật là chiếc lược bí đã không còn nằm trong trí nhớ của tôi từ lâu. Đấy là tôi đã có thời được nó cào trên đầu. Trẻ em ngày nay, nhất là con em chúng ta nơi đất tạm cư, chiếc lược bí chắc không có trong đầu óc chúng. Mới đây tôi đọc được một bài báo đề cập tới chuyện các nhà khảo cổ đã tìm thấy một chiếc lược bí bằng xương động vật tại khu khảo cổ Enniskillen thuộc hạt Fermanagh bên Anh. Họ xác định chiếc lược này có niên đại từ thế kỷ thứ 9. Vậy là vũ khí diệt chấy đã được dùng từ hàng ngàn năm trước. Ngàn năm mà vũ khí không thay đổi chứng tỏ chuyện diệt chấy là chuyện chẳng khó khăn chi khiến con người không thèm nghiên cứu để có những vũ khí mới!

Hầu như làng quê nào cũng có màn tảo thanh chấy với lược bí y chang như vậy. Nhìn một cách tích cực thì đó là dịp mà người lớn và con nít tụ họp nhau lại, tạo thêm tình thân hoặc tạo cơ hội cho các bậc cha mẹ dậy dỗ con cái. Hình như đông và tây gặp nhau ở điểm này. Bà Wendy Schaffer-Berenbaum, người rất năng nổ tham gia việc bắt chấy cho các em học sinh tại các trường tư ở Montreal, đã phát biểu: "Không có sự kỳ thị với chấy. Đó không phải là một bệnh dịch hay bệnh nhiễm trùng. Nó tùy thuộc vào cách nhìn của mỗi người. Tôi nhìn chấy như một món quà. Chúng cho các bậc cha mẹ một thời gian đáng kể được ngồi với con cái!".

Nhà văn Vũ Thư Hiên, trong cuốn hồi ký "Miền Thơ Ấu"

có nhắc tới chuyện chấy nơi làng quê của tác giả: *"Tôi còn có cả chấy và đôi lần còn bị ghẻ nữa. Được cái ở làng tôi, người ta không coi cái đó là điều hệ trọng. Danh giá nhất trong làng có dễ là cha xứ. Vậy mà tôi đã thấy trong lúc đi làm phúc cho kẻ liệt, cha đã gãi sồn sột và kín đáo thả xuống đất một con gì ông túm được."* Con mà ông cha túm được chắc không phải chấy mà là rận. Chấy và rận là bạn đồng hành với nhau. Chúng có điểm chung là làm chúng ta ngứa ngáy bằng cách hút máu của chúng ta nhưng chúng chia nhau chiến tuyến đàng hoàng. Chấy hoạt động trên tóc và rận hoạt động trên thân người. Sự đồng hành của chúng khiến người ta gọi chúng chung vào một tên: bệnh chấy rận.

Mật khu của chấy là chân tóc, rất lộ liễu và thường bị vũ khí lược bí càn quét. Rận sống trong một "lãnh thổ" rộng lớn hơn, có nhiều chỗ ẩn khuất hơn nên dễ náu mình trước các cuộc càn quét của loài người hơn. Tôi không nói tới thân người. Thường thân người là chỗ trơn tru khó có chỗ ẩn nấp. Nếu là dân tây phương, có nhiều lông thì rận có lợi thế hơn nhưng lông thì sao dày bằng tóc nên rất dễ bị người túm cổ. Mật khu của rận là những thứ con người dùng để che đậy thân xác. Áo quần với những đường may là nơi rất tốt cho rận ẩn nấp. Rận có lợi thế hơn chấy nên việc diệt rận cũng vất vả hơn chấy. Cuộc chiến diệt rận gay go hơn nên nhà văn Vũ Thư Hiên phải mất nhiều chữ hơn để mô tả cảnh diệt rận nơi làng quê của ông: *"Về mùa đông, những buổi sáng có nắng ấm, cô Nhung gọi tôi sang: "Cháu đưa áo đây cô bắt rận cho". "Để cháu bắt lấy". "Ừ, ngồi đây mà bắt với cô. Gớm, chúng nó cắn quá sức lẽ mình, làm cả đêm cô không* chợp mắt". Tôi cởi áo, ngồi xuống thềm. Cả nhà bác Hai Thực đã ngồi sẵn ở đấy thành một hàng. Chúng tôi chăm chú và say mê lùng bắt những con rận cụ đen như trâu, những chú rận nhép trắng trong với một chấm máu tí xíu giữa bụng. Chúng nép mình trong những nẹp áo, nẹp quần, bấu chặt vào các đường chỉ khâu sần sùi. Túm được một con là anh cu Bé reo ầm lên: "Một anh kềnh! Lại một nhép!". Tiếng reo của anh cu Bé làm cô Nhung sốt ruột. Cô ngừng bắt, hướng cặp mắt mờ đục lúc nào cũng rỉ nước về phía cu Bé: "Mày được bằng nào rồi, cu Bé?". "Tính cả con này nữa là hai mươi bảy, cô ạ". "Vậy mà cô được có tám con". Cô Nhung thở dài, đặt cái áo xuống, quài tay ra sau đấm lưng. Cô Nhung bắt rận chậm lắm. Đôi tay nhăn nheo như những đốt xương bọc trong chiếc găng da mềm màu vàng xỉn dò dẫm theo nẹp áo, chốc chốc lại chìa cái áo rách cho tôi: "Cháu tinh mắt nom hộ cô có phải con nhép không?". "Không phải đâu, cô ạ! Cái sợi chỉ lỗi nó gồ lên đấy". "Cô cứ ngỡ con nhép, gậy mãi gậy mãi không được. Anh cu Nhón được bằng nào rồi?". "Ba mươi hai cô ạ". "Còn cái Phương?". "Cháu không đếm, mà lắm lắm". "Cái tang rét năm nay rận ra nhiều quá thể. Năm ngoái năm kia ít hơn nhiều". Cô Nhung kết luận".

Tôi còn nhớ cái không khí tụ nhau ngồi giết rận trên hàng ba trước thềm nhà trong những ngày nắng ráo. Hình như không ai ngồi bắt rận những ngày mưa gió trời đất sụt sùi. Ánh nắng như những ngọn đèn soi rõ từng ngõ ngách trong những bộ quần áo cũ kỹ sậm mầu. Người ta banh từng đường chỉ để tìm nơi mai phục của rận. Công việc tỉ mỉ nhưng ít kết quả. Tôi còn nhớ bà cô tôi hồi đó có một sáng kiến được nhiều người làm theo. Bà đưa những nẹp áo, nẹp quần lên miệng và nhần từng đoạn. Chẳng phải mất công vạch tìm những chú rận nhỏ nhít rất thành thạo việc trốn chạy. Nhưng nhân vật Hai Thực của Vũ Thư Hiên có sáng kiến độc đáo và hữu hiệu hơn nữa. *"Bác Hai Thực giai sốt ruột, quay vào trong nhà lấy ra một cái chai, trải chiếc áo trắng đã hoàn toàn trở thành màu cháo lòng lên nền gạch, rồi dùng sức mạnh của đôi tay gầy guộc lăn qua lăn lại trên từng nẹp áo. Ngồi gần, tôi nghe thấy tiếng rận và trứng rận bị đè bẹp, nổ lép bép"*. Tôi đồ chừng người ta đã nhân sáng kiến của bác Hai Thực để chế tạo ra xe tăng!

Rận được cho cặp với chấy thành một cặp hút máu người. Nhưng rận cồ nô hơn chí nhiều. Rận sống ẩn nấp và đẻ trứng trong quần áo, mùng mền. Đây là một loài ăn đêm. Cứ đêm tối mới chui ra làm ma cà rồng hút máu. Mấy chàng nép nép, chui chui này khó chơi hơn anh chấy. Bởi vì chúng truyền bệnh sốt phát ban và một vài loại sốt khác. Rận cắn cũng gây ngứa ngáy khó chịu. Nhưng rận cũng là loài khôn vặt: chúng ít khi cắn ở mặt và chân tay. Nách và bẹn là hai nơi chúng hoành hành nhiều nhất.

Chấy nơi các học sinh, nhất là các học sinh tiểu học, tại Canada là điều đã được báo động và kiểm soát gắt gao. Nhưng rận tưởng là thứ tuyệt chủng ở Mỹ, nơi con người sống khá vệ sinh sạch sẽ. Vậy mà chí rận vẫn có hộ khẩu tại Mỹ. Gần đây người ta lưu ý tới bệnh chấy rận nhiều hơn vì, kể từ năm 2002, luật mới tại tiểu bang California đã cấm dùng thuốc thoa hay gội có chất *peliculicide lindane* vì sợ bị trúng độc hệ thần kinh. Cơ quan kiểm soát thực phẩm và dược chất Hoa Kỳ (FDA) cũng đã đề nghị cấm dùng thuốc *lindane* trừ chí rận trên toàn quốc.

Họ hàng nhà rận còn có loài rận mu *(phtiriasis pubis)*, cũng có tên là rận cua vì có hình dáng giống con cua. Rận mu sống ở nơi tối tăm ẩm thấp nhất của con người. Nó lây lan qua "tình bạn" giữa những người khác phái. Khi ở bên này, lúc ở bên kia, rận mu lây lan khi con người làm trò thân mật với nhau. Rận cua là thứ ít lễ độ. Vết cắn của nó làm ngứa điên ngứa đảo khiến người bị cắn gãi bật da , tóe máu cũng chưa đã ngứa. Gãi hung hãn như vậy tại chỗ không nên gãi làm cho con người rất ngại ngùng. Được cái những cơn ngứa thường chỉ xảy ra vào đêm nên tha hồ gãi một cách kín đáo. Vì mật khu của chúng cũng là mật khu của người, nơi rất lộn xộn, nên dân tếu sáng tác rất nhiều chuyện về đường đi nước bước của rận. Tôi chỉ trích ra đây một chuyện.

"Ngày xưa có con rận nọ sống êm đềm trong đám râu ria của một nhạc trưởng có tên tuổi. Bữa ấy, nhạc trưởng cùng ban nhạc vô hoàng cung để trình diễn một buổi hòa tấu đặc biệt. Đã khuya, nhưng rận vẫn không sao chợp mắt nổi bởi tiếng ồn từ hàng trăm nhạc cụ cùng trình tấu. Cho đến khi dàn kèn đồng thanh lên tiếng thì con vật không còn chịu đựng nổi nữa. Vạch đám râu rậm rạp kia ra và ghé mắt dòm, nó thấy ngay gần đó là một phụ nữ quyến rũ với bộ ngực đồ sộ trong bộ đồ đỏ, đang mải miết *solo* với cây vĩ cầm. Chỉ một cái búng mình rất khẽ, Rận đã giã từ nơi trú ngụ quen thuộc và đáp xuống bộ ngực nứng nính nhễy mồ hôi của cô nàng chơi vĩ cầm. Người nữ nhạc sĩ đứng xoay lưng về phía dàn nhạc nên tiếng ồn đã đỡ nhiều. Nhưng những cú giật ác-xê làm cho bãi đáp của nó chao lắc dữ dội. Con rận đành lần mò xuống dưới. Trong bóng tối nhờ nhờ, nó len lỏi giữa bờ khe hẹp của những trái đồi, đi mải miết. Đi mãi, tới một bình nguyên rộng. Nơi đây đã khá yên tĩnh, nhưng cả một khoảng mênh mông trống trải, không bụi cây ngọn cỏ. Chỉ độc một bờ giếng cạn nằm chơ vơ. Con vật tiếp tục lê bước, nó không dám mạo hiểm nơi miền đất lạ. Cuối khoảng mênh mông, ngay khi vừa vượt qua một sườn dốc nhỏ, một ốc đảo um tùm đột ngột hiện ra. Dọc hai bên khe lạch nhỏ sâm sấp một thứ nước ánh lên trong ánh sáng mờ ảo, um tùm một loài cỏ lạ, được xén tỉa kỹ càng. Một nơi trú ẩn tuyệt vời với kẻ lữ hành bất đắc dĩ như nó. Quá mệt, rận chỉ kịp vạt đám cỏ êm mượt như nhung ra lấy chỗ nằm rồi thiếp đi trong nồng nàn hương cỏ…Ánh nắng chói chang của buổi ban mai làm nó thức giấc. Vươn vai, rận định bụng mò ra bờ lạch vục nước đánh răng rồi tắm nhẹ một chút. Nhưng con vật đứng chết trân. Nó dụi mắt, lần một, lần hai, rồi lần ba. Nó còn cấu vào đùi mình xem nó tỉnh hay mê. Điều kỳ lạ bậc nhất từ khi cha sinh mẹ đẻ tới giờ nó chưa bao giờ từng gặp, đang hiển hiện rõ mồn một, như không thể rõ ràng hơn: nó lại thấy mình vẫn ở nơi xưa chốn cũ, nơi đám ria rậm rạp của vị nhạc trưởng tài ba, đạo mạo, đáng kính! Cho đến bây giờ, khi chuyện xưa đã xa lắc xa lơ, nó vẫn không tài nào hiểu được chuyện chi đã xảy ra".

Chuyện của người, rận làm sao hiểu được!

11/2019

CON

Hoàng tử Harry, cháu nữ hoàng, dân "phá rào" của hoàng gia Anh, là người tôi còn muốn nói tới trong họ hàng của dòng họ đang làm vua của 16 nước, kể cả Canada chúng tôi. Anh như con ngựa bất kham, lúc nào cũng muốn bứt phá xiềng xích vàng của hoàng gia. Anh cưới vợ, vợ anh có lẽ không hợp với tiêu chuẩn hoàng gia. Anh có đứa con đầu tiên tên Archie. Nay, trả lời cuộc phỏng vấn của báo Vogue, anh cho biết là Archie cùng lắm sẽ chỉ có một đứa em. Nghe mà mát ruột. Thần dân của 16 nước vốn đã phải cung phụng cho một hoàng gia đông đúc, nay mới có một thành viên biết hạn chế sinh sản, khác với truyền thống sanh sản càng nhiều càng tốt của gia đình quân vương.

Lý do hoàng tử Harry và công nương Meghan tự hạn chế chỉ hai con là vì môi trường. Hành tinh chúng ta đang sống đang bị ô nhiễm trầm trọng vì hiệu ứng nhà kính. Trái đất đang ngày càng nóng khiến khí hậu thay đổi gây ra nhiều thiên tai như lụt lội, bão táp, động đất. Nhân loại đang hè nhau gìn giữ môi trường. Không vứt rác bừa bãi, tái chế những thứ có thể tái chế được, không dùng than củi và nhiều phương cách gìn giữ môi trường khác. Ngay cả bò cũng được dùng thực phẩm đặc biệt để bớt trung tiện gây ra khí thải độc hại cho môi trường. Cả người lẫn bò đều phải giữ gìn như vậy huống chi thân danh là hoàng tử như hoàng tử Harry.

Tại sao nhín có thêm con lại giúp ích cho sự trong sạch của môi trường là điều mọi người thắc mắc. Bé con làm chi nên tội? Năm 2008, hai giáo sư Paul Murtaugh và Michael Schlax của Đại Học Oregon State, đã làm bản luận tội các bậc cha mẹ nếu cho ra đời một đứa con. Hai ông bà via phải chia nhau trách nhiệm một nửa hiệu ứng nhà kính của đứa con. Đứa con, khi trưởng thành, sẽ lập gia đình và có con, ông bà phải trách nhiệm một phần tư khí thải của các đứa cháu. Đứa cháu sẽ có con, ông bà cố sẽ chịu trách nhiệm một phần tám khí thải của những đứa chắt này. Và cứ thế, trách nhiệm của hai đấng sinh thành tiếp tục khi các thế hệ nối tiếp nhau sinh sản. Hai ông giáo sư này cũng ước tính là mỗi đứa trẻ sanh ra ở Mỹ sẽ thải ra 9.441 tấn khối *carbon dioxide*. Thiệt tội lỗi, tội lỗi!

Phải chăng khi cho ra đời một tí nhau, chúng ta có lỗi lớn với môi trường đến thế chăng? Ông James Woudhuysen nói không đến nỗi thế. Cách tính của hai vị giáo sư trên chưa chính xác. Họ không tính tới hệ thống hút khí thải tự động rút khí thải ra khỏi môi trường. Họ cũng không nghĩ tới hoàn cảnh sống của từng đứa trẻ. Một thí dụ nho nhỏ. Nếu đứa nhỏ đó di chuyển bằng xe buýt, "tội" của chúng sẽ nhẹ hơn những đứa trẻ di chuyển bằng máy bay riêng, như con của hoàng tử Harry chẳng hạn. Vậy tội của con nhà giầu nặng hơn con nhà nghèo. Nhưng một đứa trẻ luôn là một đứa trẻ. Chúng nào có biết chi. Mang anh hoàng nhỏ Archie ra làm ví dụ kể cũng tội. Nhưng chuyện chi cũng có đầu có đuôi. Bài của báo Vogue phỏng vấn hoàng tử Harry được phổ biến trong cùng tuần lễ anh đã cùng gia đình bay máy bay phản lực riêng tới Sicile, nơi anh thuê khách sạn với giá 2 ngàn đô một đêm!

Chuyện hoàng tử Harry tự nguyện chỉ có nhiều nhất là hai con cũng vẫn không vừa lòng giới lo ngại cho môi trường. Họ cho rằng chàng hoàng tử chịu chơi này còn tham lam quá. Với nạn nhân mãn hiện nay, mỗi cặp vợ chồng chỉ nên có một con.

Thế giới hiện nay đã đạt tới mức 7,7 tỷ con người. Theo cơ quan Dân Số của Liên Hiệp Quốc, tới năm 2050, nhân loại sẽ phình ra tới 9,7 tỷ. Và tới năm đầu thế kỷ 22, con số này sẽ đạt tới mức 11 tỷ! Nhà thơ Trần Tế Xương ngày xưa đã mỉa mai: *"Bồng bế nhau lên nó ở non"*. E rằng với con số vượt qua chục tỷ con người, núi cũng không có chỗ chứa được hết nhân loại. Giải pháp của nhà thơ non Côi sông Vị coi bộ quá sơ sài và khiếm khuyết. Nhân loại ngày mai cần những giải pháp rốt ráo hơn nhiều. Dân biểu Mỹ Alexandria Ocasio-Cortez đã nói thẳng thừng: "Trên căn bản, giới khoa học đã đồng ý là cuộc sống của trẻ em sẽ rất khó khăn. Điều này dẫn tới một câu hỏi chính đáng: vẫn muốn có con có còn hợp lý không?".

Đúng là chơi ép nhau kỹ quá. Chúng ta hè nhau gìn giữ

môi trường là để cho thế hệ mai sau có đất sống lành mạnh. Nay, vì giữ gìn mà cắt đứt sự ra đời của các thế hệ sau thì gìn giữ làm chi? Chẳng lẽ gìn giữ cho đàn bò? Mấy vị đạo đức cùng mình nghe tới chuyện này chắc…sôi máu. Con người đâu có phải thứ dùng để đánh đổi, dù đánh đổi cho một thiên nhiên sạch sẽ hơn. Con người là một sinh vật linh thiêng hơn nhiều.

Đứa con là kết nối tình thương, tạo thành một gia đình hạnh phúc. Nhiều người nghĩ vậy. Vậy nên thế hệ cha ông chúng ta coi con là phúc nhà. Càng đông càng vui. Vui thì chẳng cần đếm. Cả tá cũng vẫn vui vì trời sanh trời dưỡng, trời sanh voi trời sanh cỏ, chẳng có chi lo. Phiền một nỗi là con nít không có vòi! Ngày nay nói chuyện con đàn cháu đống cả tá nghe như huyền thoại. Cái thời đó xa lắm rồi. Nhưng tôi vừa coi chương trình của ông "thầy đồ trẻ" Jimmy Nhựt Hà phỏng vấn nữ danh ca Thanh Tuyền. Bà có 16 anh chị em tất cả mà bà là "con voi" đầu tiên. Gia đình bà ở Đà lạt, bà sống và hát ở Sài Gòn. Khi bà về thăm nhà, thấy một đứa bé, hỏi con ai, bà mẹ trả lời: "Em mày chứ con ai!". Đó là đứa thứ chín. Sau đó bà tiếp tục làm tính cộng tới con số 16! Chỉ trước chúng ta một thế hệ, con cái đông vui vẫn còn là phúc đức của ông bà để lại. Bà Thanh Tuyền đã khai ra trước bàn dân thiên hạ nội tình phúc đức của gia đình bà, tôi ngại chi mà không khai con số khiêm nhường hơn. Anh chị em tôi tất cả có tới 11 trự!

Có đông con cái không phải chỉ là ý tưởng của những người mang nặng tư tưởng của Khổng Tử, ông thánh coi chuyện không con như một tội đại bất hiếu. Ngay Jeffrey

Epstein, chàng triệu phú ăn chơi khét tiếng vừa tự tử trong tù cũng muốn có thật nhiều con mặc dầu đã 66 tuổi mà chưa bao giờ lấy vợ. Chuyện anh chàng giao du với toàn những tai to mặt lớn như Bill Clinton, Donald Trump, hoàng tử Andrew, bị kết tội ấu dâm, treo cổ tự tử trong nhà giam, đang là tin tức "hot" trên khắp mặt báo năm châu bốn biển trong lúc này. Theo báo New York Times, dù bị kết tội tổ chức hệ thống ấu dâm cùng ăn chơi với các bạn bè danh tiếng vào năm 2008, Jeffrey Epstein vẫn tổ chức tiệc tùng liên miên tại các biệt thự sang trọng, có sự tham dự của các khoa học gia nổi tiếng trong đó có cả nhà bác học Steven Hawking. Ít nhất có ba nhân vật đã nói với tờ New York Times về ý định có nhiều con của Epstein. Bài báo viết: "Trong nhiều dịp kể từ những năm đầu của thập niên 2000, ông Epstein đã nói với các nhà khoa học và thương gia về tham vọng dùng trang trại ở New Mexico làm nơi gieo tinh trùng của ông để các cô gái sanh con cho ông…Chỉ tiêu của ông là làm thụ thai hai chục cô gái cùng một thời gian".

Chuyện muốn có đông con cái của chàng triệu phú có gia tài khoảng nửa tỷ đô có lẽ chỉ là ý tưởng của một người hãnh tiến muốn gieo giống của mình cho mai sau. Khác xa với chuyện con đàn cháu đống mà các cụ ta coi như hạnh phúc trời cho một gia đình để nối nghiệp nhà, làm rạng danh dòng họ. Muốn là ý người, có được hay không là ý trời. Không phải cứ muốn là được. Nhiều cặp vợ chồng tịt ngòi, chạy đôn chạy đáo, ngày xưa nhờ thánh thần, ngày nay nhờ khoa học, để có một mụn con mà không được. Chuyện sanh con đẻ cái là chuyện cắc cớ của ông trời.

Người thì xoành xoạch. Người thì không có lấy một mụn cho vui cửa vui nhà.

Dĩ nhiên cũng có những người, vì lý do này hay lý do khác, không muốn có con. Trong truyện ngắn "Bốn Người Một Bàn", tôi đã dựng ra hai nhân vật không muốn có con. Anh chàng Thổ Nhĩ Kỳ Ozgur, theo đạo Hồi, khăng khăng không con không cái chi hết. Vì từ nhỏ, hắn là một đứa trẻ bị lẻ loi trong một gia đình đông con. *"Cái tính bướng bỉnh của Ozgur mà tôi biết từ những ngày vừa quen hắn, tôi nghĩ là của một người cuồng tín thực ra chỉ là sự chống trả của một đứa trẻ sớm hằn vết hận thù. Ngay từ nhỏ, Ozgur là một đứa trẻ không vừa mắt cha mẹ. Hắn không ngoan ngoãn như anh chị em hắn. Hắn như một con thú hoang, táp bên này, cắn bên kia, luôn luôn hung hãn dữ dằn. Bản năng tự vệ quá đáng của hắn giữa bầy anh chị em đông đúc làm hắn bị tách rời ra như một con thú bị biệt giam trong lồng sắt. Hắn cảm thấy bơ vơ giữa những người thân thuộc. Cha mẹ hắn ghét bỏ hắn. Anh chị em cô lập hắn. Chung quanh hắn chỉ có những bộ mặt lạnh lùng, cứng ngắc của những chiếc mặt nạ. Hắn sống như một vật thừa thãi trong gia đình. Đồ chơi chung là thứ mà hắn chẳng bao giờ được sờ tới. Mà hắn lại là đứa mê đồ chơi vô cùng. Đó là nỗi ám ảnh đeo đuổi hắn"*.

Nhân vật thứ hai, người Tiệp Khắc, cũng không muốn có con. Vì tính hà tiện. *"Con cái thì ích lợi gì? Tốn kém trăm thứ nuôi cho khôn lớn. Khôn lớn rồi, mấy đứa còn nghĩ tới những anh chị già đã vãi tiền ra nuôi chúng? Tôi ít khi húc đầu vào những chuyện phiêu lưu như vậy lắm. Ông nghĩ sao?". Tôi chán chẳng muốn đôi co với cái anh vắt củ trầy ra nước này. " Ông biết tôi nghĩ khác ông. Bằng chứng là tôi có một bày con. Theo tôi, cuộc sống chẳng phải lúc nào cũng được tính toán kỹ lưỡng bằng những con số so đo hơn thiệt. Có những cái làm cho đồng tiền trở nên vô nghĩa.". Jo nhún vai. Tôi hiểu cái nhún vai của hắn. Nhưng chắc hắn chẳng tận tường được câu nói của tôi. Trước mắt hắn chỉ toàn những tờ giấy xanh giấy đỏ. Còn chỗ nào cho một bầu trời trong xanh rộng rãi?".*

Thế hệ con cái chúng ta, chẳng phải vì môi trường, nhưng vì lối sống ngày nay, chỉ dám có một hoặc hai con. Sanh con không chỉ lo cho con có cái ăn cái mặc mà còn trăm chuyện khác. Chuyện nào cũng tốn cả tiền bạc lẫn thời giờ. Nào học đàn học võ, nào chơi món này món kia, rồi lại còn sắm sửa đủ thứ cho chúng đầy đủ trong một cuộc sống nhiều tiện nghi hiện nay. Một con hoặc hai con là con số lý tưởng của những cặp vợ chồng trẻ. Muốn giữ được số con như vậy, phải kiêng khem phòng ngừa. Chuyện mà chúng ta gọi là "kế hoạch hóa gia đình".

"Kế hoạch hóa gia đình" hay gọi tắt là "kế hoạch", ai cũng hiểu không phải chỉ là chuyện gia đình mà tại các nước đang phát triển được coi là chuyện…nhà nước. Đất nước nghèo, nhiều con nít, lấy chi mà nuôi dạy. Vậy nên kế hoạch hóa gia đình là chuyện quốc sách. Hơn hai chục năm trước, trong một lần về Việt Nam, tôi được nghe một bài thơ rất thú vị. Anh bạn còn ở lại trong nước ghé sát tai đọc cho tôi nghe với giọng e dè nhưng vô cùng thú vị. Tôi hiểu ngay đây là thứ thơ phổ biến hạn chế trong vòng thân mật.

Trăm năm trong cõi người ta,
Người ta ai cũng thụt ra, thụt vào.
Lạc hậu như thể nước Lào,
Người ta vẫn cứ thụt vào, thụt ra.
"Văn minh" như thể nước Nga,
Người ta cũng vẫn thụt ra thụt vào.
"Phản động" như thể bọn Tàu,
Người ta cũng cứ thụt vào, thụt ra.
Thế mà chỉ ở nước ta,
Người ta lại cấm thụt ra, thụt vào!

Nhưng mới đây, đọc trong một bài viết về "kế hoạch hóa gia đình", bài thơ lại được coi như một sáng tác cổ võ chuyện "kế hoạch". Nếu đúng như vậy thì tác giả bài này phải là tay cự phách. Nói chỉ một, hiểu thì muôn vàn!

Nhà thơ Nguyễn Đức Sơn không cần nói nhiều. Chỉ cần 5 chữ cho một bài thơ…kế hoạch.

Đừng đụng em
Em đẻ

Chuyện hạn chế sinh sản trong thời buổi môi trường trở thành một vấn đề cấp bách cho nhân loại không chỉ là chuyện của các nước đang phát triển. Đâu đâu cũng hô hào…nín.Tại Canada chúng tôi, thời *baby boom* trên nửa thế kỷ trước đây, tỷ lệ là 3,7 trẻ cho mỗi phụ nữ. Đó là thời kỳ xả láng. Năm 2011, tỷ lệ này là 1,7. Chục năm trước đó là 1,6. Bi chừ là 2,1. Vậy là chàng hoàng tử Harry vẫn trong ngưỡng an toàn nếu chọn sinh sống ở Canada.

Nhưng, dưới mắt các nhà bảo vệ môi trường, còn có số cộng là không được. Phải chọn con số không tròn trĩnh. Sao được? Một trong những nhu cầu của các cặp vợ chồng là có tí lau nhau để hủ hỉ tối ngày. Trong bản nghiên cứu *"Essays In Philosophy"*, bà Anca Gheaus của Đại học Pompeu Fabra bên Tây Ban Nha đưa ra một giải pháp: nuôi con chung! Nhiều cặp vợ chồng cùng chung nhau nuôi nắng và dậy dỗ một đứa trẻ. Bé này là con chung của vài cặp vợ chồng. Bà lý luận: càng nhiều người dậy dỗ, đứa trẻ càng có một cuộc sống tốt đẹp hơn. Vấn đề là cặp nào là cha mẹ ruột sanh ra đứa trẻ đó. Theo bà Anca Gheaus, chuyện dễ ẹt. Bắt thăm xem ai trúng là được quyền đẻ.

Không biết bà này đang nói chuyện về một đứa trẻ hay là một con chó, con mèo!

08/2019

CŨ

Cũ người mới ta. Đó là câu các cụ dậy. Theo tôi, đây là một câu…thua! Mới bao giờ cũng ngon lành hơn cũ, chuyện chi cũng vậy. Chỉ những kẻ kém cỏi mới tự an ủi bằng câu cam chịu này. Nhà mới, xe mới, quần áo mới, máy mới và ngay cả vợ mới, xài thứ dzin chưa ai đụng tới bao giờ cũng khoái hơn xài thứ người ta thải ra, mình lượm xài lại. Chỉ khi không có khả năng để sắm sửa được thứ mới, người ta mới chịu phép xài thứ thiên hạ đã chán chường vất bỏ.

Hàng năm, cứ đến ngày 1 tháng 7, dân tỉnh bang Quebec chúng tôi lại nhộn nhịp dọn nhà. Vui đáo để. Xe chạy ngược xe chạy xuôi, xe nào cũng lặc lè tủ bàn, giường chiếu, bếp núc, tủ lạnh, máy giặt máy sấy. Ngày 1 tháng 7 hàng năm cũng là ngày quốc khánh Canada, dân Quebec mừng ngày lễ hội quốc gia bằng cách hớt hải chạy lên chạy xuống như vậy. Lý do là hợp đồng cho thuê nhà của tỉnh bang bắt buộc phải lấy cái mốc vào ngày này làm mức bắt đầu và kết thúc việc trao đổi nhà cửa.

Ngày mới qua, tôi đã đòi phen nhong nhong trên xe dọn nhà mỗi khi muốn đổi nhà thuê. Có những lần, xe dọn đồ của tôi tới nhà mới thuê nhưng người thuê cũ chưa kịp dọn ra, phải chờ đợi cũng có , cãi vã cũng có, rất mất đoàn kết. Thường mọi người phải thông cảm với nhau. Bởi vì cùng dọn nhà vào một ngày, việc thuê xe tải chở đồ không dễ chút nào. Đó là không kể mỗi khi dọn nhà, người ta đã thường vất đi những thứ không xài tới nữa cho nhẹ việc thuê xe. Quang cảnh phố phường vào ngày dọn nhà và những ngày kế tiếp thường ngổn ngang những đồ dùng lớn nhỏ vứt bừa trên vỉa hè. Người không dùng vứt đi, người cần dùng lượm lại. *Cũ người mới ta!*

Tôi qua tới Montreal vào đầu tháng 6 năm đó, đầu tháng 7 là ngày vứt đồ. Chân ướt chân ráo mới tới, thấy đồ người ta vứt đi còn tốt hơn chán vạn lần đồ mình xài ở nơi quê hương vừa rời bỏ, "hồ hởi" cách gì đâu! Vậy là toàn gia gồm chồng vợ con cái đi thám sát quanh khu nhà mới thuê được. Thấy cái chi còn xài được là xúm nhau tha về. Có những bộ sa-lông trông còn khá tươm tất, vậy là lặc lè mỗi người một góc khiêng. Kiến tha lâu còn đầy tổ, huống chi cả một đàn kiến bự tha đồ. Chẳng mấy chốc mà căn *appartment* thuê đã kín mít đồ đạc. Phòng khách, phòng ăn, phòng bếp, phòng ngủ, phòng nào ra phòng nấy, đồ đạc đàng hoàng. Chỉ phải cái tội toàn là đồ đi lượm. Chẳng chi ra đồng nào trong lúc tiền bạc là thứ rất thưa thớt trong túi, sướng như tiên!

Trong tình cảnh đi mót đồ cũ như vậy, ông anh tôi, trên đường đi làm về, vớ được một tấm nệm mới tinh. Trông cứ như vừa mới lấy trong tiệm ra. Mừng như bắt được của. Còn "như" cái nỗi chi, bắt được của chính cống bà lang trọc. Hên quá cỡ. Vội nhờ người về ới thêm nhân công ra khiêng. Hì hục khiêng về, đứng ngắm thành quả mà lòng vui như mở hội. Tối hôm đó, ông đi ngủ sớm. Sáng hôm sau, ông thông báo tối qua không ngủ được vì có một bà già đứng phía cuối giường đòi lại giường. Chắc ông này thần hồn nát thần tính, vớ được của xịn, thích quá nên sợ quanh sợ quẩn. Nhưng tối hôm sau, bà già lại đòi giường, cố hất ông xuống không cho nằm. Lần này ông quy hàng. Sáng sớm, trước khi đi làm, vội hè nhau mang cái nệm ra trả lại bên hè đường. Chỉ một lúc sau đã có người rinh đi mất. Không biết bà già có biết tấm nệm đã đổi địa chỉ không?

Tôi không tin chuyện ma quỷ nhưng khuôn mặt sợ hãi của ông anh bày ra trước mắt, thấy ông mang tấm nệm đi trả là phải. Nệm mới mà tâm nằm trên nệm không yên, mới mà làm chi! Chuyện lượm đồ ai ngờ là chuyện xuyên thế giới. Thế giới bên này và thế giới bên kia. Thôi thì mình sống bên này thế giới, chỉ nên nói chuyện bên ta cho lành.

Chuyện vứt đồ cũ ra hè phố là chuyện tiện lợi và hợp pháp. Thường chúng nhanh chóng được những người còn thiếu thốn thỉnh về cấp kỳ. Canada là một nơi đất lành nên chim đậu hơi nhiều. Năm nào cũng có hàng ngàn người di dân tới sinh sống. Bước đầu thiếu thốn, đồ đạc cũ vứt bên đường là của trời ơi rất thiết thực cho những cuộc sống còn chưa ổn định. Gọi là cũ nhưng với những di dân, đó là những thứ còn dùng được. Có khi ngàn lần hơn bên xứ sở mà người ta vừa bỏ đi. Nếu biết ra, đi tới những khu nhà giàu, đồ cũ vứt đi của dân lắm tiền nhiều của là thứ còn rất tốt. Người ta vứt ra đường không phải vì hư hỏng mà vì họ muốn trang hoàng lại nhà cửa, món đồ trở thành vô duyên khi không còn hợp với lối trang hoàng mới. Có khi không hợp chỉ vì màu sắc đồ đạc và màu tường không đi với nhau.

Rác nơi khu nhà giầu là rác có giá trị, người có kinh nghiệm lượm đồ thường tới thám thính ở những khu này. Vùng thung lũng Silicon ở Bắc California có tiếng là nơi trú ngụ của các tỷ phú công nghệ. Rác của họ có khi là những chiếc *iPad* còn chạy ngon lành. Ông Jake Orta, cựu quân nhân 56 tuổi, ngụ tại một ngôi nhà do chính phủ trợ cấp, chẳng may lại gần nhà của tỷ phú *Facebook* Mark Zuckerberg. Một ngày kia, ông tới lục thùng rác của tỷ phú và bắt gặp đủ thứ máy: máy sấy tóc, máy pha cà phê, máy hút bụi. Tất cả đều còn ngon lành. Đi quá vài bước, ông Jake Orta còn lượm được một chiếc *iPad* trong thùng rác của một nhà tỷ phú khác. Sống trong giang sơn của tỷ phú, ngày nào ông cũng đi hôi thùng rác. Nhặt được chi, ông mang bán. Mỗi ngày ông kiếm được khoảng vài chục đô khỏe ru. Ông khoái chí nói: "Tôi ngạc nhiên về những gì người ta vứt vào thùng rác. Có lần tôi nhặt được một chiếc quần *jean* có nhãn xịn, giầy của Nike. Bạn không bao giờ biết trước được mình sẽ tìm thấy gì". Một *blogger* cho biết nhiều lần lượm được quần áo còn nguyên *tag* chưa sử dụng.

Sống lâu năm, tiền bạc đã rủng rỉnh, lúc đó mới sanh chuyện. Ngày mới qua, sao cũng được. Giờ đã đủ lông đủ cánh, chúng ta cũng phải vứt đồ cũ. Lúc đó chúng ta mới biết là không phải chỉ có lề đường là nơi gửi gắm đồ cũ mà có nhiều nơi nhận lấy những đồ này để giúp làm việc thiện. Hoặc là họ sửa sang, giặt giũ lại đàng hoàng rồi chở tới các nước đang phát triển giúp dân nghèo. Hoặc là họ mở những cửa hàng từ thiện bán với giá rẻ mạt cho dân địa phương. Vậy nên dân nghèo mới có dịp đi mua sắm rẻ hơn cả chục lần đi mua sắm nơi những tiệm bán đồ mới. Dù sao vào các cửa tiệm như Thrifty, Salvation Army bên Mỹ hay Village Valeurs, Armée du Salut ở tỉnh bang Quebec chúng tôi, người xài đồ cũ thấy có…nhân phẩm hơn. Khỏi mang mặc cảm dùng đồ thí tuy cái túi tiền cũng chẳng vơi mấy tí. Có khi còn…lời không chừng!

Tôi không nói chuyện…huyền thoại. Báo Người Việt Online vừa có một bài của ký giả Nguyễn Việt Linh viết về dân ta ở Little Saigon đi mua đồ cũ ở cửa hàng Salvation Army Family Store. Bài báo kể vài trường hợp mua đồ cũ tại tiệm này, bán lại vớ được bộn tiền. Cô Lisa Tạ, phụ tá quản lý cửa hàng, cho biết có một ông Mỹ mua một bức tranh giá có 3 đô bán lại được 1500 đô! Sở dĩ cô biết chắc là vì ông khách này có quay lại tiệm tặng cô 100 đô tiêu chơi! Bà Yến Du, cư dân Huntington Beach, kể lại chuyện bà vớ được cả một gia tài khi mua một chiếc nhẫn bạch kim 2 *carat* với giá bèo chỉ có 12 đô. Bà bán lại được tới 2500 đô! Lần khác, tại một tiệm ở Tustin, bà mua được một chiếc nhẫn kim cương 2 *carat* với giá 10 đô, một chiếc đồng hồ đeo tay hiệu Gucci với giá 8 đô bà đang mang trên tay. Chiếc đồng hồ này mua mới tại Macy's phải chi ra 800 đô! Hàng nơi đây là tặng phẩm nhận được, nhiều khi nhân viên của tiệm không phân biệt được hàng thật hàng giả nên mới có cái giá lạ lùng như vậy. Khi ký giả Nguyễn Việt Linh phỏng vấn thì bà đang cầm trên tay một chiếc bóp hiệu Louis Vutton. Giá đề là 499 đô. Bà săm soi kỹ món hàng. Nếu là hàng thật thì rẻ nhưng bà nghi ngờ: "Bóp này da hơi cứng. Chắc không phải hàng thật".

Dù không đào được vàng, nếu tìm được món đồ mình đang cần, cũng lời chán. Ông Lê Trần, 74 tuổi, cư dân Garden Grove, khoái chí nói: "Có lần tôi mua được cái rương giá có 30 đô, mua mới phải mấy trăm đô. Lần khác tôi mua được cái tủ giá có 15 đô". Cứ thấy rẻ, đi không đành, lại phải mua. Ông tâm sự tiếp: "Thấy đồ gì thích tôi mới mua. Thế mà năm này qua năm khác, nhà tôi cũng đầy đồ. Nhiều khi tôi phải đem cho bớt để trống nhà. Có lần tôi mua một món về, phải đợi lúc bà xã không để ý, tôi xách tuốt ra sau hè, giấu đi để khi bà ấy không có nhà, lấy ra thưởng thức". Ông Hiệp Lê, 54 tuổi, cư dân Westminster, cho biết: "Tôi đến tiệm bán đồ cũ chỉ để chơi cho đỡ buồn. Vậy mà cũng mua được một cái tủ gỗ tốt số một. Giá 250 đô mà tôi chỉ phải trả nửa giá. Gỗ thiệt, hai người khiêng mới nổi chứ không phải loại như IKEA đâu. Xài không biết khi nào mới hư".

Giá đã bèo mà lại chỉ phải trả có nửa tiền vì ông này biết vào hai ngày thứ bảy và Chủ Nhật cuối tháng, cửa hàng *sale* nửa giá. Thứ hàng tầm tầm này không phải trả thuế má chi. Thật thần tiên! Cô Lisa Tạ cho biết khách hàng của tiệm thường là các bậc cao niên nhà ở gần tiệm. Đi mua sắm là một cách giải trí. Coi như có chuyện để mà đi cho giãn gân cốt. Vậy nên cô cũng thông cảm, chẳng cần phải đúng vào ngày bán *sale* nửa giá, ngày nào cô cũng giảm giá cho khách hàng trọng tuổi: "Nói vậy chứ ngày nào cũng là ngày *sale* hết. Không bớt ít thì bớt nhiều. Cá nhân tôi, tôi luôn tìm cách giúp đỡ để các bác vui là được rồi. Có bác đến chỉ để nói chuyện, xem hàng cho vui mắt. Có gì thích mới mua. Tôi biết tâm lý phục vụ, nhất là những người Việt Nam mới qua, nên bác nào cũng muốn đợi tôi có mặt, mới xếp hàng trả tiền!". Ông Charles Flyr, quản lý cửa hàng, cho biết: "Tiệm chúng tôi nhằm mục đích chính là phục vụ cộng đồng, hàng bán ra không tính thuế. Chúng tôi dùng 85% tiền bán được để tài trợ những chương trình giúp người uống rượu có thể cai nghiện; người thất nghiệp tìm việc làm. Chúng tôi cũng từng mướn những người này sau khi hoàn tất khóa học."

Mua đồ cũ có cái thú của tìm tòi kho tàng ẩn giấu. Lượm đồ cũ cũng có cái thú của việc thu thập được những cái bất ngờ. Như một cách giải trí. Một phụ nữ giấu tên, cư ngụ tại Winter Garden, tiểu bang Florida, kể lại: "Năm 2011, chồng tôi thất nghiệp, ở nhà buồn quá nên đi loanh quanh gần nhà lượm những thứ máy móc vẫn còn sử dụng được. Lâu ngày, đồ chất chật chội trong nhà, tôi mang ra bán *garage sale*. Có nhiều người tới coi và mua. Có tuần kiếm được tới 500 đô. Tệ nhất cũng 200 đô".

Đi mua garage sale là một cái thú tôi rất khoái. Mùa hè, nhà này nhà nọ trong xóm bày những món đồ cũ không xài tới ra trước cửa nhà bán, cốt tống khứ chúng đi cho khỏi chật nhà. Với chủ nhà, thứ bị xua đuổi như vậy là thứ vứt đi, được đồng nào hay đồng đó. Vậy nên giá rất bèo. Gần như cho không. Người bán có cái thú tụ tập cả nhà, mang bánh mang nước ra làm một cuộc *picnic* ngay trước nhà. Vui là chính, bán buôn là phụ. Người mua có cái thú khám phá. Dừng xe gặp gỡ người bán và các người mua khác. Vừa vui chuyện vừa ngắm nghía những món đồ có khi mình cần. Tôi…văn nghệ hơn, chỉ thích tìm mua những khung tranh. Nhiều bức rất đẹp và nghệ thuật. Vừa mắt là thỉnh về. Giá chẳng bao nhiêu. Có khi mua một bức tranh chỉ vì thích cái khung hình. Mang về, thay tranh của mình vào khung, đẹp hết biết! Cũng "cũ người mới ta" đó nhưng con mắt thưởng thức vẻ đẹp mỗi người mỗi khác. Ranh giới giữa cũ và mới không còn. Chỉ có đẹp hay không đẹp. Vừa mắt mình hay không. Mua được bức tranh hay cái khung vừa ý, sướng cách chi!

Không biết cái thú đi nhặt đồ cũ của bà Lisa Fiekowski có giống tôi không. Tôi e rằng không. Bà này chắc là loại người bị trời đầy. Bà có học, bằng MBA hẳn hoi. Bà có nhiều nhà. Sơ sơ tổng giá trị những căn nhà bà sở hữu ở khu Prospect Heights, thành phố New York, đã là 8 triệu đô. Bà từng có *job* tốt: hoạt động trong lãnh vực tài chánh. Chồng bà kiếm sơ sơ được 180 ngàn một năm. Vậy mà bà khoái đi lượm đồ cũ kể cả đồ ve chai! Thấy bộ dạng bà hành nghề đi nhặt đồ cũ nản vô cùng. Ăn mặc nhếch nhác, lái chiếc xe trồng hành cũ mèm lộn xộn đủ thứ hầm bà làng chất bên trên. Khu bà ở là khu nhà giầu, toàn nhà bạc triệu. Vậy nên sự có mặt thường xuyên của chiếc xe trồng hành không vừa mắt hàng xóm. Ngày 10/7/2018 chiếc xe của bà bị cảnh sát kéo đi tuy đậu ở chỗ không vi phạm chi. Bà cho biết: "Mọi người không thích chiếc xe của tôi ở trong khu phố này". Khu nhà giầu mà lúc nào cũng có chiếc xe Toyota Camry đời 1993 méo mó, nước sơn không biết màu chi, đậu chình ình trước mắt mọi người, chịu chi nổi.

Bà Lisa sanh "bệnh" nhặt đồ cũ từ cả chục năm nay. Đầu tiên, bà đi tập thể dục buổi sáng, tiện tay nhặt ve chai, kiếm được từ 20 đến 30 đô mỗi ngày. Thấy vừa làm vừa chơi có mấy tiếng đồng hồ mà ra tiền, bà khoái chí. Nhưng bà cho biết bà thích công việc này vì bà có dịp vận động, trò chuyện với mọi người đồng thời làm sạch sẽ môi trường. Tiền thì ăn thua chi! Dĩ nhiên một gia đình giầu có, đầy danh vọng, cha bà là chuyên viên phân tích thuế của Bộ Tài Chánh, mẹ bà là chuyên viên đàm phán thương mại, đã đi khắp thế giới để đàm phán các hợp đồng thương mại cho Bộ Lao Động, vậy mà có cô con gái nhếch nhác đi lượm ve chai và đồ cũ, coi sao được. Không ai trong gia đình tán thành chuyện bà lặn lội vào đám đồ cũ mèm. Vậy mà bà cứ đường ta ta đi. Bà còn làm quá, dành hẳn một căn nhà để cất lỉnh kỉnh đủ loại máy móc, đồ chơi, thảm và đủ thứ không tên không tuổi khác. Toàn thứ cũ xì. Khi được báo Nypost hỏi, bà còn phá lên cười: "Tôi là một người lập dị. Đối với tôi, điều đáng buồn là New York từng chấp nhận những người lập dị nhưng bây giờ thì cấm đoán!".

Tôi bỗng nổi máu tinh nghịch. Này bạn, giả dụ bà là một thứ đồ cũ (giả dụ chi, cũ đứt đuôi chứ còn chi nữa!), có ai muốn lượm không?

07/2019

CƯỚI Ở LAS VEGAS

Cưới ở Las Vegas cũng giống như đi ăn ở McDonald's, Burger King, Subway và đồng bọn. Nghĩa là ăn nhanh, ăn rẻ, ăn theo lối Mỹ. Cưới ở thủ đô cờ bạc cũng như đánh một tiếng bạc, nhấp nháy là xong. Cứ như chơi. Mà chơi thiệt!

Cô nàng Britney Spears chắc ai cũng nghe tên, có một anh bạn quen biết từ thời thơ ấu: anh Jason Alexander. Giao thừa năm 2003 bước qua năm 2004, cô nàng nhảy nhót gần như thâu đêm ở sòng bài khách sạn The Palms. Chơi chán chê, cô vào ngủ trong phòng hạng xịn nổi tiếng Real World Suite của khách sạn sang trọng này được thuê với cái tên giả Alotta Warmheart. Ngày hôm sau, thứ năm đầu năm 2004, cô nhảy nhót ở Rain. Cô nhảy với nhiều người trong đó có anh bạn xưa ở Kentwood, tiểu bang Lousiana. Buổi tối họ đi coi phim *Mona Lisa Smile* do minh tinh Julia Roberts đóng rồi về lại quầy rượu Ghostbar ở khách sạn Palms. Thứ bảy ngày 3 tháng 1, lúc nửa đêm, hai người coi phim *The Texas*

Chainsaw Massacre. Hứng chí và nổi máu lãng mạn, họ quyết định làm đám cưới. Khoảng 3 giờ rưỡi sáng, họ thuê một xe *limousine* màu chanh của khách sạn, thuê anh gác cửa làm tái xế, lái tới A Little White Wedding, nổi tiếng là nơi tổ chức cưới nhanh nhất Las Vegas và xin cưới. Nhưng khi tới nhà thờ này, họ được cho biết là phải xin giấy phép cưới trước. Chuyện nhỏ! Họ tới ngay tòa án của quận Clark County. Tại đây, vào lúc 4 giờ rưỡi sáng, sau khi trình thẻ xã hội có ghi ngày tháng năm sanh, họ nhận được giấy phép kết hôn. Trở lại nhà thờ vào khoảng 5 giờ sáng, họ đóng 70 đô lệ phí và hôn lễ được cử hành trong 7 phút! Cô dâu mặc chiếc quần *jean* cũ, đội mũ vành trai. Anh tài xế Richards kể lại: "Họ không có quần áo cưới nhưng trông rất lãng mạn và có vẻ yêu nhau. Họ tỏ ra rất vui mừng . Họ cười rồi khóc trong suốt buổi lễ. Tôi nghĩ đó là một cuộc hôn nhân lâu dài". Sau lễ cưới, họ kéo nhau về khách sạn và nhảy nhót nữa. Nhưng vào buổi chiều, *manager* của Britney tới gõ cửa nhà ông chủ khách sạn Palms, ông George J. Maloof. Ông này kể lại: "Họ gõ cửa nhà tôi để xin giúp đỡ. Cô nàng thực ra không muốn cưới nên bây giờ xin hủy hôn. Họ muốn tôi tìm cho họ một luật sư nhưng khi đó là thứ bảy. Không ai làm việc vào ngày thứ bảy và Chủ Nhật". Nhưng ông chủ khách sạn tìm tới ông luật sư bạn tên David Z. Chesnoff. Ông này thảo ngay giấy ly dị. Hai người ký giấy đồng ý ly dị vào lúc 4 giờ rưỡi chiều. Buổi tối, họ đi ăn với nhau ở *N9NE Steakhouse* ngay trong khách sạn. Luật sư Maloff kể lại: "Tôi thấy họ tỉnh queo, chẳng có vẻ chi là vừa ly dị nhau". Sau bữa ăn, chàng Jason Alexander rời Las Vegas. Ngày hôm sau, Britney cũng bay đi. Ngày thứ hai 5/1, lúc 10 giờ, ông luật sư tới tòa án quận Clark County đóng 122 đô và nộp giấy ly hôn. Lý do ly hôn được ghi là Britney Spears "thiếu hiểu biết về hành động của mình tới mức không đủ khả năng quyết định kết hôn".

Cuộc hôn nhân của hai người kéo dài được đúng 55 tiếng đồng hồ! Chuyện đùa của cô nàng ưa nổi loạn và hành động bốc đồng. Nhưng chẳng cứ Britney Spears, ai trong chúng ta cũng có thể giỡn mặt với sự kiện mà chúng ta thường coi là trọng đại nhất trong đời này. Với cái giá rất rẻ, chỉ vài trăm đô. Trong khi một đám cưới tại Mỹ thường tốn vài chục ngàn đô, chi phí cưới ở Las Vegas chỉ là bạc lẻ. Và thời gian làm giấy tờ và phép cưới cũng là đồ bỏ, chỉ vài tiếng đồng hồ. Nhanh đến nỗi cô dâu chú rể có thể lái xe vào, không cần bước xuống xe, không cần tắt máy xe, và lễ cưới được cử hành khi họ yên vị trên xe! Tại các khách sạn kiêm sòng bài (khách sạn nào chẳng là sòng bài!) có sẵn những bục làm đám cưới nhỏ. Cưới xong, cặp tân hôn có thể nhào vào đánh bạc ngay.

Đã nhanh lẹ, rẻ, cưới tại Las Vegas còn có nhiều chọn lựa. Muốn cưới kiểu nào các cô các cậu cũng được chiều tới bến. Toàn những kiểu độc đáo, không nơi nào có. Shannon Maning, quản lý nhà cưới Viva Las Vegas hãnh diện nói: "Chúng tôi làm đủ mọi loại lễ cưới, từ kiểu gọi là Elvis Blue Hawaii, nghĩa là bạn sẽ được Elvis cử hành lễ cưới với các cô vũ nữ hay các cô gái Hawaii. Chúng tôi cũng có các đám cưới kiểu Camelot với người chủ hôn là vua Arthur hay Merlin. Hay đám cưới kiểu Gangster mà người chủ hôn là Bố Già, đám cưới kiểu thập niên 60 với Austin Power, kiểu

Disco với John Travolta. Rồi còn kiểu Victoria, kiểu hoang dã do Grim Reaper làm chủ hôn". Hoang dã tới đâu, Shannon Maning tiết lộ: "Thỉnh thoảng chúng tôi gặp những cô dâu liều lĩnh đòi khỏa thân hay mặc áo mỏng dính!".

Thần tượng Elvis Prestley, chết từ đời tám hoánh nào, nay vẫn còn ăn khách. Chàng Gary Alexander vào vai Elvis ngon lành nhất Las Vegas. Ăn theo Elvis, anh luôn có *job*. Hai anh chị Ian và Pamela Cutis-Otter, từ bên Úc qua cũng đã chọn đám cưới kiểu Elvis Blue Hawaii. Anh chàng Elvis dỏm tiết lộ: "Thường thường những người đến đây làm đám cưới kiểu Elvis hay bất cứ đám cưới theo chủ đề nào đều là để cho vui. Chúng tôi chỉ tìm cách giữ cho nghi thức đủ nghiêm trang lúc hai bên đưa ra lời thề non hẹn biển, còn thì chúng tôi chỉ muốn đó là dịp để vui đùa. Nhìn xem tôi ăn mặc này!". Lễ cưới kiểu Elvis Blue Hawaii bắt đầu bằng bản nhạc *"Can't Help Falling in Love"* do Gary hát trong khi các cô gái ăn mặc kiểu Hawaii đi theo cô dâu chú rể vào phòng cưới. Sau phần tuyên thệ nghiêm túc, là phần…tự do. Anh Gary kể lại: "Chúng tôi kết thúc buổi lễ với những câu ngộ nghĩnh. Tôi thường hỏi cô dâu chú rể những câu như, 'Các bạn có hứa sẽ nhận nuôi những con chó của nhau không; có hứa không bao giờ đi đôi giầy da màu xanh khi trời mưa không; có luôn luôn là con gấu cưng của nhau và dành cho nhau tình yêu nóng bỏng không'. Với quyền đã được dành cho vị vua này, trầm tuyên bố các bạn là vợ chồng!". Để kết thúc, Gary hát bài *"Viva Las Vegas"* tiêu biểu của Elvis trong khi các cô gái Hawaii nhún nhảy và các máy phun khói tỏa khói màu thêm hương vị cho bầu không khí vốn đã vui như…cưới!

Cưới theo kiểu chạy nước rút này, dĩ nhiên không có gia đình hay bạn bè tham dự. Thảng hoặc nếu có thì cũng chỉ vài người chí thân, thích vui chơi. Nhưng đừng lo. Nhà cưới đã lo liệu trước. Họ có quay *video* và phát hình trực tiếp lên trang *web* của nhà cưới để gia đình ở xa theo dõi buổi lễ cưới. Anh Ian Cutis-Otter cho biết là gia đình anh ở bên Úc đã theo dõi lễ cưới của anh bên Las Vegas. Và họ đã tung *confetti* lên màn hình tại nhà ở Úc để góp vui với cặp vợ chồng mới.

Tôi đã nhiều lần tới Las Vegas, chẳng phải để cưới xin chi, nhưng khi đi dọc theo con phố chính được gọi là *Las Vegas Strip,* nơi quy tụ hầu hết các khách sạn sòng bài lớn của thành phố được mệnh danh là thành phố tội lỗi (*Sin City*) này, tôi đã bắt gặp nhiều bảng tên của các nhà cưới. Mắt tôi nhìn thấy ngay là phải. Vì có tới khoảng 50 giáo đường làm dịch vụ cưới ở đây. Mỗi năm có khoảng 100 ngàn cặp kết hôn tại Las Vegas. Tính theo tỷ lệ các đám cưới ở Mỹ thì Las Vegas chiếm một con số khá cao. Cao nhất là năm 2004. Tổng số các vụ hôn nhân tại Mỹ năm đó là 2 triệu 224 ngàn vụ. Las Vegas đã thầu hết 128 ngàn 238 đám, chiếm tỷ lệ 5,7%. Vậy đây đúng là một dịch vụ thương mại.

Đã có thời dịch vụ này lên hương, làm ăn rất khấm khá. Nhưng nay thì không khá. Con số của năm 2004 nay tụt xuống còn có 74 ngàn 534 vụ vào năm ngoái, 2018. Lợi tức của các giáo đường hụt mất 1 tỷ đô, nay chỉ còn 2 tỷ rưỡi mỗi năm. Đây là tình trạng chung của nước Mỹ. Bọn trẻ ngày nay không chịu cưới xin chi cả. Năm ngoái chỉ có 50% thanh niên thiếu nữ tới tuổi cập kê chịu làm đám cưới. So với con số 72% của năm 1960 thì đây quả là thảm trạng.

Mới đây, giáo đường nổi tiếng A Little White Wedding Chapel, nơi đã cử hành lễ cưới cho các tay gạo cội trong lãnh vực điện ảnh như Frank Sinatra, Joan Collin, Britney Spears được rao bán. Giáo đường này là nơi có cấu trúc lạ và nổi tiếng nhất Las Vegas. Cưới ở đây ít mỏi chân vì cô dâu chú rể có thể ngồi trên xe hoa, chạy thẳng vào nơi hành lễ và… cưới. Họ chẳng phải rời gót ngọc xuống khỏi xe. Tháng 4 năm nay, chủ nhân của giáo đường, bà Charlotte Richards, sau 50 năm kinh doanh, đã đành lòng phải bán cơ sở nổi tiếng này. Bà ra giá 12 triệu đô nhưng đã nửa năm mà chẳng có ma nào hỏi mua. Người được mệnh danh là "The Wedding Queen of the West", năm nay đã 84 tuổi, muốn về hưu mà không rút chân rút cẳng ra được. Chương trình hưu của bà nay bị trì hoãn không biết tới bao giờ. Bà Charlotte nói với báo The Telegraph: "Đây là nơi chốn của tôi. Tôi yêu mến những khách hàng tới đây để kết hôn. Và tôi yêu thích công việc làm cho họ hạnh phúc và có những kỷ niệm đẹp trong ngày hôn lễ của họ".

Khách hàng của Las Vegas có nhiều tên tuổi lừng danh. Chúng ta đang ở nơi chốn vui chơi nên chỉ nói tới những người tạo niềm vui cho chúng ta qua điện ảnh.

Mới đây nhất, vào ngày 1 tháng 5 năm 2019, cặp Joe Jonas và Sophie Turner, sau khi tham dự giải âm nhạc *Billboard Music Awards*, đã bước vào giáo đường A Little White Wedding Chapel đang được rao bán để cử hành hôn lễ. Cụ bà Charlotte chắc vui trong bụng vì vẫn được các nhân vật nổi tiếng tới chiếu cố nơi giáo đường của cụ.

Trước đó ít lâu, vào tháng 3 năm nay, Nicolas Cage cũng đã cưới cô chuyên viên trang điểm Erika Koike tại Las Vegas. Anh chàng này là chú rể "chuyên nghiệp"! Lần cưới này là hôn nhân thứ tư của chàng. Không biết họ bồ với nhau từ bao giờ mà đùng một cái đưa nhau tới nơi thề thốt. Thề chưa bay hơi, chỉ bốn ngày sau, chàng xin hủy bỏ hôn nhân! Cuộc hôn nhân sống chỉ vỏn vẹn có 96 tiếng, khá hơn cô nàng Britney Spears một chút.

Hậu duệ của vua khách sạn Hilton, người ta biết nhiều tới Paris Hilton vì nước ăn chơi của cô nhỏ con nhà giầu này. Paris Hilton có cô em là Nicky Hilton, cũng đóng phim vớ vẩn, hiền lành hơn cô chị. Tháng 8 năm 2004, cô kết hôn với anh chàng thương gia New York Todd Andrew Meister. Ba tháng sau họ chia tay nhau.

Angelina Jolie, chắc ai cũng biết, nhất là từ khi cô nhận cậu bé người Việt Pax Thiên làm con nuôi.

Cô này hình như có tật cứ đóng phim với ai là cưới người đó. Năm 2000, sau khi đóng phim *Pushing Tin*, cô làm mọi người chưng hửng khi vội vàng cưới ngay chàng đóng cặp Billy Bob Thornton tại Las Vegas. Khi đó Thornton đang còn bồ bịch với nàng Laura Dern. Cô Laura này như từ trời rớt xuống. Lúc đó cô đang đi đóng phim phải xa nhà và nghe tin ông bồ ở nhà cưới người khác. Cô tức quá không thèm nhìn mặt anh chàng bội tình. Cuộc hôn nhân này chỉ kéo dài được hai năm thì vãn tuồng. Đây là hôn nhân thứ nhì của Angelina. Năm 1996, Angelina đã cưới chàng Johnny Lee Miller. Chỉ một năm sau, họ ly thân và chính thức ly dị vào tháng 2 năm 1999. Năm 2014, sau chục năm bồ bịch, Angelina cưới chàng Brad Pitt sau khi đóng cặp với nhau trong phim *"Mr and Mrs Smith"*. Brad Pitt khi đó đang cặp bồ với Jennifer Anniston. Cuộc hôn nhân đã làm cô nàng này chết đứng. Chỉ 2 năm sau ngày cưới, hai người đã nộp đơn ly dị vào tháng 9 năm 2016.

Chàng tài tử Shia LaBeouf dẫn cô bồ Mia Goth tới Las Vegas để thắt mối dây hạnh phúc vào năm 2016. Chỉ hai năm sau, vào tháng 9 năm 2018, họ cởi nút dây!

Cũng bền được hai năm là chàng ca sĩ tiếng tăm vang lừng năm châu bốn bể Frank Sinatra. Chàng này hát bài *My Way* nghe hết sẩy. Tới nay, mỗi lần nghe lại vẫn còn mê. Tháng 7 năm 1966, chàng dẫn cô đào Mia Farrow lên bục cưới ở khách sạn sòng bài The Sands. Chàng 48 tuổi. Nàng 19 cái xuân xanh. Họ ly dị vào năm 1968. Mia Farrow cho biết lý do là tuổi tác hai người cách biệt quá xa!

Hai năm hương lửa đối với một cặp vợ chồng Hồ Ly Vọng, cũng được đi. Kể cũng đã là đường dài. Nhiều cặp khác có con đường ngắn hơn nhiều khi mang nhau tới Las Vegas để nói câu: *"I do"*. Cô đào Pamela Anderson, nổi tiếng với bộ ngực đồ sộ, thề thốt với chàng Rick Salomon vào tháng 10 năm 2007. Đây là lần thề thốt thứ ba của nàng. Gia đình, con cái, bạn bè được mời tới đông đủ để chứng kiến giây phút quan trọng lần thứ ba trong đời nàng. Bữa đó nàng diện bộ đồ trắng mang nhãn hiệu Valentino. Chỉ hai tháng sau, Pamela Anderson nộp đơn ly dị. Tháng 3 năm 2008, họ được giấy chính thức chia tay nhau. Ít năm sau, chẳng biết có phải vì quen hơi khó rời không mà tháng 1 năm 2014, họ mang nhau tới Las Vegas cưới lại. Để làm chi không biết. Vì chỉ bảy tháng sau họ lại tái ly dị!

Cindy Crawford và Richard Gere cưới nhau sau khi hẹn hò với nhau từ năm 1988 khi chàng 39 và nàng 22. Năm 1991, họ cưỡi máy bay riêng tới Las Vegas để cưới tại The Church of the West. Bốn năm sau, năm 1995, họ tan hàng!

Tôi vừa kể ra một lô trường hợp cưới ở Las Vegas mà chỉ ít lâu sau là rã đám. Nhiều ông bạn tôi bỉ thử là mấy chàng và nàng tài tử minh tinh Hồ Ly Vọng thì cưới ở đâu mà chẳng ba bảy hai mươi mốt ngày là bai bai đi tìm người mới. Tôi cực lực đối lập với những ông bạn này. Để chứng minh, tôi nêu ra vài trường hợp cưới kiểu mì ăn liền ở Las Vegas mà rất bền vững. Họ là những tên tuổi lớn trong làng giải trí đàng hoàng.

Paul Newman và Joanne Woodward, dân ghiền xi nê ai mà không biết. Họ gặp nhau vào năm 1953, khi đó Paul Newman đã có vợ và ba con. Hai vợ chồng vẫn đề huề với nhau. Nhưng năm 1957, sau khi đóng cặp với nhau trong phim *"The Long, Hot Summer"*, hai người quyết định sẽ trọn đời bên nhau. Paul ly dị vợ. Chỉ ít lâu sau, chàng cùng Joanne Woodward dắt nhau tới Las Vegas làm đám cưới. Năm 2008, hai người ăn mừng kỷ niệm 50 năm chồng vợ. Cùng năm đó, Paul Newman về bên kia thế giới. Vậy là bền vững tới chết!

Jon Bon Jovi, chàng ca sĩ nổi tiếng, bồ với Dorotha Hurley từ hồi hai người còn học trung học. Mối tình của họ thật son sắt. Tháng 4 năm 1989, giữa lúc sự nghiệp của Jon đang lên như diều gặp gió, anh quyết định cưới người tình học sinh tại Las Vegas. Chương trình trình diễn của anh kín mít khiến anh phải lợi dụng một ngày nghỉ giữa chuyến lưu diễn ở New Jersey để làm chú rể. Đám cưới vội vàng đến nỗi họ không kịp mua nhẫn cưới. Cưới như ma đuổi như vậy tại Las Vegas mà cuộc hôn nhân thật bền vững. Họ cùng gia đình và bốn con ăn mừng kỷ niệm 30 năm thành hôn vào năm nay.

Kelly Ripa chắc ít người biết nhưng rất thân với tôi. Sáng nào tôi cũng gặp nàng trên màn hình của đài NBC trong chương trình *"Live with Kelly and Ryan"*. Đây là một *talk show* rất ăn khách và đã kéo dài được nhiều chục năm. Nàng cưới chàng Mark Consuelos vào năm 1996 tại Las Vegas. Anh chàng Mark này tôi cũng rất khoái. Anh là chân phòng hờ trong chương trình của vợ. Khi nào thiếu người nói là chàng xuất hiện bên cạnh vợ. Tuy chỉ thỉnh thoảng mới được nói nhưng tay nghề của chàng rất vững. Nhưng có lẽ nét ăn khách nhất của Mark là nụ cười không bao giờ tắt. Tới nay hai người vẫn sống rất hạnh phúc với ba mụn con. Mới đây, trên một chương trình…nói, Kelly khoe vừa có cháu nội!

Vậy thì cưới nhanh theo kiểu Las Vegas nhiều khi cũng sống với nhau lâu như cưới kiểu rềnh rang bên ngoài Las Vegas. Nhưng cũng đâu có chi bảo đảm cưới rềnh rang mà bền vững. Nhiều cặp bỏ ra cả đống tiền cho đám cưới mà vẫn rã đám. Lòng người, biết trước chi được. Lại phải viện tới tục ngữ: *Dò sông dò biển dễ dò / Đố ai lấy thước mà đo lòng người!*

11/2019

GIÚP

Tỷ phú là những người đông địa, bạc tỷ trở lên. Tiền đông như vậy tiêu sao hết. Dân gian chúng ta, người chưa bao giờ biết bạc tỷ bạc triệu ra sao, chẳng biết có phải vì ghen tức hay không, mà vỗ tay hát: "Tiền nhiều cho lắm, tắm cũng ở truồng". Tôi có hơi ăn gian khi hài ra như trên. Thực ra dân gian chỉ nói chung chung chứ không nhắm vào những anh đông địa. "Bon chen cho lắm, tắm cũng ở truồng".

Nhưng có tiền hình như cũng là cái tội. Tội hơn người khác. Tại sao cùng là người mà anh lại ở vị trí kẻ cả hơn tôi? Đó là tội lỗi phép công bằng. Cái bánh chỉ có vậy nhưng anh chiếm phần hơn, lấy nhiều hơn những người khác, lấn qua phần của người bên cạnh. Chơi vậy chơi với ai! Thực ra tấm tức thì chúng ta nói vậy chứ nếu là tỷ phú thì có khối người muốn chơi với. Toàn những thứ quyền cao chức trọng không.

Nhưng tỷ phú cũng có nhiều loại. Ít nhất là hai loại căn

bản: loại ôm tiền và loại cho tiền. Loại ôm tiền chặt vào người, chúng ta bỏ qua một bên, chỉ nói tới loại bung tiền ra chia cho người khác.

Nói tới tỷ phú làm việc thiện, chúng ta nhớ liền tới hai cái tên mẫu mực danh vang khắp thế giới. Đó là Warren Buffet và Bill Gates. Theo tạp chí chuyên về tiền bạc Forbes thì trong năm 2018, năm chục nhà từ thiện hàng đầu của Mỹ đã chi ra 14 tỷ giúp các người cần giúp đỡ. Riêng hai ông Buffett và Gates , mỗi ông cũng đã chi ra số tiền tỷ rồi. Hai ông này ở bên Mỹ. Vậy thì Canada chúng tôi không có tỷ phú từ thiện hay sao? Lòng nhân của con người chỗ nào chẳng có. Các đại gia ở thành phố Montreal cũng từ thiện như ai nhưng cỡ nhỏ hơn hai ông bự kia nhiều.

Chúng tôi có ít nhất ba nhà từ thiện hạng xịn. Đó là gia tộc Molson, Saputo và Bronfman. Nói làm việc từ thiện là nói chung chung. Thực ra có nhiều cách giúp. Có cách cho tiền cứu đói nhưng cũng có cách giúp phương tiện để tạo cho người cần giúp đỡ có cuộc sống dễ chịu hơn.

Nói tới gia tộc Molson trước. Gia tộc Molson được nhiều người biết hơn vì là chủ của đội *hockey* Montreal Canadiens. Thành phố Montreal chúng tôi là đất lành của môn *hockey*. Nhịp sống của thành phố phụ thuộc vào những trận đấu, nhất là những chiến thắng của đội Canadiens. Molson là một hãng chế tạo bia rất nổi tiếng. Tôi vừa khoái *hockey* lại cũng chẳng chê bia bọt, vậy nên cái tên Molson đối với tôi rất dễ chịu. Họ khởi nghiệp từ năm 1958 và phất lên thấy rõ. Có tiền, họ không quên cộng đồng dân chúng thành phố này. Từ những năm đầu cho tới nay, họ đã bỏ ra 180 triệu làm việc thiện.

Càng ngày càng nhiều. Hiện nay, trung bình mỗi năm họ chi ra 7 triệu đô cho từ thiện. Ba nơi được họ giúp là Viện Thần Kinh Montreal (*Montreal Neurological Institute)*, bệnh viện *Montreal General Hospital* và trường Đại học Concordia. Ông Andrew Molson, Chủ tịch hiện thời của quỹ từ thiện Molson, cho biết: "Chuyện làm từ thiện đã là một thứ DNA của chúng tôi. Nếu nhìn lại những hoạt động của gia đình chúng tôi, từ chuyện làm ăn tới chuyện từ thiện, chúng tôi có thể tự hào vì đã là một phần trong cộng đồng và chúng tôi luôn chú tâm tới chuyện cho lại cộng đồng bằng nhiều cách. Tôi có thể nói là ngay từ ngày ông tổ John Molson mới chân ướt chân ráo tới thành phố này vào năm 1782, ông đã quan niệm rằng chỉ có cách giúp lại cho cộng đồng mới làm cho công việc của chúng tôi mỹ mãn hơn".

Thường các đại gia luôn muốn giữ kín những chuyện sinh hoạt trong gia đình. Gia đình Molson không là ngoại lệ. Nhưng tháng 5 năm 2018, cô dâu của gia đình, bà Helen Antoniou, đã cho ra mắt cuốn sách mang tên *"Back to Beer... and Hockey: The Story of Eric Molson"*. Eric Molson chính là bố chồng của tác giả. Ông này là một người rất ngại tiếp xúc với đám đông. Ông không muốn nói tới cá nhân mình. Ông rất thích chuyện mọi người đánh giá ông là "nhàm chán và chẳng đáng chi cả". Vậy mà cô con dâu đã thuyết phục được ông ngồi nói chuyện với cô để cô viết sách. Họ làm việc với nhau trong 5 năm, kể cả thời gian gián đoạn khi cô sanh đứa con thứ ba. Một trong những chuyện tôi muốn biết qua cuốn sách là chuyện *hockey*. Vì hầu như chẳng có trận đấu nào của đội *hockey* Canadians mà tôi không thu xếp thời gian để ngồi trước màn hình. Làm dâu một gia đình mà tên tuổi hầu như gắn kết với *hockey*, bà Helen Antoniou thua tôi xa. Bà viết trong sách: "Tôi là người tệ nhất để nói về môn *hockey*. Khi còn nhỏ, trong nhà tôi chỉ có một cái ti-vi. Cứ mỗi chiều tối thứ bảy, anh tôi và tôi luôn tranh dành cãi vã. Tôi muốn coi chương trình *Different Strokes, The Love Boat và Fantasy Island*, còn anh tôi chỉ muốn coi *hockey*. Dĩ nhiên tôi luôn luôn thua!".

Nói vậy nhưng trong sách bà cũng kể về chuyện *hockey* trong gia đình Molson. Thực ra chuyện làm chủ đội Canadiens không mang lại lợi tức chi nhiều so với thương vụ làm bia. Tổng kết thương vụ của nhà Molson vào cuối năm 1994 cho thấy bia chiếm 54% lợi tức trong khi *hockey* chỉ có 4%! Nhưng duyên nợ giữa gia đình Molson với đội Canadiens lại rất chặt chẽ. Họ mua đội *hockey* này từ năm 1957 và chuyền từ người này tới người khác trong gia đình cho tới năm 1971 mới bán cho công ty hữu hạn *Placements Rondelle Ltée* với giá 15 triệu đô. Mãi tới năm 1978, gia đình Molson mới làm chủ lại đội Canadiens. Tới năm 2001, họ lại bán cho ông "dao cạo" George N. Gillett. Tới năm 2009, hai anh con trai của Eric là Geoff và Andrew mới chuộc lại, không có sự đồng ý của ông bố Eric. Ông nhớ lại: "Tôi không ưa chuyện này. Tôi bảo lũ con nên quên chuyện này đi. Đó là một đầu tư không mang lại lợi nhuận. Nhưng họ cố thuyết phục tôi. Ờ thì cũng được đi. Tôi nghĩ là Geoff đã nghĩ đúng khi xây dựng được một thú giải trí cho dân thành phố. Nhưng có nhiều yếu tố không thể kiểm soát được khi làm chủ một đội *hockey*. Cứ nghĩ mà coi: một đám triệu phú chạy loanh quanh trên một miếng đá nhỏ hẹp!".

Tôi quả có loanh quanh hơi nhiều, tới lạc đề luôn, say mê nói chuyện *hockey*. Nhưng là dân Montreal mà không mê *hockey* mới là chuyện lạ. Chẳng những *hockey* mà đá banh cũng là thứ dân Montreal rất khoái. Gia đình Saputo là chủ nhân sáng lập đội banh Impact. Không danh vang thế giới như đội *hockey* Canadiens, đội Impact cũng giữ nhịp đập của con tim giới mộ điệu Montreal. Họ có một sân riêng nằm ngay trong khu Olympic trên đường Sherbrooke.

Năm 1952, Lino Saputo và mẹ từ đảo Sicily qua Montreal đoàn tụ với cha và hai người anh. Hai năm sau, Lino cùng gia đình thành lập xưởng làm *fromage* Saputo. Trong thập niên 1970, Saputo làm mưa làm gió trong việc sản xuất *fromage* tại Canada. Công việc làm ăn ngày càng phát triển, mở rộng ra toàn thể Bắc Mỹ và nhiều nơi khác trên thế giới. Nhà máy đầu tiên và lớn nhất nằm cạnh xa lộ vòng đai 40, xa lộ mà tôi đi ngang qua hàng ngày khiến chữ Saputo luôn đập vào mắt tôi. Mới đây, ông Lino Saputo, 80 tuổi, đã chính thức về hưu sau 63 năm tận tụy với *fromage*.

Saputo dành cho quỹ từ thiện 1% lợi tức trước khi chịu thuế, ước tính 11 triệu mỗi năm. Hiện nay công ty có cơ sở ở Canada, Mỹ, Á Căn Đình, Anh và Úc nên đã chi tiền giúp đỡ tất cả các nơi này. Giúp đỡ của công ty nhắm vào các lãnh vực dinh dưỡng, sống khỏe và hoạt động thể dục. Sandy Vassiadis, phụ trách truyền thông của công ty nói: "Trả lại cho cộng đồng nuôi dưỡng công ty là điều tối quan trọng với ông Lino Saputo, nhất là với thành phố Montreal, vì đây là nơi đã đón nhận gia đình họ tới tỵ nạn. Mảnh đất này đã chào đón và giúp họ xây dựng tương lai và họ đã thực hiện được một công ty hoạt động quốc tế như ngày nay".

Một doanh nghiệp khác ngày nay cả thế giới đều biết tên là đoàn xiếc *Cirque du Soleil*. Đoàn xiếc đông số một thế giới này xuất phát từ Montreal. Chủ nhân sáng lập là ông Guy Laliberté. Ông này là một người rất nhiều mộng. Mộng đầu tiên của ông là gom tất cả các nghệ sĩ trình diễn trên đường phố của một tỉnh lỵ gần thành phố Québec để thành lập một gánh xiếc. Gánh xiếc tỉnh lẻ đó đã bành trướng thành *Cirque du Soleil*! Năm 2015, không biết có phải vì chán làm xiếc hay không mà ông bán với giá 1 tỷ rưỡi. Ông này là một tay thích làm những chuyện chưa ai làm. Năm 2009, ông đã bỏ ra 35 triệu đô để du hành vũ trụ. Ông đã được phóng lên trạm không gian *International Space Station* và hội ngộ với các phi hành gia đang trú ngụ nơi đây. Ông "bay" vào ngày 30 tháng 9 và trở về vào ngày 11 tháng 10. Ông không đi chơi khơi khơi mà nhằm mục đích kêu gọi mọi người bảo vệ nguồn nước sạch cho trái đất. Phi hành gia người Bỉ Frank De Winne đang sống trên trạm không gian đã vui mừng khi được gặp nhà xiếc nổi tiếng người Canada: "Tôi không nghĩ là Guy lên đây chỉ để vui chơi. Ông gửi một thông điệp cho thế giới: nguồn nước sạch là một tài nguyên hiếm có của địa cầu. Tôi muốn ngày càng có nhiều người lên không gian để thấy thế giới của chúng ta dễ bị tổn thương như thế nào. Tôi nhiệt tình khuyến khích nhiều người như Guy tham gia vào nhiệm vụ của chúng tôi trên trạm không gian này". Guy Laliberté đã dùng kỹ thuật tân tiến để hoàn thành một *show* trình diễn phối hợp với 14 thành phố dưới đất. Dịp này ông đã diễn ngâm bài thơ viết về nước của nhà thơ Canada Yann Martel.

Mỗi năm *Cirque du Soleil* cho đi khoảng 3 triệu đô qua tổ chức từ thiện Fondation Guy Laliberté. Họ nhắm vào ba lãnh vực: nước sạch, y tế và giáo dục. Fondation Guy Laliberté được thành lập vào năm 2003 chuyên trợ giúp việc giải quyết nạn nghèo đói và hỗ trợ cho các hoạt động giáo dục, y tế và nghệ thuật. Một tổ chức từ thiện thứ hai, cũng của *Cirque du Soleil,* chuyên lo việc cung cấp nước sạch cho tất cả các địa điểm cần nước sạch trên khắp thế giới, có cái tên rất gợi hình: *One Drop!* Một giọt nước! *One Drop* sinh sau đẻ muộn, chỉ bắt đầu vào năm 2007, nhưng hoạt động rất tích cực. Từ năm 2015 đến cuối năm 2019, Fondation Guy Laliberté đã cung cấp cho *One Drop* 9 triệu đô. Trong 12 năm hoạt động, tính tới nay, *One Drop* đã chi ra khoảng 100 triệu đô Mỹ cho các dự án nước sạch khắp nơi. Ngày nay, ngoài các nguồn trợ cấp từ Fondation Guy Laliberté và tiền túi của ông Guy Laliberté, *One Drop* còn có sự đóng góp của công ty MGM ở Las Vegas. Hình như thấy từ thiện như vậy chưa đủ nên năm nay ông Guy Laliberté thành lập thêm một tổ chức từ thiện mang tên *Fondation Lune Rouge* với mục tiêu khác: hỗ trợ làm mới lãnh vực giải trí và kỹ thuật tân tiến. Bảo vệ trái đất luôn là mối ưu tư hàng đầu của ông trùm nghề xiếc này.

Dân ghiền bia ai không biết Molson, dân ghiền *fromage* và các sản phẩm từ sữa ai không biết Saputo, dân khoái xiếc ai không biết Cirque du Soleil. Đó là ba công ty gia đình nổi tiếng của Montreal chúng tôi. Nổi tiếng vì sản phẩm của họ cũng như về các đội thể thao và đoàn xiếc. Nhưng hoạt động từ thiện của Canada còn có các công ty không đình đám, ít người biết tới. Như quỹ từ thiện Claudine and Stephen Bronfman. Mỗi năm họ cho đi khoảng 5 triệu đô, nhắm vào các vấn đề về môi trường, văn hóa và hỗ trợ Do Thái. Trong hai thập niên qua, họ đã cho đi tổng cộng khoảng 100 triệu đô.

Tôi phải thú nhận rất mù tịt về ông Stephen Bronfman này. Tìm hiểu về nhà triệu phú làm việc thiện này kỹ hơn, tôi mới thấy bất công với ông. Nếu gia đình Molson nổi tiếng về bia thì ông Bronfman chính là chủ nhân của hãng rượu Seagram mà dân nhậu khắp thế giới không thể không biết. Tôi đã từng khui rượu *whisky* Seagram nhiều lần nhưng không hề biết đó là sản phẩm của Canada. Càng không biết đã có thời trụ sở của hãng rượu này ở Montreal. Nếu Molson có đội *hockey* Canadiens, Saputo có đội bóng tròn Impact thì gia đình Bronfman chính là chủ nhân của đội *baseball* The Expos. Có điều là họ đã bán Seagram cho hãng Vivendi của Pháp vào năm 2000 và bán đội Expos vào năm 2004. Điều này làm ông Stephen Bronfman ân hận tới bây giờ. Ông vẫn canh cánh bên lòng việc thành lập lại được một đội *baseball* tại Montreal. Ông này khoái Montreal một cách kỳ lạ. Nơi ông mặn mà nhất là *Oratoire Saint Joseph*. Đi đâu ông cũng nhớ về Montreal với ngôi giáo đường nổi tiếng này. Ông nói: "Tôi biết tôi đã về tới nhà khi nhìn thấy nhà thờ này". Vì tuổi thơ của ông gắn liền dưới bóng của *Oratoire*. Ông chơi trượt ván và dã cầu tại sân để xe nơi đây. Ngoài *Oratoire Saint Joseph*, ông còn kết với cửa hàng hình trái cam Julep. Còn chi nữa? Còn chứ. Đó là…Phở Liên! Nghe mà mát ruột tuy mỗi khi thèm phở, Phở Liên không phải là chọn lựa của tôi.

Triệu phú cuối cùng làm việc thiện mà tôi muốn nhắc tới, tôi cũng mù tịt. Không biết có ai đã từng nghe tới quỹ từ thiện *Lucie and André Chagnon Foundation* chưa? Nhưng nói tới Videotron thì chắc dân thuê *cable* đều biết. Ông André Chagnon này thành lập Videotron vào năm 1964 và bán cho Québecor của triệu phú Pierre Péladeau vào năm 2000. Rũ tay với Videotron, ông thành lập ngay quỹ từ thiện. Ông bỏ 78% tiền bán Videotron, tính ra là 1 tỷ 400 triệu, vào quỹ này. Số tiền hoạt động của quỹ mỗi năm chỉ là số tiền lời của món tiền khá lớn này. Vậy mà mỗi năm Quỹ cũng chi ra từ 65 đến 70 triệu đô. Ăn đứt các đại gia tên tuổi trên! Quỹ này chuyên giải quyết chuyện nghèo khó và chú tâm vào việc xây nhà rẻ tiền cho dân nghèo. Ông Jean-Marc Chouinard, Chủ tịch Quỹ, cho biết: "Chúng tôi luôn muốn tạo điều kiện cho dân nghèo tự phát triển cuộc sống của họ và tham gia tích cực vào đời sống của tỉnh bang Québec. Chúng tôi muốn Quỹ này là một Quỹ hoàn toàn xã hội".

Tôi không thể kết thúc bài này mà không nói về một sự kiện lịch sử mới xảy ra vào tháng 2 năm 2019 vừa qua. Đó là việc hai vợ chồng John và Marcy MacBain tặng Đại học McGill 200 triệu đô để làm học bổng cho các sinh viên nghèo. Với số tiền này, mỗi năm McGill có thể cấp học bổng cho 75 sinh viên. Đây là số tặng dữ lớn nhất từ trước đến nay của một cá nhân cho Đại học McGill. Hai ông bà MacBain là chủ nhân của công ty *Trader Classified Media* chuyên về quảng cáo trên mạng. Khi bán công ty vào năm 2006, tài sản của họ lên tới trên một tỷ đô. Nói về lý do tặng số tiền bự này, ông John McCall Mac Bain viết trtên *e-mail*: "Tốt nghiệp từ đại học do chính phủ tài trợ, nhà tôi và tôi nhận thấy trường đại học đã giảm thiểu rào ngăn cách xã hội và khuyến khích phát triển tài năng trên mức độ cao nhất. Là một sinh viên nhận học bổng của Đại học McGill, đời tôi đã thay đổi. Tôi biết chắc chắn là tôi không ở địa vị ngày nay nếu không nhờ McGill cũng như học bổng mà tôi đã nhận được. Tôi muốn tạo cơ hội cho các sinh viên khác cơ may mà tôi đã được hưởng".

Muốn được như các triệu phú từ thiện, không chỉ cần có tiền mà còn cần có cả một tấm lòng. Những tấm lòng vàng như trên, may thay, không hề thiếu trên đất nước này, nhất là vào những dịp lễ cuối năm.

01/2020

KENYA VÀ MARATHON

Ngày Chủ Nhật 22/9/2019 vừa qua, Montreal lại có cuộc chạy *marathon*. Khoảng 18 ngàn người từ nhiều quốc gia tụ về tham dự. Năm nào thành phố cũng…chạy. Dân chúng có người thích người không. Có nhiều người tập luyện mong chờ tới ngày ra quân. Nhưng cũng có những người thấy kéo nhau chạy như vậy không vui vì nhiều đường bị đóng làm cản trở công việc cũng như làm phiền dân chúng bị hạn chế đi lại. Trong 29 năm qua, năm nào thành phố cũng tổ chức chạy. Chuyện này không có chi lạ vì các thành phố…chạy trên khắp thế giới đều mỗi năm tới hẹn là chạy. Nổi tiếng nhất là các cuộc chạy tại Boston, Luân Đôn, Nữu Ước, Tokyo, Bá Linh và Chicago.

Đã thi thì phải có phần thưởng. Đôi tay lãnh phần thưởng chạy đường dài 42,195 cây số này phần lớn là những đôi tay gầy guộc của người Kenya. Lần này, tại Montreal cũng không có ngoại lệ. Anh chàng Boniface Kongin của Kenya lãnh giải nhất 10 ngàn đô. Phía nữ, chị chàng Grace Momanyi, cũng dân Kenya, về nhất, cũng ẵm 10 ngàn đô.

Tháng 5/2019, Ottawa cũng *marathon*. Người về nhất là Albert Korir, dân Kenya, ẵm 30 ngàn đô tiền thưởng ngon lành.

Ông bà Kenya nào chạy cũng đều có hy vọng đoạt giải. Nhưng huy hoàng nhất là vận động viên Eliud Kipchoge, 36 tuổi. Năm ngoái, chàng sếu vườn này đã trở thành người chạy *marathon* nhanh nhất thế giới trong cuộc chạy được tổ chức tại Bá Linh bên Đức. Anh chạy mất 2 giờ 1 phút 39 giây. Hai người đạt hạng nhì và ba cũng là hai đồng hương Kenya của anh: Amos Kipruto và Wilson Kipsang. Giữ kỷ lục thế giới nhưng chàng Kipchoge cũng chưa hài lòng vì mục tiêu của anh là phải chạy dưới 2 giờ. Anh chậm mất 1 phút 39 giây! Thực ra anh đã gần đạt được mục tiêu này vào năm 2017 với số giờ là 2 giờ 25 giây nhưng vì cuộc chạy này không được Liên Đoàn Điền Kinh Thế Giới (IAAF) tính điểm chính thức nên không được ghi trong kỷ lục. Việc phá kỷ lục thế giới năm ngoái tại Bá Linh đã mang về cho anh số tiền 120 ngàn *Euro*, khoảng 139.614 đô Mỹ. Anh xúc động khi lên bục nhận giải thưởng: "Tôi không biết diễn tả sao về cảm xúc của mình lúc này. Tôi vô cùng sung sướng vì đã phá kỷ lục thế giới. Tôi chưa bao giờ ngừng tin tưởng vào bản thân mình".

Kipchoge cao 1,67 thước, nhưng nặng chỉ có 56 ký. Anh đã dự 11 giải *marathon* và về nhất 10 lần. Chỉ có một lần anh mất ngôi bá chủ là vào năm 2013, cũng tại Bá Linh. Lần đó anh về nhì! Nhưng lần anh cán đích hạng nhất, cũng tại

Bá Linh, vào năm 2015, là lần anh nhớ nhất. Đôi giầy chạy của anh te tua khi anh về tới đích! Trước khi bắt đầu chạy *marathon* vào năm 2012, Kipchoge đã là chân chạy nổi tiếng trong các cự ly ngắn hơn. Anh đã đoạt huy chương tại các kỳ Thế Vận Hội Athens năm 2004 và Bắc Kinh năm 2008. Trong 7 năm gắn bó với *marathon*, tính đến thời điểm năm 2019 này, anh chỉ chọn tham dự các cuộc *marathon* lớn nhất thế giới. Những cuộc chạy làng nhàng như tại Montreal và Ottawa, anh không ngó ngàng chi tới.

Nơi chốn anh kết nhất là Bá Linh. Thủ đô của nước Đức này được mệnh danh là đường chạy *marathon* nhanh nhất thế giới với 7 kỷ lục thế giới bị phá vỡ. Ông De Castella, vô địch *marathon* thế giới năm 1983, hiện là Chủ Tịch Hiệp Hội *Marathon* Úc, tin rằng trước sau thế nào anh Kipchoge cũng đạt tới mức thời gian dưới 2 tiếng đồng hồ tại một cuộc chạy ở Bá Linh trong tương lai.

Cũng tại Bá Linh, Kipchoge đã nói với báo *New York Times* trước khi chạy: "Tôi muốn chạy với một tâm trí thoải mái. Tôi chỉ muốn nỗ lực đạt được thành tích cá nhân tốt nhất. Nếu đạt được kỷ lục thế giới, tôi rất trân trọng. Nhưng tôi sẽ vẫn coi đó như một thành tích cá nhân của mình". Tự vượt thắng mình là phương châm tập luyện của anh. Theo anh, trên đường chạy không phải đôi chân quyết định tất cả, mà đó là trái tim và tâm trí. Anh luôn có một cuốn sổ ghi chép lại diễn tiến tập luyện hàng ngày. Tới nay số sổ đã lên tới 15 cuốn. Trong mỗi cuốn, anh đều ghi lại nơi trang đầu: "Động lực + Kỷ luật = Sự kiên định". Theo phân tích của báo *The New York Times,* cách chạy của anh Kipchoge tạo hiệu quả đáng kể. Vai anh hầu như không lắc lư, chân anh đáp xuống đất bằng phần đầu chân. Khi anh tạo kỷ lục thế giới mới tại cuộc chạy tại Bá Linh vào năm 2018, ban tổ chức đã ghi trên trang *web* chính thức: "Kipchoge về đích với kỷ lục thế giới mới và sẽ được nhớ tới trong nhiều thập niên tới. Đây là vận động viên chạy *marathon* hay nhất mọi thời đại".

Nếu anh Kipchoge mang lại danh tiếng cho Kenya bằng tốc độ và sự bền vững của đôi chân thì cô Hyvon Ngetich làm cho mọi người thán phục dân Kenya ở một khía cạnh khác. Tháng 2 năm 2015, trong cuộc chạy *marathon* ở Austin, tiểu bang Texas, cô luôn luôn dẫn đầu đoàn chạy. Nhưng ở những thước đường cuối cùng, cô cảm thấy đau gục người xuống và không thể đứng lên chạy tiếp. Ban tổ chức vội mang tới một chiếc xe lăn nhưng cô gái 29 tuổi này từ chối. Cô tiếp tục cuộc đua bằng cách bò về đích. Vậy mà cô về hạng nhì! Giám Đốc cuộc đua, ông John Conley, phải bày tỏ lòng ngưỡng mộ: "Cô là người can đảm nhất mà tôi từng thấy. Cô xứng đáng giành được nhiều vinh dự". Tại sao đang ngon trớn, cô Hyvon lại quỵ ngã vào phút cuối, các bác sĩ khám nghiệm sau đó cho biết cô bị hạ đường huyết khi chạy. Cô được sự ngưỡng mộ của mọi người nhưng các bác sĩ khuyên các vận động viên không nên làm theo cô. Vì có thể mất mạng như không! Dù vậy, cô Hyvon cho biết cô sẽ vẫn sẵn sàng chạy: "Chạy! Tôi sẽ tiếp tục và tiếp tục!".

Tại sao dân Kenya lại hạp với *marathon* như vậy, các nhà nghiên cứu trên thế giới cố giải đáp câu hỏi mà nhiều vận động viên điền kinh muốn biết này. Việc các vận động viên Kenya làm mưa làm gió trên đường chạy, trong tất cả mọi cự ly, nhưng quan trọng nhất là trong các cuộc chạy *marathon,* là điều hiển nhiên, không ai chối cãi được. Và điều này nổ bùng vào thập niên 1980. Từ năm 1988, tại *marathon* Boston, các nam vận động viên Kenya đã chiếm khôi nguyên 20 trên tổng số 25 lần đua. Bên phía nữ, cuộc bùng nổ này chậm hơn, chỉ từ năm 2000. Trong 13 cuộc đua ở Boston, các nữ nhi Kenya đã ẵm tới 9 lần giải nhất. Các bà chậm hơn các ông không phải lỗi của họ mà là lỗi của xã hội Kenya. Tập tục xã hội không cho phép phái nữ tự do chạy và tục lệ bắt con gái lấy chồng sớm đã làm mai một tài chạy của các nàng. Mãi tới thập niên 1990, Kenya mới có sự cải cách, cởi trói cho nữ nhi. Và họ bùng lên.

Những đôi chân bằng vàng của các nam nữ lực sĩ Kenya đã làm thế giới sững sờ. Do đâu mà họ chạy như sóc vậy? Trước hết phải nói ngay là những thành tích chói chang của các nam nữ vận động viên không có nghĩa là toàn dân Kenya có khiếu chạy. Đất nước 41 triệu dân gồm 41 bộ lạc này chỉ có một bộ lạc sản xuất ra được những chân chạy như gió. Đó là bộ lạc Kalenjin gồm khoảng 4 triệu rưỡi người sống trong vùng thung lũng Great Rift Valley. Hai cuộc nghiên cứu của các nhà nghiên cứu Âu châu cho biết chỉ có cư dân ở miền Tây Kenya là dân chạy thôi. Thanh niên ở vùng này chỉ cần được huấn luyện trong vài tháng là có thể chạy ăn đứt các lực sĩ ở các nơi khác. Lợi thế của họ do di truyền. Họ có chỉ số cơ thể và cấu trúc xương khác với các vận động viên Tây phương. Họ nhẹ cân hơn, chân dài hơn, thân người ngắn hơn, tứ chi thon thả hơn. Một nhà nghiên cứu đã gọi cấu trúc thân thể của họ giống loài chim khiến họ chạy nhanh hơn, nhất là trên đoạn đường dài.

Một nhóm nghiên cứu khác không chú trọng nhiều tới yếu tố di truyền mà nhấn mạnh vào lối sống của họ hơn. Theo kết luận của nhóm này thì ngay từ nhỏ, các học sinh đã phải tới trường bằng cách chạy bốn lần mỗi ngày. Nhưng khi hỏi các vận động viên Kenya đã từng đoạt giải chạy *marathon* thì họ cho biết là hồi nhỏ họ đi học bằng xe buýt! Còn có thuyết cho là vì họ đi chân đất quen nên chạy nhanh. Nói vậy thì biết bao nhiêu dân Á châu đi chân đất từ nhỏ sao không nảy ra được một lực sĩ chiếm giải *marathon* nào. Lại có người cho rằng vùng thung lũng Great Rift Valley, nơi sản sinh ra các nhà vô địch, ở trên độ cao hơn 2000 thước, khí hậu ôn hòa suốt năm khiến hệ thống hô hấp của họ hoạt động trong bầu khí nhẹ hơn, khi xuống các vùng khí hậu "nặng" hơn, phổi của họ hấp thụ được nhiều *oxy* hơn khiến họ mạnh hơn. Cũng tào lao! Các vùng núi của Thụy Sĩ hay vùng núi cao Nepal, cũng cao ngang ngửa với Great Rift Valley nhưng đâu có sản sinh được các vận động viên như Kenya.

Giáo sư Daniel Lieberman của Đại học Harvard, một nhà sinh vật học nổi tiếng, cũng chịu thua: "Tôi không biết chính xác và cũng không ai biết chính xác. Vậy nên mọi người chỉ suy đoán. Đó có thể là tổng hợp của sự khổ tập, quyết tâm, văn hóa và sinh học".

Trong cuốn sách nổi tiếng *Outliners*, bán chạy như tôm tươi, tại chương nói về các vận động viên Kenya, Malcolm Gladwell đã tóm tắt công thức thành công của những người Kenya như Kipchoge như sau: môi trường lý tưởng, tập luyện gian khổ và sự ngưỡng mộ của xã hội với những thành công. Tại Kenya, các lực sĩ được tôn sùng như dân Mỹ tôn sùng các thần tượng nhạc *rock*!

Danh vọng và tiền bạc luôn là lực đẩy cho những thành công. Trường hợp của các vận động viên Kenya cũng vậy. Họ được tôn sùng như thần thánh khi quy hồi cố hương sau mỗi chiến thắng. Ngoài ra các giải thưởng bằng tiền bạc lên tới hàng trăm ngàn đô Mỹ khiến họ đổi đời. Đó là những động lực thực tế nhất khiến họ quyết đi tới thành công.

Một thanh niên của bộ lạc Kalenjin, nếu may mắn có được việc làm, kiếm được khoảng 50 đô một tháng. Tính ra chỉ 600 đô một năm. Một tay chạy trên các cuộc đua quốc tế, chưa cần về nhất, cũng được những giải khuyến khích với số tiền 5 lần nhiều hơn. Nếu thắng một giải *marathon*, họ kiếm được ngàn lần nhiều hơn.

Người ta thường nói tiền bạc nhiều khi không phải là bạn tốt. Điều này đúng với nhiều tay chạy đua Kenya. Trong bài báo *"For Kenyan Runners, Winning Can Be a Road to Ruin"*, tác giả Jonathan W. Rosen đã kể lại những mẩu chuyện minh chứng cho chuyện tiền bạc đã dẫn nhiều vận động viên thành công tới những tai ương trong cuộc đời họ.

Vận động viên Duncan Kibet đã thắng giải *marathon* Rotterdam vào ngày 5/4/2009. Anh bỏ túi được 180 ngàn đô. Hãng giầy Nike ký với anh một hợp đồng quảng cáo trị giá 100 ngàn đô. Với giá sinh hoạt tương đối rẻ ở Kenya, số tiền này anh có thể sống đời, chẳng lo chi chuyện bạc tiền. Anh vốn là con nhà nghèo. Cha anh là tài xế xe vận tải, ít khi về nhà. Mẹ anh tần tảo nuôi các con bằng cách làm rượu tại nhà. Năm học lớp 11, anh bị đuổi học vì vi phạm kỷ luật nhà trường. Học hành dang dở, chẳng nghề ngỗng chi, anh làm việc lặt vặt tại các tiệm ăn, làm tài xế xe buýt, làm tạp dịch tại các nhà máy.

Tiền vào cả đống sau khi thắng cuộc đua *marathon* đã làm anh đổi đời. Cuộc sống của anh thay đổi hoàn toàn. Anh tự coi như một người của giới thượng lưu, học đòi cách ăn nói và thái độ vênh vang hãnh tiến. Để một chút râu cho oai, đeo vòng vàng xuyến bạc sang trọng, kè kè bên người chiếc *iPhone*, thứ được coi như một viên ngọc trong xã hội Kenya lúc bấy giờ. Anh mua cho mẹ anh một căn nhà tại Eldoret, thành phố được mô tả như thủ đô của môn chạy. Ngoài ra anh còn mua thêm một chiếc xe Toyota Hilux. Anh hào phóng trả tiền học cho một số thân nhân xa gần. Cuộc sống của anh đổi khác. Anh ăn diện ra trò, mua đồ bộ *vest* của Ý, áo quần mũ mãng từ Mỹ gửi qua. Anh cũng phải làm chút việc thiện bằng cách đóng góp vào một nhà nuôi trẻ mồ côi.

Nhưng biết ra sao ngày sau là chuyện anh không nghĩ tới. Anh sống không có ngày mai. Tưởng tiền sẽ còn nhiều lần chui vào túi của anh. Chỉ ít lâu sau, anh bị chấn thương vùng háng và phải bỏ chạy đua. Anh tâm sự với tác giả Jonathan W. Rosen vào lúc anh 40 tuổi: "Tôi đã tiêu hết tiền! Cuộc đua đó đã thay đổi mọi sự trong cuộc sống của tôi". Tác giả kể tiếp: *"Dưới tấm hình được đóng khung chụp cảnh anh về đích trong cuộc đua ở Rotterdam năm nào với hai tay giơ lên chiến thắng, anh nói anh muốn làm lại cuộc đời bằng cách đi học lại để hành nghề điều tra viên hình sự. Nhưng trước hết anh phải hoàn tất bậc trung học anh đã bỏ ngang khi bị đuổi học. Rồi ghi danh học cao hơn – khi tuổi đã ngoài 40!"*.

Không phải ai cũng biết đường tỉnh ngộ như Duncan Kibet. Các tay chạy Kenya đứng trên bục vinh quang sau mỗi cuộc đua thường là những nông dân ít học. Khi tiền vào như nước, họ…đổ đốn, ăn chơi hết mực. Benson Masya, "người chạy nhanh nhất hành tinh" trong cuộc đua bán *marathon* năm 1994, đã giã từ quê nhà qua Mỹ sống. Chỉ mười năm sau, anh chết trong nghèo khổ không một xu dính túi vì dính căn bệnh AIDS. Richard Chelimo, kỷ lục thế giới môn chạy 10 ngàn thước tại Stockholm, Thụy Điển vào năm 1993, được Kenya coi là anh hùng dân tộc. Anh chết trong nghèo túng vào năm 2001, khi mới 29 tuổi để lại bốn con nhỏ. Paul KipKoech, vô địch thế giới môn chạy 10 ngàn thước vào năm 1987, bị đột tử vào năm 1995 khi mới 33 tuổi. Tới nay, theo thống kê, đã có hàng trăm tay chạy Kenya vướng vào căn bệnh thế kỷ AIDS.

Dù đã xảy ra những hậu quả không hay cho những người một sớm một chiều lên đài danh vọng, người ta vẫn coi Kenya là thánh địa của dân chạy. Thị trấn Iten, nằm trên một cao nguyên phía Tây Kenya có cao độ 2400 thước, vẫn là nơi các vận động viên điền kinh trên khắp thế giới kéo tới tập luyện. Đây là nơi có một cao độ lý tưởng, đủ để các lực sĩ tăng khả năng vận chuyển khí *oxy*. Khí hậu cũng tuyệt vời. Ít khi lạnh dưới 10 độ C và cũng ít khi nóng hơn 26 độ C. Cái quý của khí hậu nơi đây là không bao giờ bị ẩm ướt. Người ta đã lập những trại chạy bộ tại địa điểm lý tưởng này. Cô Sophi Rose Cope, sinh viên Đại học Cape Town, Nam Phi, tới tập luyện vào năm 2017, đã nói với trang *Podium Runner*: "Tôi sẽ luôn nhớ những buổi sáng chạy bộ cùng các vận động viên khi sương còn đọng khắp nơi. Mặt trời xuất hiện đỏ rực trên bầu trời. Trẻ em vẫy tay cùng chạy với chúng tôi trên đường tới trường. Cảm giác cả ngày dài phía trước tràn ngập những thứ tôi chưa từng thấy và có thể không bao giờ được thấy lại… Tôi thích được nói chuyện với những vận động viên xuất sắc và rất thân thiện này. Họ xác nhận một sự thật là bí mật lớn nhất khiến họ thành công là "không có bí mật nào cả". Họ không tìm lối đi tắt hoặc tìm cách lý giải cho sự thành công của họ. Họ đến đây mỗi ngày, nỗ lực trong môi trường tập luyện, nơi mọi người đều làm như vậy suốt cuộc đời".

Chủ Tịch Liên Đoàn Điền Kinh Quốc Tế (IAAF), ông Sebastian Coe, đã vinh danh Iten là "khu vực di sản thế giới" vì những đóng góp của nơi này trong phong trào điền kinh thế giới. Chris Turner, Trưởng Phòng Di Sản của IAAF, cũng vinh danh Iten: "Giống như khi đề cập tới môn ném lao, người ta sẽ nghĩ tới Phần Lan, đề cập tới môn ném đĩa, người ta sẽ nghĩ tới Đức, với chạy đường dài, đó là Kenya!"

10/2019

KHI CÁC CỤ LÁI XE

Tôi ít khi chú ý tới tin tức về hoàng gia Anh nhưng chuyện này thì phải chú ý. Chuyện ông hoàng Philip, chồng của bà vua nước Anh, đụng xe vào ngày 17/1/2019 vừa qua. Ông lái chiếc Land Rover và hôn mạnh vào một chiếc xe khác. Chuyện chó cán xe, xe cán chó này cũng thường thôi, có chi phải chú ý. Nhưng nếu biết "chàng" năm ni đã 97 tuổi thì mới giật mình. Tới tuổi đó mà còn lái xe được kể là ngon. Tôi có ông chú, tuổi cũng xấp xỉ tuổi của ông hoàng , vậy mà vẫn phom phom trên xa lộ. Có lần tôi chạy xe sau ông, thấy nước lượn của ông còn khá nhanh nhẹn và đẹp mắt. Nhưng nay, sau một cú té cầu thang, ông đã tẩy chiếc Corolla của ông đi. Anh hùng đã thấm mệt. Ông hoàng Philip cũng vậy. Nhưng ai cản được ông ngựa phi đường xa? Chắc chỉ có nữ hoàng! Ngày 9/2/2019 ông già gân đã chịu phép, trả lại bằng lái xe. Vậy là xong chuyện ông. Tới chuyện bà. Hồi tháng 7 năm 2015, lúc đó bà đã 90 tuổi, bà lái chiếc Jaguar X, phóng lên thảm cỏ để tránh đụng vào hai cha con một người dân trên đường tới nhà thờ. Chuyện nghe cũng…rùng rợn. Dư luận Anh bị một phen hốt hoảng, bàn lui tán tới. Bây giờ chúng ta giả dụ là trong khuê phòng, ông mặc cả với vợ là tui trả lại bằng lái rồi thì bà cũng phải trả lại bằng lái cho có vợ có chồng, bà có chịu không? Dù bà có chịu cũng không thể thi hành được. Vì bà là công dân duy nhất của nước Anh lái xe mà không cần bằng lái! Bà được miễn!

Chuyện các cụ lái xe là chuyện dài nhân dân tự vệ. Trong một *status* trên internet của Tâm Hữu vào tháng 9/2019, có kể lại ba chuyện về các cụ lái xe. Gặp bà nhà văn TC, ông hỏi: *"Chị vẫn lái xe bình thường chứ?"*. Câu trả lời rất bình thường: *"Dạ, được mà anh"*. Nhưng câu thòng sau đó cho biết bà chỉ lái xe chạy tới được thôi, còn de xe thì bà chịu. *"Vậy thì làm sao chị đậu xe?"*. Bà nhà văn tỉnh bơ: *" Tới trường thì có chỗ đậu cho nhân viên, em chọn chỗ nào khi đi thì chạy tới là ra được. Còn mỗi lần ghé chợ em phải đậu xa, kiếm chỗ nào có thể đậu được cái xe xây mũi ra đường xe chạy thì em mới đậu. Và khi kẹt lắm thì em nhờ người khác de giùm!"*.

Chuyện thứ hai về ông bạn tôi, nhà văn Huy Phương. Ông Tâm Hữu kể lại*: "Tôi hỏi anh: "Sao lúc này không thấy lái xe mà đi đâu cũng có tài xế vậy?". Anh trả lời: "Tôi có nói trên đài rồi đó. Tuổi già đi Uber an toàn hơn, lại tiết kiệm được tiền bạc vì không phải đóng thuế lưu hành, không phải mua bảo hiểm, không tốn tiền đổ xăng và tiền sửa xe". Tôi cười, trên tám chục rồi, tiết kiệm có đem theo được gì không, lại mất đi cái chủ động, cái thoải mái, chỉ trừ khi vì* *sức khỏe mà thôi. Mọi người đều cười".*

Chuyện thứ ba ông Tâm Hữu kể: *"Gặp một bà bạn ở trước chợ ABC, tôi hỏi: "Sao lúc này ít gặp? Ông nhà bây giờ thế nào, khỏe không?". Trả lời: "Tôi buồn quá anh ơi, ông nhà tôi bây giờ không lái xe được nữa, mà như anh biết, từ ngày qua đây đến giờ, mỗi lần đi đâu tôi cũng nhờ ông nhà tôi chở đi cả!". Tôi nghĩ, không thấy nói gì đến sức khỏe hay bệnh tình của ông chồng mà chỉ nghe kêu buồn vì mất đi một ông tài xế nuôi ăn nuôi ở trong nhà mà thôi!".*

Trong cuộc sống ở bên này của chúng ta, chiếc xe như cặp giò. Không có chiếc xe đi lui đi tới, cuộc đời sao thấy thảm. Bà bạn của ông Tâm Hữu, chuyên lái tài xế, tiếc những cuốc xe do ông chồng lái hơn là để ý tới sức khỏe của người đầu gối tay ấp. Vậy mới biết cái xe quan trọng như thế nào. Hầu như với mỗi chúng ta, chiếc xe là thứ tối cần thiết, không có là ủ rũ liền một khi.

Ông Luân Hoán sang định cư tại Montreal trước tôi vài tháng. Một bữa ông lái chiếc Corolla mới tinh màu đỏ tới nhà, mặt mũi hết sức phấn khởi, hỏi tôi đã mua xe chưa. Lúc đó, tôi cũng đã rinh về một chiếc rồi. Chiếc xe như đôi chân. Yên ổn xong là chúng tôi tậu xế liền. Không có coi như què. Chắc bữa đó niềm vui của ông Luân Hoán bị mẻ mất một miếng!

Vậy mà khi thành cụ, người ta phải tự chặt chân mình, cũng…tâm tư lắm. Vậy nên ông hoàng Philip đã gần trăm tuổi mới chịu buông tay lái. Không lái xe coi như mất tự do! Đang nhung nhăng muốn đi đâu thì đi bỗng ngồi bó gối ở xó nhà, chịu chi thấu. Dĩ nhiên cũng có các phương tiện di chuyển khác nhưng không tung tăng theo ý muốn được. Một ông bạn tôi làm một cú so sánh đau lòng: "Các toa nghĩ coi, không được lái xe cũng đau khổ chẳng kém chi chuyện trên bảo dưới không nghe!".

Biết là đau khổ nhưng khi phải buông tay lái thì phải buông. Dĩ nhiên chuyện buông bao giờ cũng là chuyện nhức nhối. Kéo được ngày nào hay ngày đó. Khi nào thì…đứt giây? Các nhà chuyên môn đưa ra một số câu hỏi, tôi đau lòng liệt kê ra đây để quý vị…tham khảo. Khi lái xe, mình có hay bị các tài xế khác bóp còi mà mình không biết lý do không? Có thấy lúng túng khi nhìn thấy các xe đậu bên lề đường không? Có cảm thấy bối rối, khó chịu hay bất an khi lái xe không? Có hay bị tai nạn dù chỉ là những cú đụng nhẹ không? Có bao giờ đi trên những đoạn đường thân quen mà bị lạc không? Có giật mình vì xe khác hoặc người đi bộ bỗng dưng xuất hiện không? Có bị phân tâm khi lái xe không? Vợ con, bạn bè hay bác sĩ gia đình có cho biết họ lo ngại về cách lái xe của mình không? Có ngại lái xe hơn trước kia vì không cảm thấy tự tin không? Khi đổi chân từ bàn thắng qua bàn ga hoặc ngược lại có thấy trở ngại không? Có đôi khi thấy lẫn lộn giữa chân ga và chân thắng không? Có khó khăn khi giữ đúng lằn xe đang chạy của mình không? Có bao giờ bị cảnh sát chặn lại vì cách lái xe của mình không?

Nếu câu trả lời có, dù chỉ cho một câu hỏi trên thì phải nghĩ lại chuyện tiếp tục lái xe.

Chuyện các cụ lái xe khốn khổ như vậy nhưng trên thực tế, nhung nhăng trên đường, con số các cụ sau tay lái ngày càng tăng. Theo thống kê ở Mỹ, năm 2016 có 42 triệu chiếc xe chạy trên đường do các cụ từ 65 tuổi trở lên lái. So với năm 1996, con số này tăng thêm 15 triệu cụ.

Theo con số ước tính của *National Highway Traffic Safety Adminnistration*, Cơ quan An Toàn Xa Lộ, thì tới năm 2030, cứ 4 chiếc xe trên đường thì có 1 chiếc do các cụ lái. Nếu các cụ loạng quạng thì làm phiền các bệnh viện khá nhiều. Năm 2016, đã có 7.400 cụ trên 65 tuổi chết và 290 ngàn cụ bị thương phải điều trị trong các tai nạn giao thông.

Con cháu thấy đứng tim khi để các cụ mang xe ra khỏi nhà nhưng bảo các cụ rời tay lái là cả một vấn đề. Đành trông chờ vào nhà nước. Nhiều nước đã tìm các biện pháp để giới hạn các cụ lái xe.

Như ở Anh. Từ lâu, công dân Anh tới tuổi 70 là lập tức bằng lái xe bị vô hiệu hóa. Muốn tiếp tục cầm lái, các cụ phải đi khám sức khỏe và thi lấy bằng lại. Bằng này chỉ thọ được 3 năm. Cứ mỗi ba năm phải đổi lại bằng lái. Chơi như thế là chơi ép các cụ nhưng nhiều cụ rất kiên cường, dù phải qua nhiều thử thách cũng vẫn cứ hiên ngang…chơi! Theo tổ chức lái xe *Royal Automobile Club Foundation* thì cụ via nhất có bằng lái xe tại Anh là một cụ bà 107 tuổi! Cụ dẫn đầu con số 191 cụ từ trăm tuổi trở lên có bằng lái xe. Có nhiều cụ lái xe có nghĩa là có nhiều tai nạn xe cộ. Một trong những tai nạn xảy ra ở Anh được báo chí đề cập tới như một vụ điển hình là vụ do bà Beryl Hughes, 84 tuổi, gây ra vào năm 2014. Bà này có tay lái loạng quạng lắm, đã bị phạt nhiều lần vì chạy quá tốc độ. Lần này bà lái chiếc Audi A3 đâm thẳng vào chiếc Honda Civic của ông Brian Bockmaster, 80 tuổi. Ông bị thương nặng và qua đời vào ngày hôm sau. Trong phiên xử, Thẩm phán Stephen Holt nói: "Đây là bi kịch không có người thắng kẻ thua. Nó là bằng chứng cho thấy người cao tuổi cần có trách nhiệm và nhận biết được khi nào việc lái xe của họ có thể gây nguy hiểm tới người khác. Mặt khác, những người trong gia đình và bạn bè cũng cần có trách nhiệm theo dõi khả năng lái xe của người thân, nhìn vào sự thực để biết, với thời gian, khả năng lái xe của họ không còn an toàn. Tuy nhiên, các người già bao giờ cũng muốn cầm tay lái, nhất là ở các khu vực nông thôn không có các phương tiện giao thông công cộng, là điều dễ hiểu".

Chuyện ông già bà cả muốn điều khiển xe là chuyện không riêng của một quốc gia nào. Nó tràn lan trên khắp mặt địa cầu. Nơi nào dân số bị lão hóa nhiều, như Nhật Bản chẳng hạn, vấn đề sẽ phức tạp hơn. Dân số Nhật ngày nay có 25% trên 65 tuổi. Nghĩa là ra đường cứ thấy 4 người thì trong đó có một người già. Theo hãng tin Bloomberg thì trong một thập niên nữa, con số này sẽ tăng lên tới 38%. Năm 2018, số tai nạn do các tài xế trên 75 tuổi gây ra đã gấp đôi lớp tuổi dưới họ. Từ năm 2009, luật giao thông ở Nhật đã bắt buộc các tài xế trên 75 tuổi phải nộp giấy chứng nhận của bác sĩ về sức khỏe thể xác và tinh thần khi xin gia hạn bằng lái. Nhiều cụ đã ý thức được vấn đề nên tự nguyện ngưng lái xe. Đây là một quyết định khó khăn của mỗi cá nhân. Đang phom phom ôm tay lái, bỗng bị loại trừ ra khỏi hàng ngũ những kẻ có quyền trên chiếc xe, nhức nhối con tim lắm chứ. Cụ ông Yoshioka diễn tả: "Nó giống như người bị mất vợ vậy!". Trước khi "mất vợ" cụ cũng đã làm bà vợ Kazuko sợ sốt vó! Trong một chuyến đi tới đền Shimane ở miền tây Nhật

Bản, có bà vợ ngồi trên xe, cụ đã quên gài thắng tay trên con đường dốc. Chiếc xe chạy lùi khiến bà vợ sợ muốn xỉu. Một lần khác, khi de xe từ nhà ra, cụ Yoshioka sơi tái chiếc xe đang đậu trước nhà. Biết được tài lái xe của mình đang suy sụp trầm trọng, cụ mới miễn cưỡng phải giã từ tay lái.

Cụ Yoshioka là người biết điều. Nhiều cụ khác không chịu đầu hàng dễ dàng như vậy. Như cụ Noboru Moriwaki, 90 tuổi. Cụ nói với phóng viên báo New York Times là cụ nhất định không trả bằng lái vì nếu làm như vậy, cụ coi như "không còn tồn tại"! Cụ sống với vợ là cụ bà Yulkiko trên một ngọn đồi ở ngoại ô Kawamoto. Mỗi tuần vài lần cụ lái chiếc Corolla đời 2002 đi chợ, tới ngân hàng và thư viện. Mỗi tháng hai cụ còn phải tới bệnh viện để khám sức khỏe. Cụ nói: "Nếu không lái xe, làm sao tôi tính được cho cuộc sống của hai vợ chồng".

Thôi thì cứ để cho các cụ cầm tay lái nhưng người ta cũng khuyên các cụ vài điều dễ dàng thực hành như sau. Thứ nhất, giữ khoảng cách với xe chạy trước dài hơn. Thứ hai, khi cần thắng nên thắng trước, đừng để tới gần mới thắng gấp. Thứ ba, tránh không lái xe vào giờ cao điểm. Thứ tư, không lái xe vào vùng đang kẹt xe. Thứ năm, nếu phải lái trên xa lộ thì nên chạy xe vào lằn bên phải, nơi xe chạy chậm hơn. Thứ sáu, chỉ nên lái xe trên những đoạn đường quen thuộc. Thứ bảy, tính đường chạy sao để tránh quẹo tay trái. Thứ tám, hạn chế lái xe ban đêm. Thứ chín, không lái xe nếu cảm thấy bị *stress*. Thứ mười, không nên ăn, nghe nhạc hay nghe phát thanh khi lái xe. Đó là mười điều răn các cụ nên nằm lòng khi cầm tay lái.

Khi bắt buộc phải buông bỏ lái xe, các cụ phải trải qua một giai đoạn khó khăn về tinh thần cũng như cuộc sống thường nhật. Tinh thần bị sa sút vì đã phải bước tới một suy thoái mới, hụt thêm một mảnh đời sống. Nhiều cụ lâm vào cảnh hoảng loạn, bất đắc chí, thay đổi tính tình. Cuộc sống vẫn lừng lững diễn ra bên cạnh nhưng các cụ bị thêm một lần gạt ra khỏi cuộc sống đó. Tay lái như một minh chứng cho sự tham gia vào đời sống xã hội nay bỗng bị lỏng tay, hụt hẫng là cái chắc. Vượt qua được mất mát này chóng hay trễ là tùy theo sự vững vàng tinh thần của từng cụ. Có cụ coi chuyện này như pha, buồn năm phút rồi thôi. Có cụ ôm cục buồn ngày này qua ngày khác, rầu rĩ đêm ngày khiến sức khỏe sa sút, trí óc hết pin, chán nản buông xuôi có khi dẫn tới tử vong.

Ngoài mất mát về tinh thần, cuộc sống cũng thêm phần khó khăn. Như cụt mất đôi chân. Ngại ra ngoài, ngại leo lên xe buýt, ngại nhờ con cháu đưa đi đây đi đó. Ngày ngày ngồi nhìn quanh bốn bức tường, đếm từng giờ trôi qua. Lúc này là lúc người thân trong gia đình cần đưa tay ra giúp các cụ vượt qua được những giây phút khó khăn. Chính phủ cũng cần có những biện pháp làm giảm sự mất mát này nơi các cụ. Tại nhiều nước, các cụ bỏ lái xe được dùng các phương tiện chuyên chở công cộng miễn phí, được cấp những thẻ giảm giá khi mua sắm hoặc được hưởng giá đặc biệt khi vào các cửa hàng ăn uống.

Nhưng các biện pháp trên chỉ được coi là những biện pháp tiêu cực. Như vá lại chiếc áo rách. Các nhà sản xuất xe hơi có những biện pháp tích cực hơn: chế tạo những chiếc xe dành riêng cho các cụ. Như sắm cho các cụ một chiếc áo mới phù hợp hơn.

Các hãng chế tạo xe quan niệm lái xe là một hoạt động thiết yếu trong cuộc sống thường nhật, cho phép các cụ duy trì sự linh hoạt và kết nối với xã hội. Làm sao chế tạo ra những chiếc xe có các thiết bị giúp các cụ an toàn hơn khi mang xe ra ngoài lộ là mục đích của họ. Từ hai chục năm qua, hãng xe Ford đã có những nghiên cứu để chế tạo ra một loại xe dành cho người già. Ông Jamie Forbes, phụ trách việc cải tiến của hãng đã chia sẻ: "Những kết quả của công trình nghiên cứu đã giúp chúng tôi cải tiến các sản phẩm với những đặc tính hữu ích dành cho người lái xe cao tuổi bao gồm: cửa xe lớn dễ đóng mở hơn; hệ thống màn hình với màu sắc và phông chữ rõ nét, dễ đọc; bộ gương được điều chỉnh để cải thiện tầm nhìn. Ngoài ra, với mục tiêu ngăn chặn tối đa và giảm thiểu hậu quả của những vụ va chạm, xe Ford còn được trang bị Thiết Bị Hỗ Trợ Tài Xế (DATs) sử dụng *camera*, bộ cảm biến và các thuật toán tiên tiến nhằm quét toàn bộ khu vực xung quanh xe và báo động những nguy hiểm sắp tới". Những chiếc xe loại đặc biệt này còn có hệ thống thắng khẩn cấp kết hợp với hệ thống phát hiện người đi bộ hoặc có xe dừng lại đột ngột phía trước để tự động dừng xe lại. Nếu tài xế cán vào làn đường, không giữ xe chạy thẳng, hệ thống sẽ điều chỉnh tay lái cho xe chạy đúng vị trí. Một trong những nguyên nhân gây tai nạn là điểm mù. Thiết bị "Cảnh Báo Điểm Mù" (BLIS) sẽ làm cho điểm này hết mù mang lại an toàn cho tài xế và ngay cả các xe chạy chung quanh. Ông Jamie Forbes cho biết tiếp: "Chúng tôi tập trung vào việc giúp các khách hàng lớn tuổi kéo dài sự độc lập và tự chủ trên tay lái. Vì dân số mỗi ngày thêm nhiều người già nên ưu tiên hàng đầu của chúng tôi là tiếp tục phát triển những giải pháp hỗ trợ cho việc lái xe an toàn, tiện lợi và lâu dài hơn".

Vậy là các cụ đã có đồ chơi mới giúp kéo dài việc lái xe, bất chấp tuổi tác. Các cụ ông vui, các cụ bà cũng vui. Tôi có một thắc mắc: không biết khi chiếc xe dành cho giới già nua an toàn trên xa lộ như vậy ra đời, ông hoàng Philip có đổi ý đòi lại bằng lái xe không?

11/2019

LẠI CHUYỆN HOMELESS

Chuyện về mấy ông bà lang thang trên đường phố tôi đã nhiều lần đề cập tới. Chúng ta thường coi những người vất vưởng nơi vỉa hè xó chợ như khúc ruột dư của xã hội. Có cũng được mà không có thì tốt hơn. Đó là những người chúng ta nghĩ là ít học, lười biếng, ăn bám, chẳng ra cái tích sự chi. Nhưng đọc tin tức về một phiên tòa xử một dân *homeless* ở Montreal vào ngày 31 tháng 10 vừa qua, có thể chúng ta phải nhìn họ với một con mắt khác.

Chánh án là ông Michel Yergeau. Bên nguyên là siêu bệnh viện CHUM *(Centre Hospitalier de l'Université de Montreal)*. Bên bị là một ông vô gia cư giấu tên. Ông vô gia cư này năm nay 77 tuổi, có bằng Tiến sĩ Triết, có công việc vững vàng trong 40 năm nhưng đã sống vất vưởng ngoài đường cả chục năm nay. Ông khai hiện không có thân nhân nào ở Montreal cả. Ông thích cái tự do được sống vô gia cư. Vậy thôi.

Năm tháng trước, cảnh sát thấy ông nằm bất động tại khu phố cổ của thành phố. Ông bị đánh tàn nhẫn, bị gãy xương chân và xương sườn. Ông được cảnh sát đưa vào bệnh viện CHUM. Sau hai tháng chữa trị, bệnh viện muốn đưa ông qua một trung tâm săn sóc dài hạn để ông tiếp tục dưỡng bệnh và tập vật lý trị liệu. Ngoài ra, sau cuộc giải phẫu, ông hiện còn phải đeo một ống thông nước tiểu. Ông không chịu nên làm reo, nhất định không uống thuốc, sức khỏe suy yếu nhiều. Nếu để ông trở lại đường phố, tính mạng ông sẽ bị đe dọa. Bệnh viện không thuyết phục được ông nên xin trát tòa bắt buộc ông phải ở lại trung tâm ít nhất là hai năm. Luật sư Patrick Martin-Ménard biện hộ cho ông đã phát biểu: "Đây là một trường hợp không dễ dàng, đòi hỏi một hành động cân bằng giữa sự bảo vệ một công dân và quyền tự do căn bản của công dân đó". Ông Chánh án ghi nhận: "Đối với những nguy hiểm mà bị can có thể gặp, bị can cho biết đã quen vì đã sống ngoài đường phố lâu ngày rồi. Bị can không muốn bị tước quyền tự do mà cuộc sống đã dành cho bị can". Chánh án Michel Yargeau phân tích hai mặt của cá tính đương sự, bất chấp mọi khuôn mẫu của cuộc sống, nên trường hợp này là một trường hợp "mâu thuẫn một cách đáng ngạc nhiên". Tòa cũng ghi nhận đây là một người có học thức, không nghiện ngập và không có tiền sử về tâm thần trầm trọng. Ngay tại tòa, đương sự đã nói: "Không phải vì là một kẻ vô gia cư mà tôi không đọc báo Le Monde, Le Figaro, Le Devoir và The New York Times". Toàn những báo…trí thức! Tòa cũng đã nghe lời khai của các bác sĩ điều trị và của cảnh sát. Một viên chức cảnh sát cho biết là bà đã kiếm nơi trú ngụ cho đương sự cả chục lần trong nhiều năm qua nhưng ông đã từ chối và nhất định chỉ muốn sống lang thang trên đường phố. Trong bốn tháng sống trong trung tâm, ông đã chịu uống thuốc và sức khỏe cải thiện nhiều nhưng ông chán ghét những kỷ luật và lối sống nhà binh nơi đây. Tòa đã bác đơn của bệnh viện và cho bị can tự do sống theo ý thích. Tuy nhiên, trung tâm dưỡng bệnh cho biết là đương sự có thể trở lại bất cứ lúc nào. Trung tâm luôn luôn dành một chỗ cho đương sự và đương sự muốn lưu lại bao nhiêu lâu cũng được.

Dân vô gia cư cũng có những thành phần ưu tú của xã hội. Họ đã có thời cống hiến đầy đủ nhưng vì một lý do nào đó, họ thích cuộc sống ở ngoài vỉa hè. Trong truyện dài "Tịch Dương", nhà văn họa sĩ Khánh Trường đã luận về *homeless*: *"Ông già lật trang trong tờ báo, một tin khiến ông quan tâm vì nó xảy ra trong quận hạt nơi ông đang sống. Hai bên bờ con kênh cạn và vỉa hè các con đường nhỏ dẫn vào những khu xóm là hàng trăm căn lều của dân homeless, khiến cư dân sở tại gặp nhiều phiền phức: thức ăn thừa, chai nhựa, rác rưởi vất bừa bãi, kể cả những bọc ni lông chứa phân, rất mất vệ sinh. Chưa kể say sưa, la lối, cãi vã, thậm chí đánh nhau, cản trở lưu thông, tạo cảnh quang nhếch nhác...Nước Mỹ giàu có, sao thành phố nào cũng có homeless? Hồi mới đến ông già ngạc nhiên thấy hiện tượng này, nhưng sống đủ lâu, ông già hiểu ra, dĩ nhiên homeless là giới cùng đinh, nghiện ngập, thất cơ lỡ vận. Tuy vậy chả phải tất cả vì nghèo khổ. Không thiếu những homeless học thức hơn người, bỗng một ngày tung hê tất cả, làm... homeless. Đó là cách chống lại trật tự xã hội, "sản phẩm" này chỉ có ở các quốc gia thừa mứa vật chất. Hắn đã từng biết một homeless xưa kia là giáo sư Đại học, tự nhiên chán đứng trên bục gỗ giảng đường, chán thư viện, sách vở, chán cả vợ đẹp con ngoan. Ra đường, nhập bọn cùng giới khốn cùng, ăn thức ăn thừa từ thùng rác, ngủ vỉa hè, gầm cầu".*

Nhiều dân *homeless* là những người từng có địa vị trong xã hội, những sinh viên còn đang dùi mài kinh sử. Sở thích hoặc hoàn cảnh bắt họ nằm ngoài đường phố nhưng họ không bỏ cuộc. Cậu Derrick Ngô, cư dân gốc Việt ở Houston, mồ côi cha từ năm mới được 2 tuổi. Mẹ cậu vào tù ra khám nhiều lần. Derrick Ngô nhớ lại: "Mẹ tôi rất mê đánh bài. Anh em tôi thường phải theo bà đến sòng bài và ngồi trong bãi đậu xe đợi mẹ đánh bài trở về". Năm 15 tuổi, cậu bắt đầu ra sống riêng. Mẹ cậu cũng có cho tiền nhưng chỉ đủ cho những chi phí căn bản. Năm 17 tuổi, cậu hoàn toàn tay trắng và trở thành một dân vô gia cư, ngủ dưới gầm cầu. Tuy hoàn cảnh quá khắt khe, cậu vẫn tâm niệm phải trở thành một con người khác với mẹ và gia đình. "Tôi nhận ra rằng, nếu không biết tận dụng trường học và tất cả những gì mình có để học tập thì tôi sẽ mãi mãi không bao giờ thoát được hoàn cảnh hiện tại". Cậu đã phải chuyển qua 12 trường theo từng hoàn cảnh sống nhưng vẫn quyết tâm phải học. "Tôi nghĩ lúc nào mình cũng phải có mục tiêu. Cho dù mục tiêu còn xa và khó khăn nhưng rồi một ngày nào đó sẽ thành hiện thực". Có công mài sắt có ngày nên kim, cuối cùng cậu đã tốt nghiệp trung học loại xuất sắc vào năm nay, 2019. Derrick Ngô, vừa được 18 tuổi, bước qua một giai đoạn khác. Cậu nộp đơn vào các đại học danh tiếng như Đại Học Havard,

Đại Học Texas Ở Austin, Đại Học Princeton ở New Jersey, Đại Học Columbia ở New York. Tất cả bốn trường đều nhận. Cậu chọn Harvard, ngành Triết hoặc Kinh Tế. Được hỏi về tương lai, Derrick Ngô bày tỏ mong muốn tạo được những thay đổi lớn để giúp đỡ người khác.

Thành phố nào cũng tràn lan những người vô gia cư tuy chính quyền đã có những trung tâm cung cấp chỗ ăn chỗ ở cho họ. Nhưng họ chê không muốn chôn chân vào một nơi tuy có cơm canh ngon lành nhưng phải tuân theo kỷ luật. Sống thoải mái ngoài đường phố, phần lớn họ sanh tật. Hút thuốc và uống rượu là thứ mà hầu như dân vô gia cư nào cũng vướng phải. Họ dùng chúng để quên đi cuộc đời ăn chực nằm chờ trên hè phố. Chính phủ có tổ chức những trung tâm nuôi dưỡng để giúp họ có một cuộc sống xứng đáng hơn nhưng họ lánh xa những nơi này. Họ không chịu được một cuộc sống có kỷ luật, không rượu chè.

Để thu hút các thành phần nghiện ngập này, thành phố Montreal đã có kế hoạch mở một hoặc hai trung tâm "ướt" vào tháng 5 năm tới. Tại đây họ có thể uống rượu dưới sự giám sát của chuyên viên y tế. Người ta ước tính có khoảng 3 ngàn dân vô gia cư nghiện rượu. Một phần ngân khoản 5 triệu 450 ngàn dành cho chương trình trợ giúp người vô gia cư của thành phố sẽ được dùng cho việc thành lập và điều hành trung tâm này. Vậy là nhà chức trách thành phố đã chiều dân bụi nghiện rượu quá cỡ. Nhưng hướng đi này là đúng vì sẽ cứu được nhiều sinh mạng, nhất là trong thời tiết nghiệt ngã của mùa đông đang tới. Một thiện nguyện viên tên Nakuset đã vui mừng: "Việc này đã được chờ đợi từ lâu nay bây giờ mới thành hiện thực. Điều quan trọng là chúng ta đã tiến tới một quan niệm đứng đắn. Chúng ta không muốn dân vô gia cư uống thuốc súc miệng *Listerine* khi họ không đủ tiền mua rượu. Tôi muốn thấy một dịch vụ hướng vào việc giảm thiểu những tai hại, tạo ra cho họ một nơi an toàn, giúp họ hướng vào việc chữa trị bệnh nghiện rượu. Một số người nghiện không thể vào những trung tâm thường. Vậy nên họ ở ngoài để có thể uống mỗi vài giờ khi họ lên cơn. Các trung tâm ướt sẽ cứu được nhiều sinh mạng".

Chuyện thành lập các trung tâm ướt cho người nghiện rượu đã có ở một vài nơi tại Canada, như Ottawa và Toronto. Nhiều thành phố tại Hoa Kỳ cũng đã tổ chức những trung tâm ướt. Như thành phố St Paul ở tiểu bang Minnesota. Chúng ta theo chân một người vô gia cư nghiện rượu, ông Marion Hagerman. Ông có thâm niên với rượu được 39 năm. Không cách nào khiến ông bỏ rượu được dù đã 2 năm vô gia cư, 6 lần bị phạt vì uống rượu lái xe, 6 lần chữa trị bệnh nghiện rượu và 13 tháng tù cũng vì rượu. Tương lai trước mặt người đàn ông 54 tuổi này? Uống nhiều hơn nữa! Khi được vào trung tâm ướt St Anthony Residence, ông cảm thấy thích ngay. Không ai khuyên bảo, không ai la mắng, không ai cấm cản, ông uống hầm bà làng đủ thứ: bia, rượu và ngay cả thuốc súc miệng. Trong thuốc súc miệng có tới 28% độ cồn! "Tôi uống tới quên ngày tháng!".

Tại St Paul có tới bốn trung tâm ướt như vậy. Người ta tính phí tổn cho mỗi dân nhậu tại trung tâm khoảng 18 ngàn đô một năm. Dân nhậu được để cho nhậu thả cửa, không ai kiểm soát. Có chết vì chất cồn cũng chẳng sao. Ông William

C. Moyers, Phó Chủ Tịch tổ chức Hazelden, một tổ chức cai nghiện, chê lối điều hành này. "Theo tôi, một trung tâm ướt là một trung tâm của thất vọng và chết chóc. Cứu chữa một người là việc làm không bao giờ trễ cả". Nhưng dân ở những trung tâm ướt lại nghĩ khác. Họ cho rằng nghiện rượu không chỉ là một thói quen mà là cuộc sống. Nếu không cho họ uống tự do mà chỉ lo chữa trị khuyên răn họ thì họ sẽ trở lại đường phố để được uống thả dàn. Khi đó chính phủ sẽ phải chi nhiều tiền hơn. Người ta ước tính tốn cả triệu đô cho một dân nhậu ngoài đường phố trong vài chục năm chai lọ. Tiền bắt giam và nuôi họ trong tù, tiền những lần đưa họ đi cấp cứu, tiền chữa trị giúp họ cai rượu và nhiều phí tổn khác. Cho họ tự do trong các trung tâm ướt rẻ hơn nhiều. Ông Ron, không cho biết tên họ, năm nay 61 tuổi, có 40 năm thâm niên chai lọ, đã vui mừng: "Nơi đây là chốn Thượng Đế gửi tới cho chúng tôi. Tôi rất vui khi được sống tại đây.". Được hỏi về tương lai, ông cho biết ông sẽ uống tới khi chết ở trung tâm ướt St. Anthony này!".

Nhìn phía bên ngoài, trung tâm St Anthony không có chi đặc biệt. Trông giống như một khách sạn hạng thường. Các phòng bên trong có những tiện nghi tối thiểu. Kể cả vấn đề an ninh cũng tối thiểu. Mỗi phòng chỉ có một ngọn đèn, một cửa sổ. Trần nhà, tường và sàn nhà đều bằng bê tông giản dị. "Dân cư" nơi đây toàn thứ đã qua không biết bao nhiêu lần bị đưa đi cai nghiện nhưng không thành công. Một trong những "khách" của trung tâm, ông Ricky Isaac, có thâm niên ba năm ở trung tâm, vừa hớp một ngụm bia vừa giận dữ: "Cai nghiện là một thứ như cục c…! Những tên bắt người ta cai làm tôi chán ngấy. Tôi ghét cái thứ chuyện xía vào chuyện của người khác. Tôi có vấn đề thì mặc xác tôi. Nếu tôi muốn ngưng uống thì phải do chính tôi quyết định!".

Trung tâm St Anthony quả nhiên đã "mặc xác" họ. Họ muốn ngủ, muốn đi đâu là quyền của họ. Thường thì họ đi mua bia rượu hay thuốc súc miệng. Nhậu thuốc súc miệng không vui thú chi nhưng rẻ hơn bia rượu. Tiền mua rượu của họ là do họ đi xin, lượm ve chai hay tiền công làm những việc lặt vặt cho những người quanh vùng. Họ sống và nhậu với những người trong trung tâm. Họ ở cạnh nhau nhưng không bạn bè chi cả. Họ không cần bạn bè mà chỉ cần uống. Có khi họ ngồi uống với nhau, người nào chai của người đó. Nhưng người bên cạnh không được họ chú ý bằng cái chai trước mặt họ! Họ nhốt ngày tháng trong những chiếc chai. Cho tới khi buông tay hết nhậu được!

Những thành viên trong hội giúp cai rượu *Alcoholics Anonymous* là những thiện nguyện viên tận tình. Trước tình trạng bị dân nhậu lánh xa, họ vẫn trì chí. Ông William C. Moyers nói: "Chúng tôi kiên trì đợi nói chuyện với bất cứ người nào vẫn còn muốn nói chuyện với chúng tôi. Ngay cả khi họ sắp chết, chúng tôi cũng vẫn muốn ở bên cạnh họ nếu họ cần đến chúng tôi. Đây là chuyện chứng tỏ tình yêu thương với họ. Họ chính là tôi, là bạn!".

Phần Lan, quốc gia được tổ chức Liên Hiệp Quốc xếp hạng nhất trong "Báo Cáo Hạnh Phúc Thế Giới" năm 2019, lại có một lối tiếp cận với vấn đề nghiện rượu của người vô gia cư khác hơn. Họ cho rằng căn bản để giải quyết chuyện này là "nhà ở trên hết". Ý tưởng của chương trình này rất đơn giản. Để giải quyết vấn đề vô gia cư, đầu tiên phải cho họ có một căn nhà mà không có điều kiện ràng buộc nào cả. Trong nhà đó, họ muốn làm chi thì làm, uống rượu hay dùng ma túy cũng không sao. Các nhân viên hỗ trợ sẽ có mặt để giúp họ cai nghiện, giải quyết các vấn đề về tâm lý, tạo lại cân bằng trong cuộc sống và cung cấp các dịch vụ cần thiết để họ sống hợp pháp. Và có thể giới thiệu họ đi làm nếu họ muốn.

Nhà trong chương trình này là những căn giống như bất cứ một căn nhà bình thường nào khác, không có chi phân biệt được. Những dân vô gia cư sẽ ký hợp đồng thuê nhà như bất kỳ một người đi thuê nhà thông thường nào khác. Họ trả tiền nhà từ tiền đi làm được hoặc từ tiền trợ cấp của chính phủ.

Chính phủ Phần Lan không coi vô gia cư là một vấn nạn xã hội mà là vấn đề của chính sách nhà ở và sự không tôn trọng quyền căn bản của con người. Phần Lan cho rằng xã hội phải tạo điều kiện cho những người gặp khó khăn dù họ sống vô gia cư vì bất cứ lý do gì. Khi họ có chỗ ở riêng, có cuộc sống ổn định, con người họ sẽ đổi khác. Tại Espoo, một thành phố nằm cách thủ đô Helsinki khoảng 5 cây số, người ta xây dựng bên bờ hồ một khu nhà cho 35 người vô gia cư. Các nữ tu trong một hội thiện luôn có mặt để giúp đỡ họ. Dân trong vùng tỏ ra lo ngại khu nhà xã hội này. Họ sợ những cư dân đã có thời sống ngoài đường phố tạo ra những vấn đề về đời sống trong vùng. Nhưng các nữ tu đã sống với họ, cải hóa được họ. Những người có thói quen giải quyết mọi chuyện bằng đánh lộn, đấm đá nay thấy tốt hơn nếu có thể nói chuyện với nhau một cách ôn hòa. Từ lối sống mới tìm lại được, họ còn hè nhau làm việc cộng đồng như tổ chức cùng nhau nhặt rác bên bờ sông, cộng tác với các cư dân khác để giữ gìn sự an vui cho xóm làng. Một dân vô gia cư tên Salmi đã vui mừng nói: "Căn nhà của tôi không khác gì một góc thiên đường. Trước đây tôi không hiểu được căn nhà có ý nghĩa tới mức nào nhưng sau ba năm sống lang thang, tôi nhận thấy rằng những thứ nhỏ bé trong cuộc đời có thể khiến người ta trở nên hạnh phúc. Thứ nhỏ bé ở đây có thể chỉ là ổ bánh mì mà bạn biết vẫn còn trong tủ lạnh khi dùng bữa tối nay".

Năm 1987, Phần Lan có 18 ngàn người vô gia cư sống lất lây trên đường phố. Năm 2017, con số này chỉ còn 7.112 người, trong đó chỉ có 415 người thực sự sống ngoài đường phố hay trong các túp lều tạm, số còn lại đang sống trong nhà bạn bè hoặc người thân. Nhiều nước trên thế giới như Đan Mạch, Canada, Úc và Mỹ cũng đang bắt đầu áp dụng chính sách "nhà ở trên hết" như Phần Lan.

Không biết có nên nhắc tới cái túi khôn của các cụ ta ngày xưa: An cư lạc nghiệp! Cứ "an cư" cái đã, mọi chuyện khác sẽ tuần tự tới. Tôi nghi các nhà hoạt động cho người vô gia cư ở Phần Lan có "tham khảo" cái túi khôn của các cụ ta ngày xưa quá!

11/2019

OAN

Đầu tháng 2 vừa rồi, tôi lấy máy bay từ phi trường Vancouver về Montreal. Tới cửa đợi, vừa ngồi xuống một chiếc ghế trống, bà da trắng ngồi cách một ghế vội đứng dậy ra chỗ khác ngồi. Tôi biết con vi khuẩn *corona* đã chia cách bà với tôi. Trước đó, khi xếp hàng vào làm thủ tục quan thuế, nhìn thấy một cặp vợ chồng trẻ cầm sổ thông hành màu đỏ có cờ Trung Quốc trên tay, tôi cũng thấy ngài ngại. Cũng con vi khuẩn nhỏ xíu nhưng đang làm kinh động thế giới này gây ra.

Tôi phải thú nhận rằng tôi không ưa bị hiểu lầm là người Trung quốc. Các bạn chắc cũng vậy. Trước khi con vi khuẩn bé tí tẹo này xuất hiện, nếu ai xì xổ tiếng Hoa khi tưởng mình là đồng hương với họ, tôi vội trả lời không biết tiếng Hoa với giọng không vui lộ rõ. Vào một cửa tiệm, được mấy cô nhỏ bán hàng da trắng xinh xẻo chào *"nị hảo"*, tôi cũng cải chính ngay tôi không phải là người Hoa. Tết vừa qua, gặp một anh hay chị da trắng nào gọi là *Chinese New Year*, tôi sửa lưng liền là *Lunar New Year,* tết âm lịch, vì không phải chỉ có Trung quốc ăn tết này mà còn có Việt Nam, Đại Hàn và Đài Loan nữa. Phần lớn dân mít ta không ưa anh láng giềng xí xa xí xô có lẽ vì họ cứ nhăm nhe gây sự với nước ta. Dòng Đại Hán từ xưa tới nay vẫn thế. Có cơ hội là họ mang quân sang bắt nạt chúng ta. Ngày nay thì còn tệ hơn nữa. Nhà cầm quyền Trung Quốc đóng vai một anh nhà giầu mới gây hấn với cả thế giới bằng những chiêu trò càn rỡ, bất chấp lẽ phải. Bộ mặt của Trung Quốc, với những cao ngạo lố bịch, đã trở thành một hình ảnh méo mó khó thương. Và người dân Trung quốc bị ghét bỏ một cách oan uổng.

Con vi khuẩn *corona* xuất hiện từ Vũ Hán là dịp cho người Trung quốc ở khắp nơi trên thế giới lãnh quả búa tạ. Trong sự lo sợ cho tính mạng của mình, người ta nung nóng sự giận dữ với người Trung quốc trên toàn cầu. Người Hoa bị xa lánh, chế nhạo một cách công khai. Chắc ít người biết anh Jeff Lewis. Không biết cũng không sao vì tôi cũng không biết! Năm nay vừa tròn 50 tuổi, anh là một khuôn mặt truyền hình nổi tiếng ở Mỹ. Trong chương trình *Jeff Lewis Life* của đài Sirius XM ngày 29/1/2020 vừa qua, anh cùng một số khách mời trong đó có nữ diễn viên Monila Casey, bàn về dịch *corona* và trao đổi với nhau về cách họ đề phòng bệnh dịch này. Họ đồng ý với nhau là chấm dứt việc đi ăn tại các nhà hàng Trung Hoa. Anh Lewis nói về sự ăn uống của người Hoa: "Họ đang ra rả về *virus corona*, đó là một loại *virus* có ở dơi, sau đó truyền sang rắn vì rắn ăn dơi. Người Trung quốc ăn rắn, ăn dơi, ăn đủ loại. Có lẽ đó là lý do tại sao chúng ta đang gặp rắc rối này. Họ ăn tất cả các sinh vật và bây giờ tự hỏi tại sao mình lại bị bệnh".

Quả thật, trong những ngày gần đây, người ta tung lên mạng không biết bao nhiêu *video* về vụ ăn uống này. Tôi có vào coi tất cả. Phổ biến nhất là *video* một cô xướng ngôn viên một đài truyền hình Trung quốc rất xinh đẹp ngồi ăn cháo dơi, một món ăn được cho là rất bổ ở Trung quốc. Quả thật, khi nhìn thấy cảnh cô banh con dơi ra, dứt thịt cho vào miệng, tôi cũng đã không dám coi tiếp. Vậy mà vì muốn biết cho tới ngọn ngành, khi một ông bạn gửi cho một *video* khác, tôi cũng mở ra coi. *Video* này còn rùng rợn hơn nhiều. Họ quay nhiều cảnh ăn uống của những cô gái khác nhau (không biết tại sao lại toàn các cô xinh đẹp mới mệt chứ!). Một cô bỏ những con rết còn sống vào rượu, rồi tỉnh bơ cho vào miệng khi con rết còn rẫy rụa! Một cô khác bỏ những con sâu xanh mập ú vào một chiếc ly có chất lỏng màu vàng, không biết là chất gì, nhưng khi con sâu chìm vào chất lỏng, khói bốc mù mịt, màu xanh biến thành trắng bệch. Cô săm soi nhìn con sâu rồi bỏ vào cắn từng miếng! Coi tới đây tôi chịu thua không dám coi tiếp tuy *video* còn dài, chắc còn nhiều cảnh ăn uống…ấn tượng hơn! Trên mạng, người ta nhắc đi nhắc lại một câu nhạo báng nói tới vụ ăn uống này: "Người Trung quốc ăn bất cứ thứ gì có bốn chân, ngoại trừ cái bàn; và họ ăn tất cả những gì bay được, ngoại trừ…máy bay!".

Hình như bàn chuyện trọng đại này một lần chưa đủ, trong chương trình ngày hôm sau, anh Jeff Lewis và bạn bè tiếp tục đề tài mà họ cho là thú vị này. Đối tượng không phải chỉ là người Hoa mà là tất cả người Á châu. Anh nói: "Chúng ta cần cách ly toàn bộ những nhân viên gốc châu Á của SiriusXM, bao gồm người Trung Quốc, Nhật Bản, Đại Hàn, Đài Loan, Việt Nam, Philippine, Nam Dương…Tôi tin rằng còn nhiều đối tượng cần phải bị cách ly hơn thế nhưng đây mới chỉ là nhóm người mà chúng ta có thể nghĩ đến".

Vậy là anh đã bước quá đà. Khán giả người Á châu của anh bày tỏ sự tức giận vì tính cách phân biệt chủng tộc và góc nhìn phiến diện của chương trình này. Ngay trong chương trình ngày hôm sau, 31/1/2020, Jeff Lewis đã phải xin lỗi khán giả: "Chúng tôi tôn trọng người châu Á, chúng tôi không bao giờ muốn họ phải chịu cảm giác bị cô lập. Chúng tôi không bao giờ có ý định truyền bá sự thù ghét hay phân biệt chủng tộc bằng những bình luận của mình". Anh cũng biện bạch tất cả những phát biểu trong chương trình chỉ là trò vui. Quả có lúc họ tếu khi đề nghị là không nên nói chuyện điện thoại với người châu Á vì sợ lây bệnh! Anh kết luận: "Tôi yêu tất cả những ai theo dõi chương trình này, không quan tâm tới khía cạnh tôn giáo, mức thu nhập, chiều cao, kích thước của họ. Tôi chỉ muốn làm bạn với mọi người".

Người Trung quốc bị oan một thì dân ta bị oan mười. Anh chàng Trung quốc lớn xác, nằm chiếm gần trọn châu Á, đã che tầm nhìn của những người thuộc các châu lục khác. Cứ da vàng mũi tẹt là…các chú hết. Nhưng các chú cũng có trăm đường các chú. Dân Hong Kong hay Đài Loan đã lên tiếng họ không phải là người Hoa của Mao xếnh xáng hay Tập Cận Bình! Họ Hoa đó nhưng cũng cho là bị lầm là người Hoa. Sự đời nhiều khi rắc rối như vậy. Xét theo thực tế, họ cũng bị oan. Huống chi chúng ta, chẳng dây mơ rễ mà chi tới anh Trung Hoa, thì oan ơi ông địa biết chừng nào. Không chỉ tại Mỹ, tại khắp nơi, dân Việt bị hàm oan một cách tức tối.

Tại Pháp, cô Huyền Trân kể lại trên Twitter: *"Chiều nay, 27/1, lúc 15 giờ, tôi đang đi xe buýt tuyến số 8 đến Marguente thì trở thành nạn nhân phân biệt chủng tộc bởi một nhóm các cô gái trẻ người Pháp. Tôi nghe thấy họ cười cợt tôi. Một cô nói:"Gọi bệnh nhân corona là gì nhỉ? Người Trung Quốc à?". Trong khi một cô bạn nhắc: "Nói nhỏ thôi kẻo nó nghe thấy!". Dù không phải người Trung quốc nhưng việc đó thật sự khiến tôi buồn!"*. Đi kèm với những dòng tự sự của cô Huyền Trân là hình một cô gái cầm tấm bảng với hàng chữ tiếng Pháp: *Je Ne Suis Pas Un Virus*! Tôi không phải là một con vi khuẩn! Hàng chữ này sau đó đã trở thành tên một diễn đàn chung của những người bị phân biệt chủng tộc vì bịnh dịch *corona*.

Một phụ nữ trẻ người Pháp viết trên Twitter: *"Cứ mỗi khi nhìn thấy một người Hoa ở Paris là tôi chuyển sang đi ở phía vỉa hè bên kia đường. Tôi chạy, tôi rảo bước nhanh hơn, tôi quá sợ"*. Tôi không nghĩ là cô gái này chỉ nói tới người Hoa. Người Hoa mà cô gái nói tới là tất cả các người da vàng. Dân Pháp ít người phân biệt được quốc tịch của một người da vàng nên tóm gọn là *Chinois* luôn cho tiện việc sổ sách.

Trong cuộc sống thường nhật, người châu Á đã gặp những tình huống kỳ thị rất éo le. Đài France Bleu, ngày 30/1, cho biết là tại nhiều nhà hàng, khách sạn, một số khách hàng từ chối không muốn người châu Á phục vụ họ. Có những thâu ngân viên tại các siêu thị đã bật khóc vì bị khách sỉ nhục: "Các người hãy xéo đi và hãy giữ lấy căn bệnh của các người!". Ngược lại, cũng có những khách hàng người châu Á bị các cửa hàng từ chối bán hàng. Tại nhiều trường học, trong giờ ra chơi, trẻ em châu Á bị bạn bè chế giễu, gọi xách mé bằng cái tên *"Corona"*. Họ đánh đồng tất cả dân da vàng, chẳng thèm phân biệt Hoa hay không: "Người Trung quốc, Việt Nam và các nước khác cũng như nhau hết, các người đều mang *virus corona*".

Chị Cathy Trần, một người Pháp gốc Việt, cư ngụ tại thị trấn Colmar, không bao giờ quên được câu người Pháp nói với nhau khi thấy chị đi ngang qua: "Cẩn thận, con nhỏ người Hoa đó đang tới kìa!". Lúc chị đi làm về, một người đàn ông chạy xe máy còn tạt ngang sát vào chị bảo chị nên đeo khẩu trang.

Cô Shana Cheng, một người Pháp gốc Việt và Kampu-chia sinh sống tại thủ đô Paris, ấm ức kể lại với đài BBC: *"Tôi đang trên xe buýt thì nghe họ nói: "Con nhỏ đó người Trung quốc đó. Coi chừng nó đổ bệnh cho chúng ta. Lẽ ra nó nên biến về nước!"*.

Tại Ý, dù chưa phát hiện một trường hợp bệnh nào, dân Á châu cũng bị dân địa phương dị nghị. Một gia đình bị cả khu phố ở Torino cô lập chỉ vì màu da. Các phụ huynh người Ý còn dặn con cái tránh xa những học sinh da vàng trong lớp. Ngay tại Venice, một trung tâm du lịch nổi tiếng của Ý, nhiều du khách da vàng đã bị dân địa phương nhổ nước miếng khinh bỉ khi họ đi ngang qua.

Cô Hằng Nguyễn, một người Việt tại Đức, hành nghề

hướng dẫn viên tại một bảo tàng viện, kể lại tình huống mà cô đã gặp phải từ khi có ca nhiễm vi khuẩn đầu tiên được phát hiện tại Đức: *"Sáng hôm sau ngày công bố ca nhiễm đầu tiên, tôi bất ngờ thấy hình ảnh một số ít đứa trẻ Đức đeo khẩu trang. Đó là một hình ảnh hiếm thấy ở Đức. Tôi hiểu vậy là corona đã thực sự tới Đức rồi. Nhưng điều tôi bất ngờ hơn cả đó là khi lên tàu tới trường học, tôi cảm nhận một vài ánh mắt nhìn mình. Tàu rất đông, mà không hiểu sao quanh tôi lại thưa người. Một đứa trẻ đã dùng khăn quàng che miệng và mũi khi đi ngang qua tôi để tới cửa ra. Tôi tự cười bản thân và nghĩ có lẽ mình đã làm to mọi chuyện. Có lẽ do ngành học và công việc khiến tôi tiếp xúc nhiều với các câu chuyện về phân biệt chủng tộc và bài ngoại ở Đức, mà tôi đã hiểu nhầm hành động của vài người trên tàu. Công việc của tôi là hướng dẫn viên ở bảo tàng và chủ yếu là làm việc với các nhóm học sinh, giáo viên và phụ huynh. Với chất giọng Đức khác biệt và một ngoại hình Châu Á tóc đen, mắt nâu, da vàng, các vị khách có thể nhận ra dễ dàng tôi là người nước ngoài. Trong một buổi hướng dẫn, tôi đã vô tình nghe một vị khách hỏi người bên cạnh điều khiến mình thực sự chạnh lòng: "Cô ấy là người Trung Quốc à? Không biết cô ấy có bị virus Trung Quốc (chinese virus) không?". Tôi hiểu nỗi lo của mọi người, nhưng sự việc đã lên đỉnh điểm khi một buổi tối trên đường, một người đàn ông nhổ nước bọt về hướng tôi và lẩm nhẩm "Chinese!".*

Cô Michelle Phan, một người rất nổi tiếng trong giới trẻ tại Mỹ. Có lẽ tôi không còn trẻ nên không biết cô đồng hương vang danh này. Cô là người Việt thế hệ thứ hai, được sanh ra tại Boston vào năm 1987. Năm nay mới 33 tuổi nhưng đã là triệu phú với tài sản trị giá 50 triệu đô. Cô là một người chơi Youtube nhà nghề với gần 9 triệu người ghi danh và đạt tới con số 1 tỷ 100 triệu người vô coi. Cô kể lại trên Twitter là cô bị kỳ thị vì con vi khuẩn *corona*. Một số người bảo cô "về lại quê hương để ăn thịt dơi đi"! Cô đáp lại mình sanh ra tại Mỹ. Trên mạng Instagram, một người hằn học với cô: "Tại sao dân gốc Á quý vị ăn đủ thứ loại sinh vật? Ăn vật sống và cả thai nhi nguyên vẹn! Đó là lý do quý vị khởi sinh đủ thứ bệnh". Cô tức tối trả lời: "Tại sao một số quý vị bảo tôi về quê hương ăn dơi? Tôi là người Mỹ nhé, đồ ngu ngốc! Tôi không tin nổi là chúng ta đang ở năm 2020 và người ta vẫn ngu như hòn đá. Tôi lỡ lời, tôi không nên xúc phạm hòn đá!".

Như thêm vào bức tranh kỳ thị một nét chấm phá lớn, tờ nhật báo hàng đầu của Pháp *Courrier Picard*, số ra ngày Chủ Nhật 26/1, cho đi trên trang nhất cái tựa *"Coronavirus Chinois. Alerte Jaune"*. Dịch bệnh *corona* Trung quốc! Báo động vàng! Đây là một lối chơi chữ đầy tính cách kỳ thị. Tờ báo còn cho đi một bài xã luận mang tên "Một Đại Dịch Vàng Mới?". Dĩ nhiên dân…vàng nổi tam bành liền. Nhưng người lên tiếng phản đối lại không phải là một dân da vàng. Ông Stéphane Nivet, Tổng Giám Đốc *Ligue International Contre Le Racisme et l'Antisemitisme* (Liên Minh Quốc Tế Chống Kỳ Thị Sắc Tộc và Bài Do Thái), viết tắt là LICRA, giận dữ nói với tuần báo L'Express ra ngày 28/1: "Việc một tờ báo cho in trên trang nhất dòng chữ như vậy mà không cảm thấy có chi không đúng đã chứng tỏ họ có vấn đề!". Ngay sau đó, báo Courier Picard đã phải đăng lời xin lỗi.

Cũng báo bổ tại Úc, tờ Herald Sun đăng dòng chữ: *"China Virus Panda-monium"* trên một bức hình khẩu trang màu đỏ. Họ cũng chơi chữ. Chữ *"Panda-monium"* là viết trại từ chữ *"pandemonium"* có nghĩa là "đại dịch". "Panda" là con gấu trúc chỉ có ở Trung Quốc. Sao thời buổi này chữ nghĩa lại hay xỏ xiên như vậy!

Dân da vàng không phải Trung quốc như Việt Nam chúng ta bị hàm oan. Chẳng phải chỉ có chúng ta. Dân vàng khè Nhật Bản cũng bất mãn vì oan uổng. Trên mạng xã hội Twitter có một mục mà dân Nhật ồn ào tham gia. Đó là mục chủ đề *"Chinese Don't Come To Japan"*, dân Trung quốc đừng tới Nhật Bản. Tại Đại Hàn nhiều cửa hàng trưng bảng không tiếp khách Trung quốc. Một cơ sở thẩm mỹ ở khu vực Gangnam tại thủ đô Seoul còn chi tiết hơn khi công bố chỉ tiếp khách Trung quốc nếu chứng minh được là đã ở Đại Hàn ít nhất 14 ngày.

Tức cười hơn là dân Hong Kong, chính tông gốc Trung quốc, nhiều cửa hàng cũng trưng bảng không tiếp khách Trung quốc. Không biết làm sao họ phân biệt được dân Trung quốc với dân Hong Kong! Tại Singapore, cũng dòng giống Trung quốc, hàng ngàn người đã ký kiến nghị yêu cầu chính phủ cấm dân Trung quốc nhập cảnh vào Singapore. Họ đuổi con dân của ông Tập Cận Bình đi chỗ khác chơi.

Họa là từ Trung quốc nhưng toàn dân da vàng lãnh búa tạ. Biết trách ai bi chừ? Chắc là phải trách anh con tạo. Tại sao đã chơi màu trắng đen vàng nâu trên màu da con người lại còn bỏ chung vào một lồng tại mỗi lục địa khiến chúng ta bị lây họa. Ôi! Nỗi oan này chắc thấu tới trời…xanh!

02/2020

OM SÒM TRÊN VÁCH

Năm 1954, di cư vào Nam, gia đình tôi mua được một căn nhà nhỏ bên Vĩnh Hội. Nhà vách ván, lợp tôn, hồi đó mua khoảng 50 ngàn. Nhà nằm trên một con hẻm, cắt ngang đường Bến Vân Đồn, gần cầu Ông Lãnh. Nhà chỉ có ở một bên hẻm, bên kia là chiếc tường cao và dài suốt hẻm của một hãng làm phân hóa học rất lớn có tên tây mà tôi không còn nhớ. Hình như là Astro. Hẻm không có tên, số nhà xuyệc *(sur)* vài cái chồng lên nhau trên đường Bến Vân Đồn. Dân chúng quen miệng gọi là hẻm Hãng Phân. Cái tên không chính thức bỗng một ngày đẹp trời trở thành tên chính thức. Thành phố cho dựng bảng tên đường ở đầu đường với cái tên "Hẻm Hãng Phân" bảng xanh chữ trắng rất trang trọng. Vậy là chết con dân! Các anh chị tuổi bồ bịch bỗng rơi vào một tình trạng dở khóc dở cười. Thư từ biết để địa chỉ sao cho khỏi bốc mùi!

Hẻm không có mùi nhưng tên có mùi nằm trong khu lao

động. Nhà tôi nằm giữa nhà anh Tư Xích Lô Máy và chị Ba bán trái cây ngoài chợ Cầu Ông Lãnh. Vách ván là những tấm ván mỏng dính được ghép từ khi còn tươi đã co lại dần theo thời gian. Nhưng vách vẫn kín vì những tranh ảnh dán lên trên che hết những kẽ hở. Ngày tết, nhà nào cũng làm mới vách, lấy những phụ bản mới của các báo dán lên. Ngày đó, báo xuân đua nhau in bìa và phụ bản bằng tranh ảnh màu trên giấy láng rất tiện lợi cho việc trang hoàng nhà cửa dịp tết. Đây là một tập tục được độc giả, nhất là độc giả thuộc các khu xóm lao động hoan nghênh. Ngày tết, qua chúc tết hàng xóm láng giềng, thấy nhà nào cũng đổi mới, xuân ơi là xuân!

Tập tục dễ thương này xuất phát từ chuyện cạnh tranh giữa hai tờ báo Tiếng Chuông và Sài Gòn Mới. Nhắc lại chuyện giang hồ này, nhà văn Hoàng Hải Thủy viết: *"Tờ nhật báo Sài Gòn ra đời từ những năm 1925, 1926. Sau năm 1945 đổi tên là báo Sài Gòn Mới. Báo sống được nhưng không huy hoàng, không phải là báo bán chạy, mãi đến năm 1957 nhờ sáng kiến tặng phụ bản bản đồ Việt Nam, bản đồ thế giới rồi phụ bản màu đủ thứ chim cò, ngao sò ốc hến của anh con thứ năm là Năm Thành, báo Sài Gòn Mới tăng vọt số báo bán. Nhiều người mua báo Sài Gòn Mới, lấy phụ bản dán lên vách ván trong nhà".*

Trong thương trường đâu có dễ múa gậy vườn hoang. Đối thủ của báo Sài Gòn Mới là báo Tiếng Chuông nhảy vào vòng đua liền. Tác giả Phạm Công Luận kể lại sự tình: *"Một nhà văn khác cho biết trong lãnh vực tặng phẩm, xổ số, phụ bản, báo Tiếng Chuông là đối thủ của báo Sài Gòn Mới.*

Bìa số báo Xuân Canh Tý của báo Sài Gòn Mới.

Riêng báo Tiếng Chuông, từ lâu đã có bìa báo in rất đẹp, bìa cứng và thích dùng tranh Lê Trung. Có sự cạnh tranh này, hai báo thi nhau làm đẹp. Như bìa báo xuân Sài Gòn Mới năm Canh Tý 1960, có tranh một cô gái xinh đẹp ngồi bên bức tranh. Người thiết kế khoét bìa ngay chỗ khung tranh. Một bức tranh thứ hai hình con nai bên suối mùa xuân sẽ được lồng vào bìa báo ngay chỗ khung tranh và đó chính là một phụ bản để sau này có thể lấy ra lồng khung kiếng treo trên vách. Đó là một cách làm phụ bản cầu kỳ, còn đa phần phụ bản chính là phần thêm vào có tính mỹ thuật hay tiện dụng, có khi là một bản đồ Sài Gòn hay bản đồ các tỉnh, tranh thắng cảnh nổi tiếng các vùng miền như cảnh lăng tẩm cố đô Huế, cảnh thác nước Đà Lạt, cảnh biển Nha Trang... mà thời đó ít người có điều kiện đi thăm viếng, một phần do chiến tranh. Tuy nhiên những bức tranh vẽ cô gái ngày xuân, cảnh chúc Tết, hoa trái...tuy không thiết thực nhưng lại rất cuốn hút".

Những loại tranh phụ bản này, vách nhà anh Tư Xích Lô Máy hay chị Ba bán trái cây hàng xóm của tôi đều được dán la liệt. Mỗi năm qua chúc tết họ, tôi vẫn bị cô gái của Lê Trung trên vách nhà theo dõi. Phải công nhận họa sĩ Lê Trung hồi đó hốt bạc. Tranh của ông nằm tại hầu như mỗi nhà trong xóm lao động. Các cô gái của ông Lê Trung tuy xuất hiện nhiều trên các tư thế khác nhau nhưng luôn cùng một khuôn mặt. Đó là khuôn mặt rất chuẩn, hầu như đã thành nếp, với đôi mắt to đen láy, đôi hàng lông mày rậm và dài, chiếc miệng với đôi môi dày như tài tử Brigitte Bardot rất nổi tiếng thời đó. Đó là cô gái trong tranh, cam đoan không

Xuân Thanh Bình, *tranh họa sĩ Lê Trung, phụ bản báo Phụ Nữ Ngày Mai*

thể tìm thấy ngoài đời.

Ngoài hai tờ Sài Gòn Mới và Tiếng Chuông sống nhờ tranh bìa và phụ bản, các báo khác cũng phải o bế bìa báo Xuân sao cho nổi đình nổi đám, vượt trội trên sạp báo mới có cơ sống còn. Chủ đề của tranh, ngoài hình thiếu nữ hay ảnh chụp các tài tử như Thanh Nga, Thẩm Thúy Hằng, Kim Cương…còn có một trường phái khác: trường phái vẽ hình các con giáp theo năm.

Trường phái này không có chi…sáng tạo. Từ thời ông Tú Xương đã có loại tranh này trên vách. *Đì đẹt ngoài sân tràng pháo chuột / Om sòm trên vách bức tranh gà.* Đó là tranh Đông Hồ. Đông Hồ là một làng nhỏ nằm sát bờ nam sông Đuống, chỉ cách Hà Nội khoảng 30 cây số về hướng Đông. Khoảng cách với đất ngàn năm văn vật không xa nhưng Đông Hồ thuộc xã Song Hồ, huyện Thuận Thành, tỉnh Bắc Ninh. Đông Hồ nổi tiếng với loạt tranh dân gian được mọi người ưa chuộng mua về treo trong dịp Tết. Tranh Đông Hồ có hai điểm đặc biệt: được in trên loại giấy đặc biệt gọi là giấy dó và màu sắc lấy từ các chất liệu trong thiên nhiên.

Giấy dó là một loại giấy làm bằng vỏ cây dó, có đặc tính xốp, nhẹ, bền, không nhòe khi viết hay vẽ, ít bị mối mọt hoặc dòn gẫy, không bị ẩm nát, có tuổi thọ tới 500 năm! Quy trình từ vỏ cây dó biến thành giấy dó rất nhiêu khê, hoàn toàn làm bằng tay, không máy móc chi. Trước hết, vỏ cây dó được ngâm trong nước vôi khoảng ba tháng, sau đó nấu cách thủy khoảng ba ngày hai đêm cho tới khi ngửi thấy mùi thơm của vỏ cây được nấu chín. Dùng dao nhỏ bóc lớp vỏ đen đi, giã bằng chày và cối cho tới khi thành bột nhuyễn. Cho bột nhuyễn này vào một cái giá to được đan bằng tre, có đường kính hơn một thước, để đãi sạch nước vôi. Công đoạn này được gọi là "đãi bìa". Dùng chất nhờn từ cây mò tạo một hỗn hợp kết dính gọi là "nhớt gỗ", pha với nước. Sau đó là "xeo giấy" bằng cái "liềm xeo". Liềm xeo là nứa hoặc giang được chẻ nhỏ như sợi tăm rồi dùng sợi tơ xe lại. Thợ xeo dùng liềm này chao đi chao lại trong bể bột dó. Lớp bột dó dính trên liềm chính là tờ giấy dó sau khi được xeo, ép, bóc, can, phơi và lột giấy. Tơ dó kết lại với nhau như cái mạng nhện nhiều lớp, tạo nên tờ giấy dó. Được chế tạo như vậy nên giấy dó rất xốp, nhẹ và hút mực.

Nguyên liệu dùng để vẽ tranh Đông Hồ hoàn toàn lấy từ thiên nhiên. Màu trắng óng bạc từ vỏ sò điệp, màu vàng từ hoa hòe, màu đỏ vang từ gỗ vang, màu đỏ son từ sỏi son tán mịn, màu xanh chàm từ lá chàm, màu đen từ than lá tre hay rơm ngâm kỹ.

Đầu năm 2002, trong lần về lại Hà Nội duy nhất của tôi từ sau khi di cư vào Nam, tôi đã mua được một bộ tranh Đông Hồ tại Văn Miếu Hà Nội. Bộ tranh gồm 20 bức bằng giấy dó. Tôi không rành chất liệu vẽ tranh nên không phân biệt được màu sắc dùng là màu sắc của những thứ lấy từ tự nhiên như nói trên hay màu vẽ công nghệ ngày nay. Nhìn kỹ tôi thấy màu nhàn nhạt, dại dại, không đậm đà như các tranh ngày nay. Tờ giấy đính kèm với bộ tranh cho biết đây là công trình của nghệ nhân Nguyễn Hữu Sam, ngụ tại thôn Đông Hồ, huyện Thuận Thành, tỉnh Bắc Ninh. Ông Sam ghi: "Tranh Đông Hồ đã được nhiều du khách trong và ngoài nước biết đến từ lâu. Nó nổi tiếng do làm từ những nguyên

Hộp Đựng 20 bức tranh Đông Hồ của nghệ nhân Nguyễn Hữu Sam.

liệu sẵn có trong thiên nhiên. Giấy in tranh là loại giấy "dó" mặt rất mịn, được hòa quyện với màu sắc cổ truyền tươi tắn từ hoa lá của các cây cỏ rất dễ tìm tại Việt Nam. Màu son được khai thác từ đất đá của đồi núi, màu trắng óng ả là từ tinh chất của mai con điệp ngoài biển. Ưu điểm trong tranh dân gian Đông Hồ là màu sắc rất bền đẹp, không dễ bị phai nhạt do sự phân hóa của ánh sáng và thời gian".

Làng Đông Hồ xưa kia có tên là làng Mái, nổi tiếng về tranh tết.

Hỡi cô thắt lưng bao xanh
Có về làng Mái với anh thì về
Làng Mái có lịch có lề
Có sông tắm mát, có nghề làm tranh.

Một vài tranh tết Đông Hồ tôi mua tại Văn Miếu Hà Nội.

Tranh tết Đông Hồ có lẽ là thứ tết nhất trong nhà của dân gian ngày xưa. Đề tài của tranh là hình ảnh các con giáp đem theo ước vọng ngày xuân. Như mẹ con gà, mẹ con heo mang lại ước vọng gia đình đông vui, hòa thuận, sung túc. Tranh "Vinh Hoa" hay "Phú Quý" với hình ảnh chú bé ôm gà hay vịt là cái phúc đầu năm. Tranh "Tứ Quý" mang lại vui tươi hạnh phúc trong suốt bốn mùa. Ngày nay báo tết vẫn theo bước chân của tranh Đông Hồ, vẽ tranh con giáp của năm. Nhưng họ theo một cách đầy sáng tạo. Mỗi bức tranh là một con giáp kiểu mới, thích hợp với trình độ độc giả của mỗi báo.

Chuyện năm nào vẽ con vật trị vì năm đó là chuyện thường tình, chẳng có chi rắc rối. Nhưng không hẳn vậy. Xuân năm Canh Tý 1960, bìa số Xuân của nhật báo Tự Do vẽ hình năm con chuột đang ăn một trái dưa hấu. Chuyện quá thường tình. Năm Tý vẽ chuột đã tết, thêm hình trái dưa hấu lại càng tết vì dưa hấu là thứ trái cây phổ biến của tết miền Nam. Nhưng chuyện không giản dị như vậy. Đúng ngày mùng 5 tết, cảnh sát đã xông vào đập phá tòa báo, tìm và tịch thu hết báo Xuân còn lại. Tại sao? Vì có người diễn dịch năm con chuột là năm anh em nhà họ Ngô đang đục phá đất nước. Không biết họa sĩ có ý đó không nhưng nếu xoay ngược bức tranh lại thì phần vỏ vàng của trái dưa hấu là hình thể của bản đồ Việt Nam. Khi đó Thủ Tướng, sau là Tổng Thống Ngô Đình Diệm, đã về nước chấp chánh được khoảng sáu năm. Nhiều người đã tỏ ra bất mãn vì cái họ gọi là "gia đình trị" của gia đình họ Ngô.

Nhà văn Phạm Phú Minh, vào năm 2012, đã có một bài

Bìa báo Xuân Tự Do năm Canh Tý 1960.

viết rất chi tiết về vụ này. Ông cho biết: *"Nhưng tất cả chỉ là suy luận, ức đoán. Chẳng có bằng chứng nào có thể đoan chắc bức tranh vẽ toàn chuột đó là ám chỉ các anh em trong một gia đình. Trừ một việc: chính các anh em đang cầm quyền đó đã phản ứng một cách giận dữ. Tức là họ tự nhận năm con chuột đó chính là tượng trưng cho chính họ. Chính hành vi cho thuộc hạ đập phá tòa soạn báo Tự Do, tịch thu báo, và truy tìm tác giả bức tranh đã xác nhận cái ám chỉ mà dân chúng nghi ngờ đó là đúng"*. Nhà cầm quyền đã nổi giận tới mức như vậy thì tác giả bức tranh sẽ lãnh đủ. Nhưng bức tranh không ký tên tác giả. Lúc đó, trong số các họa sĩ cộng tác với báo Tự Do có hai tên tuổi lớn trong làng họa: Nguyễn Gia Trí và Phạm Tăng. Dư luận lúc đó cho tác giả là họa sĩ Phạm Tăng. Nhưng có lẽ đó là lời khai của tòa báo, đồng thời chính tòa báo tung ra dư luận cho tiện lợi. Thời gian đó họa sĩ Phạm Tăng đang ở Ý, nhà cầm quyền chẳng nắm được tóc ông! Nhưng sau này, theo tiết lộ của những người đáng tin về vụ này thì tác giả chính là họa sĩ Nguyễn Gia Trí. Vụ này tưởng chỉ là một tai nạn nghề nghiệp nhưng tác giả Phạm Phú Minh diễn giải thêm: *"Ngày nay nhìn lại vụ bức tranh này, phải nhận đây là một sự kiện rất quan trọng, như một quả bom tấn nổ bùng khơi ngòi cho một loạt hoạt động chống đối chế độ trong những năm tiếp theo, với sự bất mãn của dân chúng ngày một tăng. Phải là người gan góc, đầy bản lãnh và tài năng mới thực hiện được một hình thức chống đối chế độ ngoạn mục như vậy: một bức tranh rất nghệ thuật nhưng hiền lành như một tranh dân gian đón mừng năm mới, in trên bìa số Xuân của một nhật báo uy tín nhất nước, lại ẩn chứa một nội dung tố cáo tính cách không lành mạnh của một chế độ chính trị".*

Thơ văn, hội họa là nghệ thuật. Đó là những thứ làm cuộc sống của con người thăng hoa. Nhưng khi cần, thơ văn hay hội họa cũng là những vũ khí hữu hiệu nhất tranh đấu cho quyền sống tự do của con người. Họa sĩ Nguyễn Gia Trí đã dùng vũ khí này khi chế độ đã đi vào con đường độc tài bóp chết tự do của dân chúng. Thi sĩ Vũ Hoàng Chương, con người ốm yếu mỏng manh, cũng đã làm như vậy khi cộng sản cưỡng chiếm miền Nam. Trong những ngày đầu miền Nam rơi vào tay cộng sản, dân chúng cả nước đã hả hê truyền tai nhau một đôi câu đối trác tuyệt khi thành phố Sài Gòn đổi tên đường Công Lý thành đường Nam Kỳ Khởi Nghĩa và đường Tự Do thành đường Đồng Khởi. *"Nam Kỳ Khởi Nghĩa tiêu Công Lý / Đồng Khởi vùng lên mất Tự Do".* Ít người biết tác giả hai câu này chính là thi sĩ Vũ Hoàng Chương.

Tết năm con rồng Bính Thìn, 1976, cái tết đầu tiên dưới ách thống trị của cộng sản, thi sĩ họ Vũ lại có bài thơ *"Vịnh Tranh Gà Lợn"*:

Sáng chưa sáng hẳn, tối không đành,
Gà lợn om sòm rối bức tranh.
Rằng vách có tai, thơ có họa
Biết lòng ai đỏ, mắt ai xanh.
Mắt gà huynh đệ bao lần quáng
Lòng lợn âm dương một tấc thành.
Cục tác nữa chi, ngừng ủn ỉn
Nghe rồng ngâm váng khúc tân thanh.

Bài thơ tự nó đã nói hết về cuộc sống rối rắm, nghi ky giữa con người với nhau dưới chế độ độc tài cộng sản. Nhà thơ Nguyễn Mạnh Trinh bàn như sau: *"Những thành ngữ, tục ngữ dân gian dưới tay nghệ sĩ đã thành đắc địa. Chữ đã không còn là một nghĩa nữa mà thành nhiều nghĩa, và sự thâm trầm sâu lắng trong ngữ nghĩa làm bài thơ lột tả được một tâm sự chung của cả một thế cuộc tao loạn đầy bất trắc. Bài thơ được truyền tụng trong thời buổi ấy cũng đã là nguyên nhân để những người cầm quyền cộng sản bắt giam tác giả. Thi sĩ bị giam tại khám Chí Hòa, sau vì đau yếu nên được thả về nhà, mấy ngày sau thì từ trần, vào ngày 6 tháng 9 năm 1976".*

Tranh gà tranh lợn ngày xuân trên vách tưởng là hiền lành, ai ngờ cũng là một phương tiện bày tỏ, chống đối những bất công, đàn áp của cường quyền trên đầu người dân. Vui xuân đó nhưng cũng buồn cho xuân đó. Nhưng mùa xuân là mùa hy vọng, biết đâu gà lợn trên vách sẽ có lúc…om sòm!

11/2019

Bìa báo Xuân Tiếng Chuông năm Canh Tý do họa sĩ Lê Trung vẽ.

Phụ bản lịch 12 tấm của báo Phụ Nữ Diễn Đàn xuân 1967 với hình nghệ sĩ Thanh Nga.

Bìa báo xuân Tự Do do họa sĩ Phạm Tăng vẽ.

THÁNH

Trong hội nghị của Hội Đồng Giám Mục Việt Nam vào tháng 4 năm 2019 tại Bãi Dâu, Vũng Tàu, có "bàn tới tiến trình xin phong thánh" cho một số vị trong đó có Giám Mục Jean Cassaigne vì "nêu cao gương bác ái, phục vụ". Đọc được tin này, hình ảnh vị Giám mục khổ hạnh hiện về rõ rệt trong tôi.

Khi dân Bắc chúng tôi di cư vào Nam thì Đức Cha Cassaigne đang cai quản giáo phận Sài Gòn. Trong vài dịp lễ quan trọng tại nhà thờ Đức Bà, tôi có được nhìn thấy vị giám mục gầy ốm, khắc khổ, hành lễ một cách chậm chạp này. Lúc đó Ngài đang mắc bệnh phong cùi. Sanh năm 1895, Ngài được thụ phong linh mục lúc 30 tuổi, vào năm 1925, tại chủng viện Rue du Bac, Paris. Vị tân linh mục ước mong được phục vụ tại những nơi cần sự hy sinh và tấm lòng bác ái của Ngài nhất. Và Ngài đã chọn Di Linh, vùng ma thiêng nước độc trên miền cao nguyên miền nam Việt Nam. Năm

1927, Ngài đã có mặt và chung sống với những người "Mọi cùi". Ngài tự tay chăm sóc, rửa ráy vết thương, và yêu thương họ như một người cha hiền từ nhẫn nhục. Hàng tuần, những người cùi thường tới chỗ linh mục Cassaigne, mà họ gọi là cha Sanh, để lãnh gạo, muối và thịt nai. Tuần đó, cha không thấy một bà già cùi tới như thường lệ. Cha tìm tới lều của bà thấy bà nằm hấp hối giữa mủ nhớt nhầy nhụa, mùi hôi thối xông ra khiến không ai chịu nổi. Cha hỏi bà có muốn cha rửa tội để khi chết sẽ được lên thiên đàng cùng Thiên Chúa không. Bà đồng ý và nói bằng tiếng của bà: *"Cau dờng! Ăn rớp kăh dơ mê dỡ ăn gũh rê hơ trồ"*. Ông Lớn ơi! Tôi sẽ nhớ tới ông khi tôi ở trên trời! Cái chết của bà già người Thượng này đã đánh động mạnh vào lòng bác ái và hy sinh của cha Sanh khiến cha nghĩ tới việc lập một làng cùi cho người dân miền núi. Năm 1928, cha Sanh băng rừng đi thăm một làng Thượng ở xa thì bỗng cha nghe thấy tiếng chân người dồn dập chạy từ trong rừng ra. Họ ú ớ kêu xin cha dừng lại. Bao quanh cha là những thân hình xác xơ, người mất tay, kẻ sứt mũi, miệng chảy nước giãi lòng thòng. Chẳng có một thân hình nào lành lặn. Họ bò lết tới, bao vây quanh cha, gào lên thảm thiết: *"Ơ cau dơng! Ơ cau dơng! Dăn nđăc sơngit bol!"*. Ới ông lớn! Ới ông lớn! Xin thương xót chúng tôi! Họ vừa sụp lậy vừa khóc rống quanh cha. Họ là những người cùi bị xóm làng đuổi đi, tụ tập nhau sống lây lất trong rừng chờ chết. Có thể họ đã nghe tiếng cha nên "biểu tình" xin cha giúp đỡ. Cha Sanh không do dự xúc tiến khẩn cấp việc lập làng cùi để giúp những kẻ khốn cùng bị xua đuổi này.

Trong một bài nói chuyện về bệnh cùi và bệnh nhân cùi

Giám mục Jean Cassaigne.

tại Sài Gòn vào năm 1943, cha Cassaigne nói: *"Ở xứ Thượng cũng như hầu hết các xứ vùng nhiệt đới, nơi mà sự ăn ở sạch sẽ và phương pháp vệ sinh ít được lưu ý tới thì số người mắc bệnh cùi khá cao. Khi còn làm việc được thì người mắc bệnh cùi vẫn còn được sống chung với gia đình. Nhưng đến khi thân tàn ma dại không làm việc được nữa, nhất là khi các vết ung thối bắt đầu phá miệng lở loét ra, mủ máu vấy đầy khiến những người chung quanh nhờm gớm kinh tởm không chịu được, thì dân làng đưa họ vào rừng, cất cho một túp lều tranh để người cùi ở đó một mình, sống chết sao mặc kệ. Rồi yếu liệt cô đơn trong túp lều hiu quạnh, người cùi không còn sức kiếm ăn vì tay chân bị cụt. Họ sẽ chết dần chết mòn một cách thảm khốc, gục ngã ở một xó kẹt nào đó rồi chết vì đói lạnh mà chẳng ai hay biết".*

Những số phận mà ngay cả những người thân đều kinh

hãi bỏ rơi, cha Sanh đã giơ bàn tay ra cứu vớt.

Tấm lòng bác ái của cha đã được Vatican biết đến. Năm 1941, cha được bổ nhiệm làm giám mục. Là một linh mục, dù không muốn, cha vẫn phải vâng lời bề trên. Ngay khi được thụ phong, cha về cai quản giáo phận Sài Gòn. Vì sống quá khắc khổ trong rừng nên khi chịu chức giám mục, cha đã mang thêm nhiều bệnh nặng ngoài bệnh sốt rét rừng cha đã lãnh từ năm 1929. Năm 1943, cha nhuốm bệnh cùi, năm 1957 bị lao xương và năm 1964 lãnh thêm bệnh lao phổi. Bệnh rề rề đau đớn như vậy nhưng cha vẫn không than van: "Đời tôi chỉ có ba ước nguyện: được chịu đựng, chịu đau và chịu chết ở đây, giữa những người Thượng của tôi".

Năm 1955, cha Simon Hòa Hiền được thụ phong giám mục. Đức cha Cassaigne liền xin từ nhiệm và trao tông tòa Sài Gòn lại cho Đức cha Hiền. Trong nhiệm kỳ 14 năm tại Sài Gòn, cha Cassaigne lúc nào cũng đôn đốc thực hiện các công việc bác ái cho dân chúng. Tuy vậy, cha như đã ở một nơi không thuộc về cha. Nơi chốn cha lúc nào cũng hướng về là Di Linh với những người cùi bị ruồng bỏ. Rời Sài Gòn, bỏ mặc những lời khẩn cầu cha về Pháp tĩnh dưỡng, cha đã quay về với những người cùi ở Di Linh. Cha nói: "Việt Nam chính là quê hương của cha vì Chúa muốn như vậy!". Ngày 24 tháng 9 năm 1968, cha viết di chúc như sau: "Khi tôi qua đời, hãy chôn cất tôi như một người cùi thông thường được chôn cất tại đây. Không được tốn kém hơn. Nếu đơn giản hơn thì càng tốt. Tôi ao ước được nằm giữa con cái của tôi. Mộ phần bằng đất đỏ của miền Thượng mến yêu này là phần mộ mà tôi hằng mong ước từ bấy lâu nay, từ khi nhận lãnh chức vị Tông Đồ Truyền Giáo, từ ngày tôi bỏ tất cả quyến thuộc và cả quê hương tôi. Thánh giá cắm nơi mộ phần sẽ là một thập giá bằng gỗ thô sơ, như thánh giá Chúa Giêsu đã phải vác lấy ngày xưa. Hãy dành mọi chi phí an táng để nuôi nấng con cái của tôi. Họ rất đáng thương, họ đang túng thiếu và cần sống. Về nghi thức giáo hội dành cho tôi, tôi muốn thật đơn giản".

Tháng 3 năm 1973, Đức Giám Mục Cassaigne tỉnh lại sau cơn hôn mê, Ngài trối lại: "Chúng tôi rất nghèo và rất cần sự giúp đỡ của những người hằng tâm. Cha hiện đau đớn tột cùng thể xác. Nhưng cha vui mừng được đau đớn như vậy bởi vì Chúa muốn như vậy. Cha xin dâng tất cả sự đau đớn đó để Chúa ban cho con cái cha bớt đau đớn và sớm được phục hồi. Cha cám ơn tất cả những ân nhân của làng cùi, cám ơn hết lòng, lòng của một thừa sai".

Giám mục Cassaigne qua đời vào ngày 31 tháng 10 năm 1973 và được an táng ngày 5 tháng 11 năm 1973. Theo di chúc, ngài "mong được an nghỉ dưới tháp chuông người cùi". Nay mộ phần của vị tông đồ người Pháp vẫn nằm dưới chân tháp làng cùi Kala. Trên mộ có khắc hai chữ tiếng La Tinh: *"Caritas et Amor"*. Bác Ái và Yêu Thương!

Vị bồ tát của người cùi Di Linh đã một đời hy sinh cuộc sống, không dành lại cho mình chút gì. Bác Ái và Yêu Thương, hai chữ đã đánh động vào tim của một thanh niên ở Sài Gòn.

Buổi sáng định mệnh đó, anh Nguyễn Viết Chung, một học sinh nghèo phải đạp xích lô thêm để sinh sống, chở một ông khách trung niên. Sau cuốc xe đó, chẳng ai kêu anh nữa.

Mộ Giám mục Cassaigne tại Di Linh.

Anh thấy trên xe có một tờ báo do vị khách để lại, anh mở ra đọc. Anh chú ý tới bài viết về Giám mục Cassaigne. Say mê đọc xong, anh thấy ông cha tây bỏ cuộc sống tiện nghi ở xứ sở sang sống với người cùi tại Di Linh thật đáng nể phục. Anh mong khi học xong, anh cũng sẽ theo chân vị giám mục giúp người cùi.

Anh Chung sanh năm 1955 tại Trạm Hành, cách Đà Lạt 12 cây số trong một gia đình có cha là binh nhì từ ngoài Bắc di cư vào. Anh là con thứ tư của ông Nguyễn Viết Chương. Lương lính không đủ cho một gia đình gồm hai vợ chồng và bốn đứa con khiến cha anh luôn quay quắt, cộc cằn. Hình ảnh gia đình, với anh Chung, là nỗi khiếp đảm khi đứng trong một xó nhà chứng kiến cha đánh mẹ. Ngay từ ngày đó, anh đã nghĩ mình sẽ không lấy vợ để tiếp nối thêm một thảm cảnh trong gia đình. Để có thể thoát nghèo, anh nghĩ chỉ có một con đường là học thật giỏi. Anh đậu Tú Tài Toàn Phần vào năm 1973, khi mới 18 tuổi. Anh nói về quá khứ đau buồn của anh: "Khi nhìn lại quá khứ, tôi thấy chương trình của Chúa thật huyền diệu. Nhờ học nhảy lớp Đệ Tam mà tôi không bị nhập ngũ theo lệnh tổng động viên năm 1973, sau "mùa hè đỏ lửa". Nhờ những cơn thịnh nộ của cha mà đến năm 39 tuổi tôi vẫn còn độc thân để tự do đáp lại tiếng gọi triệt để của Thiên Chúa". Nghe anh nói, chúng ta tưởng anh là người đạo giòng. Không, gia đình anh theo "đạo ông bà". Sau khi đậu tú tài, anh quyết định thi vào y khoa để một phần giúp được gia đình, một phần có thể noi gương cha Cassaigne giúp người cùi ở Di Linh. Thời đó, thi vào y khoa không phải chuyện dễ. Anh lo sợ, tới Lăng Ông Bà Chiểu thắp nhang khấn vái với cụ Lê văn Duyệt: "Xin cụ giúp con đậu vào y khoa. Để đáp lại, con hứa, sau khi trở thành bác sĩ, sẽ phục vụ cho người cùi".

Cụ Lê văn Duyệt thật tài. Anh đậu y khoa năm 1974.

Trong những năm theo học, anh rất nể phục một giáo sư người Bỉ tên Marcel Lichtenberger, dạy môn Mô Phôi Học *(Histology et Embryologie)*. Ông rất uyên bác nhưng cũng rất khiêm tốn và tận tụy như muốn truyền cho sinh viên những điều cao hơn kiến thức thông thường. Hàng năm, các sinh viên, dù theo bất cứ tôn giáo nào, cũng được mời tới dự thánh lễ *Maccabée* để cầu nguyện và tỏ lòng biết ơn những người hiến xác cho sinh viên thực tập giải phẫu. Khi buổi lễ bắt đầu, Nguyễn Viết Chung ngạc nhiên khi vị linh mục hành lễ chính là giáo sư Lichtenberger. Tìm hiểu thêm về người thầy đáng kính này, anh được biết ông bỏ cả đời ra phục vụ người dân Trung Hoa trước khi qua Việt Nam. Một gương sáng khác khiến anh phải suy nghĩ. Có lần giáo sư Lichtenberger yêu cầu sinh viên điền vào một tờ khai hoàn cảnh cá nhân, trong đó có câu ghi nguyện vọng tương lai. Anh Chung loay hoay mãi không biết ghi sao, để trống. Anh thổ lộ: "Tôi mắc cở không dám thổ lộ cho thầy biết nguyện vọng tương lai của tôi là làm sao được trở nên giống như thầy!".

Cuộc đổi đời năm 1975 ập tới. Cha anh phải đạp xích lô. Ban đêm, anh lấy xe đạp tiếp để nuôi gia đình. Năm 1978, bước vào năm thứ 5 y khoa, các sinh viên phải chọn ngành. Mỗi người được ghi ra ba nguyện vọng. Nhớ tới mẹ qua 9 lần sanh vất vả nguy hiểm tới tánh mạng, anh ghi nguyện vọng đầu tiên: sản khoa. Theo sở thích, nguyện vọng thứ hai anh ghi: nội thần kinh. Đến nguyện vọng thứ ba anh mới ghi: da liễu.

Cả ba nguyện vọng của anh không được nhà trường đáp ứng. Họ xếp anh vào chuyên khoa "ký sinh trùng sốt rét". Anh tự dằn vặt, nghĩ vì mình không chí thú trong việc hứa chăm sóc người cùi, chỉ ghi vào nguyện vọng thứ ba, nên cụ Lê văn Duyệt ra tay xử phạt! Ra trường năm 1980, anh được phân công làm việc tại Viện Sốt Rét Sài Gòn. Quá chán nản với ngành nghề không thích hợp, anh dành nhiều thời gian làm bác sĩ chui, tới khám tận nhà bệnh nhân. Nhờ mát tay và lấy tiền thù lao rất nhẹ, bệnh nhân của anh ngày một nhiều. Nhờ đó, anh giúp đỡ được gia đình. Cha anh đã bỏ đạp xích lô, các em của anh được đi học đàng hoàng. Tới năm 1984, sau khi cưới vợ gả chồng cho tất cả anh chị em, giúp họ ổn định cuộc sống, anh quyết định thi hành lời hứa: giúp đỡ người cùi. Anh xin làm việc tại trại cùi Di Linh, theo gót giám mục Cassaigne. Lúc bấy giờ, trại đã do nhà nước quản lý nên các nữ tu không có quyền tuyển nhận nhân viên. Anh trở về Sài Gòn xin được chuyển lên làm việc tại Di Linh với ý định xin về trại cùi. Sở Y Tế Lâm Đồng, căn cứ theo chuyên môn, bắt anh làm việc tại trạm sốt rét. Anh bất mãn, quay về lại Sài Gòn. Anh vừa làm vừa theo học tại bệnh viện Da Liễu. Năm 1992, anh được bổ đi làm việc tại trại phong cùi Bến Sắn. Cuối tuần, anh về Sài Gòn làm bác sĩ tại gia để giúp gia đình.

Công tư vẹn toàn nhưng anh vẫn chưa yên. Trại phong Bến Sắn gồm hai nguồn nhân lực giúp việc: công chức và các sơ dòng Nữ Tử Bác Ái. Một bên lơ là làm cho xong việc và bán vật dụng của trại để thủ lợi, một bên gắn bó với các bệnh nhân. Sơ Maria Phạm Thị Ngọc Loan mà mọi người gọi là Dì Hai là Phó Giám Đốc trại, đồng thời là Bề Trên dòng Nữ Tử Bác Ái Bến Sắn, là người thuộc phe thứ hai, tận tụy với các bệnh nhân. Bác sĩ Chung rất khâm phục đức hy sinh của Dì. Sau đó chẳng may Dì bị ung thư. Bác sĩ Chung kể lại giây phút cuối của Dì: *"Hôm ấy chúng tôi sắp đi công tác từ Sài Gòn. Biết rằng Dì Hai đang ở vào những giờ phút cuối đời, tôi ghé lại 36 Tú Xương để chào từ biệt. Tôi nói: "Dì Hai à, chút xíu nữa đây, con với bác sĩ Quang và chị Bích Vân sẽ lên trại phong Di Linh mổ mắt cho bệnh nhân trên ấy". Nghe tôi nói, đôi môi héo hắt của Dì Hai thoáng nở một nụ cười. Tôi bước ra ngoài chờ xe. Xe chậm đến. Nghĩ rằng đây có lẽ là lần cuối cùng còn gặp mặt Dì Hai, nên tôi luyến tiếc trở lại một vài phút cạnh Dì. Nghe tiếng chân tôi vào, Dì Hai hé mở mắt, nhìn thấy tôi, mấp máy đôi môi như muốn nói điều gì. Sơ chăm sóc ghé tai vào miệng Dì lắng nghe, rồi lặp lại cho tôi: "Chung – Dì Hai hỏi – tại sao chưa đi?" Thế đấy! Đến giây phút cuối cùng của cuộc đời, Dì Hai vẫn không nghĩ gì đến mình, mà chỉ nghĩ đến bệnh nhân. Không chỉ là bệnh nhân tại Bến Sắn mà còn cả bệnh nhân tại Di Linh nữa!"*

Cái chết của Dì đã xoay vòng cuộc đời của Bác sĩ Chung. Anh quyết định theo Công giáo. Anh ngỏ ý với gia đình và được mọi người chấp thuận. Ngày 15/5/1994, anh được rửa tội ngay tại Trại phong Bến Sắn. Đúng 4 tháng sau, anh xin vào tu tại dòng truyền Giáo Vinh Sơn ở Đà Lạt. Trước khi quyết định đi tu, anh Chung đã về xin gia đình chấp thuận. Bà mẹ anh rất vui vì tưởng là anh đi tu theo Phật giáo. Khi biết sự thực, bà im lặng. Ngày 25/3/2003, Bác sĩ Nguyễn Viết Chung thụ phong linh mục. Chỉ vài hôm sau, cha Chung lại về thăm gia đình. Vừa bước vào nhà, bà mẹ đã nói ngay: "Mẹ có điều này muốn nói với con: đạo mẹ, mẹ giữ, đạo con, con giữ". Cha thưa lại: "Xin mẹ cứ giữ đạo của mẹ. Con không bao giờ dám có ý nghĩ là sẽ khuyên mẹ theo đạo của con!".

Từ hạt nhân Jean Cassaigne mà Nguyễn Viết Chung biết được qua một bài báo tình cờ anh đọc được do một người khách bỏ lại trên xe xích lô, qua những tấm gương của cha Lichtenberger và dì Hai Loan, cậu thanh niên Nguyễn Viết Chung đã đi hết con đường nhân đức. Ngày 10 tháng 5 năm 2017, linh mục Nguyễn Viết Chung đã trở về với Chúa.

Theo thủ tục, tiến trình phong thánh của giáo hội Công

Cha Nguyễn Viết Chung.

Chân dung cha Augustino Nguyễn Viết Chung trong tang lễ.

giáo phải qua nhiều giai đoạn khó khăn thử thách. Nhưng với một cuộc đời tận hiến như cuộc đời của Giám mục Jean Cassaigne, tôi nghĩ Ngài xứng đáng là một vị thánh ngay từ khi còn ở trần thế. Và những cuộc đời quên mình vì người khác của cha Marcel Lichtenberger hay dì phước Hai Loan, những tấm gương nhãn tiền mà Nguyễn Viết Chung đã cố gắng noi theo. Tất cả đều đã xứng đáng là thánh. Và sự hy sinh bền bỉ của linh mục Nguyễn Viết Chung, tôi nghĩ cũng đủ để các bệnh nhân tôn ngài là bậc thánh.

Riêng với tôi, tất cả những cuộc sống tận hiến phi thường của các bậc chân tu trên đã đủ để có thể gọi họ là những bậc thánh. Ít nhất là thánh của các người cùi. Và của lòng tôi.

11/2019

TỶ PHÚ BÈO

Giả dụ bạn có tiền tới mức có thể mua tiên được, bạn có muốn bắt cái Iphone 11 vừa ra lò, chiếc Tesla chạy điện tối tân hay căn biệt thự đẹp nhất hành tinh vừa được đưa hình lên báo? Nếu bạn gật đầu, bạn có thể là tỷ phú nhưng không thể là tỷ phú bèo được!

Tỷ phú bèo có chi quý mà phải chen chân vào? Quý chứ, vì được làm bạn với các ông tỷ phú xịn nhất thế giới. Kể ra sơ sơ vài ông. Carlos Slim, Amancio Ortega, John Caudwell, Jim C. Walton, David Cheriton, Chuck Freeney. Nếu tên các ông này bạn thấy lạ hoắc thì cũng đừng vội nản. Xin kể một cái tên chắc chắn bạn phải biết: Warren Buffett!

Tỷ phú Warren Buffett có sơ sơ 47 tỷ đô Mỹ. Tiền chật túi nhưng ông không ăn xài như những người có tiền khác. Đã trên 80 tuổi, ông vẫn sống trong căn nhà nhỏ ông mua có 31.500 đô từ năm 1958. Trên bàn làm việc của ông không có *computer* và trong túi ông không có *cell phone* chi cả.

Ăn uống thì chỉ toàn khoai tây chiên, thức ăn nhanh và uống nước ngọt có ga. Sáng nào như sáng nấy, chỉ chi ra 3 đô 17 xu ăn sáng tại McDonald's. Cắt tóc chỉ 18 đô là tối đa. Ông này có một giai thoại khá vui. Từ cuối thập niên 1970, vợ ông tách ra riêng, không biết có phải vì tính ngại tiêu tiền của ông không. Bà dọn qua California. Bà là người rất hào phóng khi giới thiệu cho ông bà bạn thân nhất của bà. Ông và bà bạn của vợ này rất hợp tính nhau. Họ sống chung. Cuộc sống hạnh phúc của họ được bà vợ cũ của ông ca ngợi hết mình. Bà vợ cũ này mất vào năm 2004. Hai năm sau ông mới kết hôn với bạn của vợ tuy họ đã ăn ở với nhau được hai chục năm có lẻ. Đám cưới của một tỷ phú tưởng là rầm rộ lắm nhưng lại giản dị đến mức không ngờ. Họ tới tòa thị chính, ký giấy hôn thú trước sự chứng kiến của cô con gái của ông và bà em gái của bà. Tất cả diễn ra không đầy 15 phút. Sau đó bốn người kéo nhau đi ăn ở một nhà hàng thuộc hạng xoàng gần đó! Cô dâu mới mà cũ này rất hợp với ông. Bà chẳng thèm sắm quần đắt tiền nhưng phong thái cốt cách của bà ai cũng nhận ra!

Chuyện cưới xin của tỷ phú Warren Buffett nhắc tới chuyện cưới xin của tỷ phú trẻ măng Mark Zuckerberg, chủ nhân của mạng xã hội Facebook. Đây là một đám cưới bí mật của cặp vợ chồng trẻ, chàng 28 tuổi và nàng 27 cái xuân xanh, diễn ra vào tháng 5 năm 2012. Khoảng một trăm khách mời không biết là mình đi ăn cưới. Họ tới ăn mừng hai sự kiện: mừng Priscilla Chan ra trường với bằng bác sĩ chuyên khoa nhi và sinh nhật 28 tuổi của Mark. Tới nơi họ mới thấy chuyện lạ: chàng Mark mặc đồ lớn! Tiền rừng bạc biển nhưng tứ thời bát tiết chàng tỷ phú trẻ chỉ bận quần *jean* và áo trùm hoặc áo thung. Lúc đó họ mới biết là họ đi ăn cưới. Bộ đồ lớn của chú rể chẳng có chi sang trọng cho ra vẻ chú rể. Và cô dâu cũng chỉ áo trắng đội thêm một giải voan nhỏ trên đầu.

Địa điểm là sân sau nhà. Như một buổi họp bạn thường ngày. Cưới xong họ đi nhà hàng. Tưởng sang trọng chi hóa ra chỉ là nhà hàng bình dân. Khách được chọn một trong hai tiệm mà cô dâu chú rể thường lui tới ăn uống trong chín năm hò hẹn: Palo Alto Sol và Fuki Sushi! Tráng miệng là món *chocolate* "chuột". *Chocolate truffle* nặn thành hình con chuột. Đây là món cô dâu chú rể ăn tráng miệng trong lần hò hẹn đầu tiên!

Tiền là thứ chật nhà của các tỷ phú. Carlos Slim, cái tên lạ hoắc tôi kể ra ở trên, kinh doanh ngành viễn thông ở Mexico. Gia sản của ông sơ sơ khoảng 60 tỷ. Tính ra ông có thể tiêu mỗi phút 1.150 đô trong suốt 100 năm mới hết tiền. Vậy mà, không hiểu ông có đạp chất dơ của ông Warren Buffett không mà vẫn chỉ ở căn nhà cũ xì mua từ 40 năm trước.

Ông Walter Haefner, tỷ phú người Thụy Sĩ, là tỷ phú sống giai nhất thế giới. Sanh năm 1910, mất năm 2012, chỉ thiếu ba tháng là thọ 102 tuổi. Nếu là dân Việt thì có thể đăng cáo phó thọ 103 tuổi! Vậy mà tới lúc chết ông vẫn chỉ ở căn nhà cũ mua từ năm 1948, lúc mới 38 tuổi! Nhưng ông có một chiếc du thuyền và một chiếc máy bay riêng. Kể cũng lạ. Tìm ra nguyên nhân của việc chơi sang của ông, người ta mới biết ông không xài hai thứ xa xỉ này cho riêng ông mà dùng chúng làm phương tiện tặng thưởng các chuyến du lịch cho các nhân viên xuất sắc. Luật sư của ông nhận xét: "Ông Haefner không hẳn là người sống tiết kiệm nhưng ông chi tiêu khá dè dặt so với các tỷ phú khác!".

Tỷ phú David Cheriton chẳng bán buôn chi. Ông là giáo sư của viện đại học nổi tiếng Stanford. Ông trở thành tỷ phú với số tài sản khiêm nhượng chỉ hơn một tỷ. Chúng ta có thể coi ông này là một tỷ phú loại…vớt! Vừa đủ số bạc tỷ! Bạc tỷ này là cổ phiếu của Google. Ông này không chịu tốn 18 đô tiền cắt tóc như ông Warren Buffett, ông tự cắt tóc lấy! Nhà thì cũng xêm xêm như ông Buffett. Ông ở trong một căn nhà cũ mua từ năm 1981. Ông từng nói: "Tôi đang thực sự bị xúc phạm bởi những lối sống xa hoa, phung phí của những người giàu có. Họ xây những ngôi nhà với 13 phòng tắm, mua những thứ sang trọng thật phí của!". Chiếc xe hơi ông xài là chiếc Volkswagen đời 1986. Chuyện này thì ông thua cả tôi! Ít ra chiếc Honda Civic của tôi cũng đời 2010!

Nói tới chuyện tỷ phú xài xe hơi, nghe mà phát nản. Tôi thì chẳng nói làm chi. Tính tôi thích xe mới nhưng cái túi chẳng thể chiều theo cái tính. Mới đây, thấy một bà Việt Nam ở Mỹ *post* một *video* biểu diễn chiếc xe Tesla loại xịn của bà, tôi khoái muốn chết. Không phải khoái chuyện chiếc xe biết múa tuy màn múa bướm của xe cũng lạ. Xe chớp đèn, múa kính chiếu hậu ở hai bên xe, cửa xe thứ mở vắt lên trời tung lên như hai cánh bướm, múa lượn nhịp nhàng trông cũng vui mắt. Nhưng xe để đi chứ đâu để múa. Coi các em vũ nữ múa đã hơn nhiều. Nhưng màn cho xe chạy và giải thích những "đồ chơi" trong xe quả đã làm tôi mê mẩn. Nếu tiền bạc rung rỉnh như tỷ phú, chắc tôi bắt chiếc xe liền. Nhưng túi quần tôi bị bệnh lủng quanh năm suốt tháng, thọc tay vào chỉ thấy thứ không phải là tiền, xe cộ chi được!

Ông vắt củ chầy ra nước Warren Buffett dùng xe Cadillac. Cũng…tiêu chuẩn với dân tàng tàng tiền bạc, nhưng với tỷ phú coi bộ chưa tới mức. Ông dùng chiếc Cadillac DTS đời 2006 trong 8 năm, sau đó ông mua chiếc Cadillac XTS đời 2014 với giá 45 ngàn và dùng cho đến nay. Ông giàu bạc tỷ này nói: "Tôi chỉ lái khoảng 5 ngàn cây số một năm nên ít mua xe mới làm chi cho tốn tiền!". Tỷ phú Mark Zuckerberg của Facebook dùng xe Acura TSX mua với giá 30 ngàn. Tỷ phú Alice Walton, người thừa kế đế chế Walmart, bụi hơn khi dùng chiếc xe chở hàng loại nhỏ Ford F-150 King Ranch đời 2006. Cha của bà, ông Sam Walton, cũng lái một chiếc xe kềnh càng tương tự, đời 1979 cho tới khi ông mất năm 1992, lúc chiếc xe "già" 13 tuổi. Tỷ phú Ingvar Kamparad, cái tên lạ hoắc, nhưng nếu nói ông là chủ nhân ông của Ikea thì chắc ai cũng biết. Ông xài chiếc Volvo 240 GL đời 1993 trong suốt 20 năm. Ông chia tay với xe vì khi đó ông đã 91 tuổi, gia đình không cho ông lái xe nữa vì quá nguy hiểm. Khi chia tay với xe, ông còn tiếc rẻ: "Nó vẫn còn ngon, còn ít tuổi!".

Ikea là "bạn thân" với nhiều người chúng ta vì chuyên bán đồ dùng giá rẻ nhưng trẻ trung và nhiều sáng tạo. Nhiều khi tôi chẳng có nhu cầu mua chi nhưng cũng thích ghé Ikea để coi những kiểu mới. Trước khi ra về, lại ghé vào nhà hàng trong tiệm để ăn giá rẻ mà ngon. Tôi có cặp vợ chồng người bạn hầu như sáng sáng đều tới Ikea để…ăn! Ông chủ Ikea Ingvar Kamparad này cũng có tính giống bạn tôi. Ông thường đi công tác nhiều nơi. Tới đâu ông cũng chỉ tìm tới Ikea để ăn thịt bò viên Thụy Điển với khoai tây nghiền nát chỉ có 4 đô một đĩa. Quần áo mặc ông chỉ mua ở chợ trời cho rẻ. Cắt tóc thì chỉ giơ đầu ra cho phó cạo khi tới một nước có mức sống thấp để được cạo đầu giá rẻ mạt. Tuy có xe Volvo cũ xì, ông cũng hay đi xe buýt công cộng cho…mát. Một lần, ông tới tham dự một *gala* bằng xe buýt với bộ quần áo chợ trời. Gác cửa không cho ông vô. Bữa đó ông tới để nhận bằng vinh danh "thương gia xuất sắc nhất trong năm"!

Tiền đầy kho nhưng các ông siêu giầu này sao lại keo kiệt tới vậy? Nhiều người nghĩ là họ muốn để lại gia tài cho con. Tôi cũng nghĩ như vậy. Chuyện hưởng gia tài là chuyện dĩ nhiên. Những nhà giầu thường giầu từ đời này xuyên qua đời khác. Nhưng chúng ta bé cái lầm. Những tỷ phú giầu sụ ngày nay không nhất thiết phải "cha truyền con nối" như vậy. Hãng tin CNBC vừa cho biết là tổ chức US Trust mới đây đã hoàn tất một bản nghiên cứu về việc để lại gia tài của các tỷ phú thuộc thế hệ *baby boomer,* thế hệ sanh sau khi Thế Chiến Thứ Hai kết thúc mà chúng ta thường gọi là thế hệ "bùng nổ dân số". Đó là những người sanh từ năm 1946 tới 1964. Theo kết quả nghiên cứu thì chỉ có 50% cho rằng việc để lại tiền bạc cho con cái là quan trọng, 33% muốn dùng tiền để hoạt động từ thiện hơn. Họ muốn con cái phải học cách vật lộn với cuộc sống, chăm chỉ làm việc như thế hệ của họ. Giá trị của thành công trong cuộc sống phải nhuốm mồ hôi. Tỷ phú Warrant Buffett đã từng cho biết là ông muốn để lại cho con cái số tiền đủ để chúng làm bất cứ chuyện gì mà chúng muốn, nhưng không nhiều tới mức mà chúng cứ nằm phè ra chẳng làm gì cả.

Làm từ thiện có lẽ là xu hướng được nhiều tỷ phú noi theo. Dẫn đầu trong việc đổ tiền ra giúp người khác là vợ chồng tỷ phú Bill Gates. Họ lập ra quỹ từ thiện *The Gates Foundation*, bỏ ra hàng chục tỷ để giúp đỡ các người nghèo của thế giới thứ ba. Năm 2010, họ cùng tỷ phú Warren Buffett lập ra chiến dịch *Giving Pledge* quy tụ các tỷ phú cam kết hiến một nửa tài sản cho từ thiện. Bước đầu đã có 40 tỷ phú tham gia. Tính tới nay đã có 204 tỷ phú thuộc 23 quốc gia ký vào cam kết này. Người mới nhất là bà "tỷ phú nhảy dù" MacKenzie Bezos. Tôi gọi đùa bà này là "tỷ phú nhảy dù" vì bà mới lên chức tỷ phú do một cuộc ly dị nổi đình nổi đám trong năm 2019 này. Bà là vợ của ông Jeff Bezos, chủ nhân của công ty Amazon. Cùng với sự phát đạt của Amazon, ông này bỗng nổi lên thành người giàu nhất thế giới, gạt phăng các tỷ phú cũ cỡ Bill Gates, Waren Buffett. Tài sản của ông ước tính lên tới 131 tỷ đô! Ngày 4/4/2019, ông ly dị vợ. Số tiền bà MacKenzie được chia là 36 tỷ đô khiến một sớm một chiều bà trở thành người phụ nữ giàu thứ ba thế giới, chỉ sau bà Francoise Bettencourt Meyers, chủ hãng mỹ phẩm L'Oreal với gia tài trị giá 53,7 tỷ và bà Alice Walton, con gái tỷ phú Sam Walton, chủ nhân chuỗi cửa hàng Walmart với gia tài khoảng 50,4 tỷ. Chỉ sau hơn một tháng được chia của, ngày 28/5/2019, bà này chơi bạo hiến nửa gia tài ngay.

Nhưng tỷ phú Chuck Feeney mới là vua làm từ thiện. So với những tỷ phú khác, gia tài 8 tỷ đô của ông không thấm vào đâu, nhưng ông đã cho hết ngay khi còn sống. Được báo New York Times hỏi lý do ông cho hết gia tài chắt chiu được, ông tỉnh queo: "Chỗ Thượng Đế ở không có ngân hàng! Mỗi người đều trần trụi khi vào đời thì cũng trắng tay khi ra đi. Không ai có thể mang theo tiền bạc và danh tiếng mà họ đã vất vả tìm kiếm cả đời nơi trần thế này!".

Ông Chuck Feeney, sanh năm 1931, là tỷ phú Mỹ gốc Ái Nhĩ Lan. Ông được giới truyền thông Mỹ đặt danh hiệu là "James Bond của giới từ thiện". Ngay từ nhỏ ông đã có khiếu kiếm tiền khi đi gõ cửa từng nhà để bán thiệp Giáng Sinh, dọn tuyết thuê cho những nhà giầu hay nhặt bóng trên sân banh. Năm 1950, ông cùng người bạn bắt đầu kinh doanh bằng cách bán rượu không thuế cho thủy thủ Mỹ. Từ đó ông tiến lên lập ra chuỗi cửa hàng miễn thuế tại các hải cảng và phi trường. Ông là người rất kín tiếng. Ông lặng lặng làm giầu sau lưng mọi người. Mãi tới năm 1988, khi ông đã 57 tuổi, tạp chí Forbes mới để ý tới ông và xếp ông giầu hạng 31 tại Mỹ với gia tài 1,3 tỷ. Tiền nhiều nhưng ông rất tiện tặn trong cuộc sống. Ông thường nói: "Bạn không thể bận một lúc hai chiếc quần!". Là tỷ phú nhưng ông vẫn ở nhà thuê. Ông rất khắt khe với con cái, bắt chúng tự kiếm tiền tiêu trong dịp hè bằng cách làm hầu bàn tại các tiệm ăn hay làm bồi phòng tại các khách sạn hoặc làm chân thu tiền trong các siêu thị. Khi tới tuổi trưởng thành, các con ông phải tự lăn lộn kiếm sống. Ông cho đó là cách ông giáo dục con cái biết quý trọng giá trị của đồng tiền. Về điểm này ông Chuck Feeney giống Bill Gates. Bill Gates có ba con và ông đã quyết định sẽ chỉ để lại cho mỗi đứa 10 triệu đô làm vốn. Chúng ta nghe tới con số 10 triệu có thể le lưỡi hít hà nhưng với gia tài gần trăm tỷ của cha mẹ mà con cái chỉ được vậy không phải là nhiều. Ông bà không muốn con cái lười biếng, không có chí tiến thủ. "Tôi muốn cân bằng giữa việc chúng có thể tự do làm mọi chuyện nhưng không muốn chúng có nhiều tiền để không làm gì cả". Hai ông Chuck Feeney và Bill Gates còn có một điểm chung: dùng đồng hồ loại bèo nhất hành tinh! Đồng hồ của Bill Gates giá 10 đô, của Chuck Feeney khá hơn một chút, giá 15 đô!

Gần như hầu hết số gia tài 8 tỷ được ông Chuck Feeney tung ra làm việc thiện hết qua tổ chức từ thiện *Atlantic Philanthropies* của hai ông bà. Ông tập trung vào việc giúp đỡ trong các lãnh vực giáo dục, khoa học và y tế tại Mỹ, Úc, Việt Nam, Nam Phi và Ái Nhĩ Lan. Cuối năm 2016, ông cho tới số tiền cuối cùng là 7 triệu đô cho Đại học Cornell nhằm hỗ trợ sinh viên tham gia công tác cộng đồng. Vậy là coi như trắng tay sau 30 năm miệt mài giúp đỡ các chương trình mang lại lợi ích cho công chúng tại nhiều quốc gia. Đầu năm 2017, ông chỉ còn lại 2 triệu đô và hai ông bà hiện sống trong một căn nhà thuê tại San Francisco. Trong hàng ngàn công trình tại khắp các châu lục thực hiện bằng tiền của ông, không một nơi nào có đề tên ông dù chỉ trong một viên đá kỷ niệm! Ông cho đi không điều kiện, không để lại một dấu ấn nào.

Tôi phục ông tỷ phú Chuck Feeney này hết cỡ. Cho hết gia tài mà không cần ai biết tới. Làm từ thiện hết mình và vô vị lợi như vậy mới là làm từ thiện.

Tỷ phú bèo đã biến thành tỷ phú xịn!

11/2019

DU KÝ

DOHA

Doha ở nơi mô, nhiều người chắc sẽ khựng lại không biết hình dung ra sao. Thì đó là thủ đô của Qatar. Vậy thì Qatar ở nơi mô? Nói tới Dubai chắc sự thể sáng tỏ nhiều hơn. Bởi vì dân ta nhiều người biết tới Dubai, thủ phủ của Liên Hiệp Ả Rập Emirates hơn. Năm 1995, lần đầu về Việt Nam thăm gia đình, tôi dùng đường bay qua Pháp. Từ Montreal qua Paris bằng Air France nhưng từ Paris về Việt Nam bằng Vietnam Airlines. Máy bay phải ghé Dubai để đổ xăng. Vậy mới thấy Dubai là chốn…cũ. Từ Dubai, ngó qua eo biển *Persian Gulf*, sẽ thấy Doha. Cả hai đều nằm bên bờ biển, ngó nhau rất dễ. Chỉ cách nhau có 380 cây số, gần xịt.

Tôi tới Doha cũng vì máy bay. Đó là trạm ngừng của hãng máy bay Qatar trên đường qua Thái Lan. Thời gian bỏ ngỏ, tha hồ tiêu pha, lại chẳng phải chi thêm đồng bạc nào cho hãng máy bay, dại chi không thăm dân cho biết sự tình. Sự tình bắt đầu bằng sự cấn cái. Xuống máy bay, tới hàng rào nhập cảnh, hành khách chẳng nhiều, vậy mà ông an ninh chỉ đường bắt chúng tôi tới phía chẳng có ma nào ngồi xét giấy cả. Đứng chờ một hồi mới có hai mợ trùm khăn kín mít đủng đỉnh đi tới. Họ khoan thai bước vào trong lồng kính, chỗ miệng nói chuyện với nhau bất kể khách đứng xếp hàng đợi. Chuyện vãn, họ mới lôi ra các dụng cụ làm việc. Tưởng như vậy là họ bắt đầu, nhưng chưa. Họ kiếm mấy tờ giấy, chùi quanh chỗ làm, uống miếng nước xong mới hất tay gọi người xếp đầu hàng vào. Thủ tục rất lỉnh kỉnh, xét giấy, chụp hình, lăn tay. Cái máy lăn tay bằng điện tử phát ra ánh sáng

Bản đồ vị trí Doha và Dubai.

đỏ rực làm dân ta ngại ngùng khi đút tay vô. Chắc cái máy điện tử này bị mù nên khó nhìn thấy vân tay. Phải ấn mạnh tay xuống nó mới chịu làm việc. Nhiều người yếu tay, ấn mãi không xong, mợ trùm đầu phải bước ra, đè ngón tay du khách xuống. Bực cái mình!

Không như lần ghé Dubai 24 năm trước, chỉ vài tiếng nơi phi trường, lần này tôi lưu lại Doha bốn ngày cho biết nơi sẽ tổ chức giải *World Cup* của FIFA vào năm 2022. *World Cup* thì ai chẳng biết. Dân ta ở hải ngoại cũng như ở ngay trên đất nước đều đã từng thức đêm thức hôm căng mắt ra theo dõi trái banh. Tổ chức *World Cup* ở nơi nóng cháy da, khí hậu sa mạc này là một ngạc nhiên. Tôi tới Doha vào đầu tháng 12 mà nhiệt độ ngày nào cũng khoảng gần 30 độ C. Giải bóng tròn thế giới thường tổ chức vào mùa hè, khoảng

Quốc kỳ Qatar.

tháng 7, nóng tới thế nào chẳng biết. Tôi lần vào cơi khí hậu Doha vào tháng 7 năm nay, 2019, xem khắc nghiệt tới cỡ nào. Thống kê ghi lại cho thấy là nhiệt độ trung bình ban ngày là 41 độ C, nóng và ẩm thấp kinh khủng. Cái nóng này kéo dài 11 tiếng mỗi ngày. Trong suốt tháng 7 không có một giọt mưa. Ban đêm nhiệt độ xuống thấp hơn, khoảng 29 độ! Vậy thì đá đấm chi, bộ chuyển đá đèn hay sao? Nhưng khi ứng cử để tổ chức, Doha đã tiên liệu trước những khó khăn này. Và họ tạo ra hai cái "đầu tiên". Đó là lần đầu tiên giải *World Cup*, thường được tổ chức vào tháng 6 hoặc tháng 7, nay được tổ chức vào tháng 11. Chính xác là từ ngày 21 tháng 11 tới ngày 18 tháng 12 năm 2022. Ngày bế mạc này là ngày quốc khánh của Qatar. Khéo chưa? Kỷ lục thứ hai là lần đầu tiên tất cả 8 vận động trường xử dụng cho World Cup đều được gắn máy lạnh! Trời đất, điện đâu mà chịu cho nổi. Tôi mang chuyện này hỏi anh gác cửa khách sạn nơi tôi ở, anh hãnh diện bảo đừng lo. Họ đã trù liệu hết. Mái các sân vận động được lợp bằng các tấm kim loại thâu sức nóng của mặt trời. Sức nóng này sẽ được biến đổi thành điện dùng để chạy máy lạnh. Họ cam đoan việc chạy máy lạnh sẽ không làm hại môi trường.

Cái nhất thứ ba là lần đầu tiên *World Cup* được tổ chức tại một nước Ả Rập và là lần thứ nhì giải được tổ chức hoàn toàn tại một nước trong khu vực Á châu. Lần thứ nhất là vào năm 2002 khi Nhật và Đại Hàn cùng nhau tổ chức. Tôi hơi ngạc nhiên khi Qatar được FIFA liệt vào các nước Á châu. Đúng ra đây là một nước Trung Đông. Nhưng có lẽ, theo sự phân chia khu vực của FIFA, thì Qatar lọt vào vùng Á châu.

Ngoài những cái đầu tiên kể trên, giải bóng tròn thế giới tại Qatar còn có một cái chót. Đó là lần chót giải gồm có 32 đội tham dự. Lần tới, vào năm 2026, được tổ chức tại Hoa Kỳ và Canada, số các đội tuyển tham dự sẽ tăng lên tới 48 đội.

Tháng 9 năm nay, ông Chủ Tịch FIFA Gianni Infantino đã tới thị sát tiến triển của việc tổ chức. Ông đã tới thăm công trình xây cất sân vận động chính Al Wakrah Stadium. Điều tôi chú ý là ông đã dùng xe điện ngầm đi từ trạm Doha Exhibition and Convention Center (DECC) đến trạm Al Wakrah. Như vậy là ông đã đi cọp, không mua vé, vì hệ thống *metro* tại Doha chỉ sẽ khai trương vào cuối năm nay.

Dự tính là vậy nhưng, không biết có phải họ biết có tôi tới Doha hay không, mà hệ thống *metro* tân tiến này đã được khánh thành sớm. Khi tôi tới thì *metro* đã mở cửa cho công chúng tuy chưa hoàn tất. Họ dự trù có ba đường *metro*, được gọi bằng màu sắc: đỏ, vàng và xanh. Cũng chơi màu như hệ thống *metro* ở Montreal chúng tôi. Đường vàng đã xong hoàn toàn, đường đỏ còn một trạm chót phía Bắc chưa đi vào xử dụng. Còn đường xanh còn đang xây cất. Ông Infantino đã đi trên đường đỏ, từ trạm DECC tới trạm Al Wakra là trạm chót phía Nam của đường này.

Trong bốn ngày lưu lại Doha, *metro* là phương tiện chuyên chở tôi dùng hàng ngày. Trạm *metro* ở ngay trước cửa khách sạn. Bước ra khỏi cửa là leo lên những con tầu hiện đại mới tinh, không người lái, muốn đi tới đâu cũng được. *Metro* ở Doha khác với các nơi khác trong cách điều hành.

Metro là một phương tiện di chuyển bình dân, đại chúng và phổ quát. Thường thì khi *metro* tới là chúng ta hè nhau leo lên, kiếm chỗ ngồi thoải mái, toa nào cũng được. *Metro* ở Doha khác. Có ba hạng toa: toa ngoại hạng gọi là *gold*, toa dành cho đàn ông gọi là *standard*, và toa dành cho đàn bà, con nít và các ông đi theo gia đình gọi là *family*. Chúng tôi thường lấy vé đi nguyên một ngày với giá 6 *riel*. Nếu muốn sang thì đi hạng *Gold* giá tới 30 *riel* lận. Một *riel* khoảng 25 xu Canada. Có lần một nhân viên soát vé mở cửa từ toa *Family* sang toa *Gold* nên tôi nghía trộm được cái toa mà vé đắt gấp năm lần kia, coi nó sang trọng ra sao. Sang thiệt! Ghế bự tổ chảng như ghế *salon* trong phòng khách, trang trí đẹp như đền thánh. Tôi thấy một ông râu ria ngồi giang chân giang tay rất chi là quan cách. Vì phân hạng như vậy nên khách phải đứng đúng cửa lên. Ngăn cách tàu và chỗ đứng chờ tàu là một bức tường kính, có thể soi gương chỉnh lại nhan sắc được. Tường bao trùm kín mít không nhìn thấy xe *metro* đâu. Không như *metro* tại Montreal, chỗ đứng chờ trống hốc trống hoác không một ngăn cách. Mỗi cửa đều có ghi hàng chữ *Gold, Standard* hay *Family*. Khi *metro* tới, cửa mới mở cho hành khách lên. Nhìn cách phân hạng, tôi thắc mắc tại sao không có toa dành cho đàn bà. Nhưng suy ra mới biết là đàn bà ở Doha đâu có được ra đường một mình!

Muốn vào *metro* phải *scan* vé nơi cửa có thanh ngang chặn. Muốn rời *metro* cũng phải *scan* vé. Không hiểu sao khi ra cũng cần kiểm soát như vậy. Nhưng thắc mắc của tôi chỉ là chuyện nhỏ. Dù đã xét vé khi vào khi ra, vậy mà ngay khi đang ở trên các toa *metro* vẫn có những nhân viên đi soát vé từng người. Làm chi phải kỹ lưỡng như vậy? Bộ dân chúng có tính gian hay sao? Văn hóa các nước Ả Rập khác chúng ta nên tốt nhất là dẹp cái thắc mắc đi cho được việc nhà nước. Có một lần tôi chứng kiến nhân viên soát vé trên toa *metro* mời hai hành khách nam đi một mình mà vô toa *Family* phải quay về toa *standard* dành cho phái nam.

Nam nữ thụ thụ bất thân được thi hành triệt để. *Toilet* nam và nữ trong các trạm *metro* cũng như tại các nơi công cộng khác không kề vai sát cánh như tại Bắc Mỹ mà chia cách nhau một khoảng xa. Nam là nam, nữ là nữ, ngàn trùng xa cách. Nhưng với du khách, khi cần đi *toilet*, phải cẩn thận. Bảng phân biệt bên nam bên nữ chỉ vẽ hình người, không đề chữ chi cả. Ngặt một cái là hình người nam hay người nữ đều mặc áo choàng và trùm đầu như nhau, làm sao phân biệt? Sau vài lần kinh nghiệm, tôi mới tìm được cách phân biệt của họ. Nam áo trắng, nữ áo đen!

Thông thường trên bảng vẽ, bên nam cũng như bên nữ, đều có hai hình ngăn cách bằng một lằn kẻ. Một hình đứng và một hình quỳ. Chuyện chi vậy? Ngẫm ra mới biết là người đứng là đi vệ sinh, người quỳ là cầu nguyện. Nhà cầu và nơi cầu nguyện luôn dính vào nhau. Khi tới cửa, coi hình mới biết bên nào là nhà cầu, bên nào là nhà nguyện. Lớ ngớ dám đi lộn bên cầu bên nguyện lắm!

Vì phân biệt nam nữ kịch liệt như vậy nên khi chúng tôi đi tắm biển ở bãi tắm Katara, nhiều chuyện vui vui đã xảy ra. Bãi tắm toàn du khách, không thấy dân địa phương. Du khách thì thoải mái quen rồi. Hai anh vừa là nhân viên cứu cấp, vừa là an ninh giữ gìn trật tự, thì cứ việc công thi hành. Các ông thì dễ. Đừng mặc xi-líp tắm, cứ quần tắm dài xuống tới gần đầu gối là OK. Tôi đúng tiêu chuẩn ngay vì không xớn xác mặc chẽn khoe của. Có chi mà khoe! Các bà rắc rối hơn. *Bikini* hai mảnh thì bị lắc đầu ngay, khỏi phải ngôn. Áo

Bảng chỉ toilet và phòng cầu nguyện nam.

Bảng chỉ toilet và phòng cầu nguyện nữ.

Bãi biển Katara.

tắm một mảnh nhưng phía dưới không xòe ra mà gắn chặt như si-líp là thua. Nhiều bà tức khí không thèm tắm nữa, thuê ghế và dù ngồi ngắm mấy anh an ninh tới rách mắt. Có bà mê biển quá đành chơi nguyên quần áo xuống nước vừa tắm vừa giặt! Anh an ninh chắc cũng hơi quê nên nói với tôi: "Ông thông cảm. Đây là một nước Ả Rập!".

Dân chúng trên đường phố chỉ vận có hai màu. Nam trắng nữ đen. Không có ngoại lệ. Đồng dạng như vậy chán chết. Vậy mà họ có rất nhiều *shopping mall* sang trọng, bán những áo quần loại đắt tiền, mác miếc đàng hoàng, mà toàn những mác thượng hạng ngoại hạng, để mặc lúc nào không biết. Đó là một bí ẩn khó hiểu. Tôi đã tới một *shopping mall* sang trọng như ở Las Vegas. Đó là Villagio Mall. Trần nhà

Trong khu mua sắm Villagio Mall.

Gondola trong khu mua sắm Villagio Mall.

là bầu trời có mây bay khiến khách đi dạo có cảm tưởng như đang ở ngoài trời. Tới khi thấy những con lạch có *gondola* chạy chở du khách thì trí nhớ mới mách bảo liền lập tức: y chang như The Venetian ở Las Vegas. Nhưng rộng lớn hơn The Venetian tới mấy lần. Đó là chỉ nói về khu *shopping mall* thôi. The Venetian còn có thêm sòng bài và khách sạn, hai thứ mà Villagio Mall không có. Villagio Mall có riêng một khu dành cho những cửa hàng xịn. Đủ mặt anh hùng chen vai thích cánh. Sang cỡ nào cũng có. Không biết có cần phải nói thêm là Villagio Mall này đã được liệt vào danh sách 10 *shopping mall* nổi tiếng nhất thế giới không.

Chen vai thích cánh trên đường phố là các tà áo choàng. Đàn ông đàn bà đều lượt thượt như nhau nhưng những chiếc áo choàng đen coi bộ lép vế hơn. Phụ nữ thì nơi nào cũng vậy, thích làm đẹp. Phụ nữ Ả Rập cũng không ngoại lệ. Chiếc áo choàng đen tối tăm cho người đàn bà có ít cơ hội làm đẹp nhưng cũng được thêm thắt chút hoa lá cành. Có những cô, chắc còn trẻ, đó là tôi đoán vậy chứ có thấy mặt mũi chi đâu, điểm thêm ít cánh hoa đỏ sậm chạy dọc theo bên cạnh áo. Hoặc có những đường ren kín đáo chạy dài theo thân áo. Nhưng mặt mũi nhất thiết phải chôn trong làn vải kín cổng cao tường. Có người để hở hai con mắt nhưng cũng có người trùm thêm một tấm voan đen che luôn mắt. Mặt mũi chôn kín dưới làn vải thì ăn uống ra sao. Tôi có ý quan sát trong mấy ngày lưu lại Doha và thấy có hai…trường phái. Có những bà mang khăn trùm có chiếc móc ở phần giữa trán. Khi ăn họ tháo chiếc móc, vải che tụt xuống để hở miệng. Có những bà kín đáo hơn, họ đưa thức ăn từ phía dưới làn vải trùm lên miệng. Họ chỉ cần vén chút vải cho khỏi dính đồ ăn.

Tôi quan sát được chút tiểu tiết cho trí tò mò này tại một khu cổ kính nhất Doha: Souq Waqif. *Souq* có nghĩa là "chợ". Được thành lập hơn trăm năm trước, khu chợ này ngày nay vẫn còn là nơi có nhiều du khách tới nhất. Những con đường nhỏ hẹp, quanh co đầy những cửa hàng bán buôn. Phần lớn là những tiệm ăn nhỏ bán các thức ăn như *hamburger*, khoai chiên và các loại thức ăn Ả Rập mà tôi chưa dám thử. Nơi đây cũng có vài tiệm lớn với từng dãy bàn ghế bày lộ thiên. Đặc biệt là tại mỗi bàn của những tiệm này thường có những ống điếu *shisha* cho khách phun khói. Ngoài các tiệm ăn, khu chợ cổ này còn có những cửa hàng nho nhỏ bán các trang phục Ả Rập, vải thêu, hương liệu và các đồ kỷ niệm. Người đi qua, người đi lại, nơi đây có lẽ là nơi tấp nập nhất của Doha, một thủ đô chỉ có một triệu tám trăm ngàn dân. Con số khiêm nhường này vậy mà chiếm tới 80% dân số Qatar!

Ít người nhưng tài nguyên dầu hỏa nơi đây rất lớn. Dân chúng nơi đây rất giầu có. Khu nhà giầu *Porto Arabia*, được mệnh danh là hòn ngọc của Doha là một khu quy tụ những dân có máu mặt. Tôi tới nơi đây vào một buổi sáng chỉ để ngắm nhà cửa và nhất là du thuyền. Trên bến thuyền, tôi thấy có những chiếc du thuyền ít nơi trên thế giới này có. Chúng được làm bằng gỗ đánh véc-ni bóng loáng. Ngồi trên ghế đá ngắm du thuyền, tôi nghĩ họ phải bỏ biết bao nhiêu công lao để bảo trì chúng. Công lao đó đã có những công nhân tứ xứ đảm đương giùm họ.

Doha là nơi có nhiều công nhân ngoại quốc tới làm việc.

Du thuyền bằng gỗ tại khu nhà giầu Porto Arabica.

Vừa xuống phi trường, vào khu chờ xe của khách sạn tới đón, tôi đã gặp một anh đón khách da đen, người Nigeria, còn độc thân. Anh tâm sự đã làm việc được gần chục năm. Tôi hỏi về đời sống tại một nơi cấm uống rượu, không có trà đình tửu điếm, ra sao. Anh nở nụ cười chịu đựng, nói: chuyện chi rồi cũng quen, miễn là kiếm được tiền. Anh gác cửa khách sạn tôi cư ngụ là một người đến từ Nepal. Anh có vợ con nhưng mỗi hai năm mới về thăm gia đình được một lần. Lái xe buýt là một anh người da đen tới từ Zambia. Đông nhất có lẽ là người Philippine. Chiều chiều, con đường trước khách sạn có những công nhân lũ lượt đi chợ. Trông họ rất vui vẻ, có lẽ vì họ được trả công hậu hĩnh. Những công nhân vệ sinh tại khu *Porto Arabia* toàn là người da

Nhà chọc trời tại Doha ban đêm.

đen không biết tới từ xứ sở nào. Họ làm rất tà tà, tụ họp nói chuyện dưới những bóng mát hiếm hoi của cây cối. Công nhân dọn phòng tại khách sạn đều là những người tới từ Phi châu, Đông Âu và Á châu. Thường thì mỗi sáng, tôi có để chút tiền cho người dọn phòng trước khi đi. Khi về, phòng đã được dọn dẹp đàng hoàng nhưng tiền vẫn còn nguyên trên bàn. Vài ngày như vậy, tôi mới suy ra chắc họ bị cấm không được phép lấy. Nhưng khi tôi gặp họ, cho tiền thì họ vội vàng cất, hình như sợ có người nhìn thấy. Có lẽ họ bị ép vào một kỷ luật khá chặt chẽ.

Sống tại một nơi khác văn hóa lại nhiều cấm ky, chắc họ phải chịu đựng cuộc sống. Nhưng khi cuộc sống bắt như vậy, họ làm chi có đường binh khác. Tôi không thấy các người địa phương làm việc. Chắc các đại gia dầu hỏa này chỉ ngự trong phòng lạnh sang trọng. Thấy chăng, tôi chỉ biết có những nhân viên di trú kiểm soát tại phi trường là người địa phương. Việc này chắc họ không giao cho các công nhân ngoại quốc được.

Sau bốn ngày lưu lại nơi đất nước trẻ trung với những tòa nhà kiến trúc rất lạ, ban đêm những tòa nhà này lên đèn rất lộng lẫy, những con đường rộng rãi, những lề đường lát gạch trơn tru, tôi lại ra phi trường hẹn gặp các cô gái trùm đầu nhiễu sự. Nhưng tôi đã ngạc nhiên khi người tôi gặp, cũng trùm kín mắt mũi, nhưng tươi cười vui vẻ. Trò chuyện tôi mới biết cô làm ca đêm, từ 9 giờ tối tới 6 giờ sáng hôm sau. Lúc cô làm thủ tục rời Doha cho tôi là 5 giờ rưỡi, chỉ còn nửa giờ nữa là cô hết ca. Thức cả đêm mà mặt mũi vẫn tươi tỉnh. Đưa thông hành lại cho tôi, cô chúc tôi bằng an và hy vọng tôi giữ được những kỷ niệm đẹp sau thời gian lưu lại Doha. Kể ra cũng là một kết thúc đẹp cho một cuộc phiêu lưu tới một thế giới khác!

01/2020

HAWAII

1

Người ta thường nói Hawaii là "thiên đường hạ giới". Nghe tôi đi Hawaii, mấy ông bạn dặn với theo, nếu gặp tiên, nhớ chụp hình mang về cho các ông ấy coi cho mãn nhãn. Quả thật tôi đã gặp quá nhiều tiên. Không biết có nhiều bằng tiên của nhạc sĩ Văn Cao *"thiên tiên, chúng em xin dâng hai chàng trái đào thơm"* không, nhưng đào thì thiếu giống. Tiên trong thiên thai khi dâng đào cho hai chàng Lưu Nguyễn chắc là dâng đào trần, không bao bọc chi cả. Tiên ngày nay, theo mốt, kín kín hở hở, chọc tức con mắt chơi, nên dâng toàn đào có bao, tuy bao rất hờ hững. Vậy thì thiên thai hay hạ giới cũng xêm xêm như nhau. Chẳng có chi làm quà cho mấy ông bạn của tôi.

Tôi có đọc được một câu gắn phía sau xe của một em tài xế rất chịu chơi. *"Khi chết, gái ngoan sẽ lên thiên đàng, gái hư sẽ đi lung tung"*. Nơi tôi ngụ tạm tại thiên đàng hạ giới nằm trên đường Kuhio, chỉ đi bộ ít phút là ra tới bãi tắm nổi tiếng Waikiki của vùng Honolulu, đảo Oahu. Ra khỏi nhà là…tiên. Toàn thứ tiên ăn mặc rất cẩu thả. Họ tung tăng dạo phố trong y phục kiệm ước, rất hại mắt. Chắc họ không thuộc loại ngoan. Sao họ lọt được vào thiên đàng? Tôi đồ chừng chắc ông thánh Phêrô, người giữ cửa thiên đàng, không đủ ngân sách xây tường!

Các tiên nữ trên đường phố là tiên ngoại nhập, không được kể là tiên chính gốc. Muốn tìm tiên chính gốc, phải tới lễ hội *luau*. Đây là một lễ hội có truyền thống lâu đời, từ xa

Bãi biển Waikiki nằm ngay trong thành phố.

xưa, trước khi các nhà truyền giáo đặt chân tới Hawaii. Ngày đó, thực phẩm rất hiếm hoi, người ta chia nhau ăn mỗi khi kiếm được thức ăn. Các thần linh cũng được mời về chung vui với mọi người. Miếng ăn ngày đó rất quý vì đó là sức mạnh của thần linh ban cho con người. Khách tới dự lễ hội *luau* được thưởng thức những thực phẩm truyền thống và những màn vũ dân gian cổ truyền.

Thời thế đã thay đổi, *luau* cũng đổi thay. Vào mạng, người ta có thể tìm thấy rất nhiều nơi tổ chức hội *luau*, chẳng biết chọn cái mô. Khách sạn nơi tôi ở đề nghị tới Germaine's Luau. Tôi vào mạng coi xem sao mới thấy *luau* này là của một người ngoại lai. Bà Margaret Germano Mazurek là dân Chicago. Cuối thập niên 1960, bà qua Hawaii chơi và được một nhân viên khách sạn mời đi dự một lễ hội *luau*. Bà bị hớp hồn liền. Bà mê không khí gia đình, những điệu múa địa phương và những bài hát trữ tình. Bà muốn tự mình đứng ra thành lập một *luau* để các du khách có dịp đắm chìm vào bầu không khí thân mật và đầm ấm của đảo. Bà tạo ra một không khí gia đình, tiếng địa phương gọi là *Ohana*, trong lễ hội.

Tác giả cùng cô vũ nữ múa trong lễ hội luau.

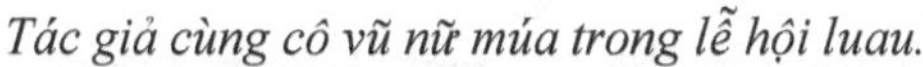

Quyết định như vậy, bà trở về Chicago, bán tất cả tài sản, và trở qua đảo Oahu. Bà lập ra một *luau* tại Sea Life Park nhưng vẫn chưa vừa ý về địa điểm. Năm 1976, bà được gia đình Stephenson nhượng lại cho khu đất ngay cạnh bờ biển thuộc vùng nắng ấm West Coast. Truyền thống của gia đình Stephenson là mỗi khi có một thành viên mới của gia đình ra đời, người ta trồng thêm một cây dừa. Bà Germaine vẫn giữ truyền thống tốt đẹp này. Khi tôi tới, hàng dừa cao lớn và dầy đặc vẫn ngả nghiêng theo gió biển đón khách.

Biết vậy, tôi thích ngay địa điểm lễ hội này. Nhưng *luau* của bà Germaine ở tuốt trên phía Bắc, xa hơn cả đường đi phi trường. Làm sao mà bò tới đó được? Không phải lo. Họ có xe buýt *de luxe* đưa đón từ khách sạn. Vậy thì đi! *Luau* hình như bao giờ cũng được tổ chức ở bãi biển, giữa phong cảnh hữu tình. Một sân khấu trang hoàng đặc chất Hawaii và những dãy bàn dài nằm thẳng góc với sân khấu trên bãi cát đã được làm sạch. Mỗi bàn đủ chỗ cho chục người ngồi trên hai chiếc băng ghế hai bên. Khách được đón tiếp bằng những dây đeo bằng ốc choàng trên cổ ngay bên bãi biển. Trên sân khấu, hoạt náo viên mặc áo hoa hòe hoa sói đặc trưng của Hawaii, đang thao thao đón khách. Khi mua vé, khách cũng được khuyên nên mặc áo quần hải đảo. Tôi súng sính trong chiếc áo có vẽ những cây dừa ngang dọc, mặt mày đen sạm vì tắm biển, trông cũng ra dáng dân hải đảo.

Ngồi chưa nóng chỗ, khách được mời ra một bãi đất trống để lễ…heo. Từng đoàn thanh niên trần trùng trục, bắp thịt nổi vòng, rước đuốc vào thắp sáng hiện trường. Họ làm lễ đào heo. Giữa tiếng nhạc rộn ràng, hai thanh niên đào đất

Sân khấu lễ hội luau.

như đào huyệt. Khi miệng huyệt đã mở, họ xoa tay vào chậu nước đá, dùng tay không, bốc những cục đá nóng hổi vứt lên. Cuối cùng, chú heo thiêu từ nhiều giờ trước được khiêng lên. Đây là món ăn truyền thống lễ hội *luau* nào cũng phải có. Thịt heo tơi ra như ruốc chà bông. Khi ăn, thực khách trộn vào chén khoai môn đánh đặc sệt.

Nhưng chưa được ăn, khách được mời về lại chỗ ngồi. Nghi lễ khai mạc bữa ăn bắt đầu. Tất cả khách đứng dậy, nắm tay nhau nối kết thành vòng. Trên sân khấu, ca sĩ hát ngợi ca thần linh đã ban cho thực phẩm trần gian, điệu trầm buồn như những câu kinh trong nhà thờ. Xong, từng bàn được mời ra lấy thức ăn, kiểu như ăn *buffet*. Khách tự chọn các món ăn nhưng món heo thiêu khách không được lấy tự do. Một

Đào lấy heo từ đất lên.

nàng hải đảo đứng xúc cho mỗi khách một muỗng. Ban nhạc gồm các nhạc cụ đàn dây và các loại trống giúp vui trong khi khách thưởng thức các món ăn. Ăn xong, chương trình văn nghệ mới bắt đầu. Tôi nhận thấy họ làm nhộn không khí bằng thủ thuật tương tác giữa nghệ sĩ và du khách. Họ mừng kỷ niệm thành hôn của khách này, sinh nhật của khách kia, hỏi quê quán của khách, bắt thăm trúng thưởng. Đặc biệt nhất là mời du khách lên sân khấu "làm trò" cùng các diễn viên, dạy múa tập thể. Điệu múa truyền thống là múa *hula*.

Hula là điệu múa của các bộ tộc hải đảo từ ngàn xưa. Từ đầu thế kỷ 19, khi các giáo sĩ tới truyền đạo, đã kết án điệu múa này là dâm dục và tà đạo. Nhà vua Kamehameha II chịu áp lực của các giáo sĩ phải ra lệnh cấm múa *hula*. Nhưng ông chỉ ban chiều chỉ cấm lấy lệ, ngoài đời ông vẫn khuyến khích múa. Thấy dân gian vẫn cứ múa tít thò lò, hai bên giáo sĩ và vua đồng ý một điệu múa *hula* cải cách. Kết hợp thơ văn với âm nhạc và múa với một dàn nhạc hạn chế trong một số nhạc khí được phép. Người hát xướng lên những thơ văn ca ngợi tình yêu, cuộc sống hải đảo cổ thời. Lễ hội chấm dứt bằng một màn chia tay thân mật như trong một gia đình. Khách cũng nắm tay nhau thành vòng như khi bắt đầu. Nhạc chia tay, người người nhìn vào mắt nhau gửi lời tạm biệt. Cặp vợ chồng trẻ ngồi cùng bàn với tôi xiết tay tôi, vừa cười vừa trầm giọng nói họ sẽ rời Hawaii vào ngày hôm sau.

Hula bị các giáo sĩ coi là dâm dục vì chủ yếu dựa vào động tác ngoáy mông. Trên sân khấu, các vũ công quay phần sau về phía khán giả ngoáy lia lịa thành một động tác rất ngoạn mục. Càng ngoáy tít càng được khán giả cổ võ. Sáu cô vũ công quay mông ngoáy về phía khán giả bữa đó tài nghệ khác nhau. Tôi chấm cô gái người thấp nhất nhưng ngoáy dẻo nhất. Hình như có chiếc lò xo được lắp trong mông! Sau đó, tôi có dịp chụp hình với cô này. Đứng sát bên cạnh, tôi mới thấy mình chọn đúng. Cô bé có một nhan sắc rất dễ thương. Đúng là tiên nữ hải đảo!

Thiên tiên, chúng em dâng chàng trái đào thơm. Xin lỗi nhạc sĩ Văn Cao vì tôi đã mạn phép bỏ đi chữ "hai" cho hợp tình hợp cảnh. Hai trái đào tiên của cô vũ công duyên dáng được bao che bằng hai nửa trái dừa chật chội. Đó cũng là một nét riêng của Hawaii. Dừa và thơm là thổ sản tại đây. Nói cho có vần có điệu phải nói theo ngôn ngữ Bắc kỳ: dừa và dứa.

Dừa là thổ sản nhưng muốn uống nước dừa không phải dễ. Tôi đã từng đi qua nhiều xứ dừa. Ở Cuba một trái dừa tươi chỉ có giá 1 đô hoặc rẻ hơn. Tại các *resort*, họ cho uống miễn phí. Ở Thái Lan, không mang danh là xứ dừa, nhưng dừa tươi bán đầy đường, giá cũng chỉ khoảng một đô. Xứ dừa Hawaii khác hẳn. Dừa chỉ là thứ trái…vẽ. Chiếc nịt ngực của cô vũ công là nửa trái dừa, chiếc áo bản xứ tôi mặc khi chụp hình với cô bé cũng vẽ toàn hình cây dừa. Ngoài chợ ê hề các sản phẩm từ dừa. Kẹp tóc, ví bóp, vòng đeo tay, nhẫn, đồ chơi, trái *boule* treo trên cây thông Giáng Sinh và nhiều thứ hầm bà lằng khác. Vậy mà muốn uống nước dừa tươi nguyên trái, tìm đỏ mắt không ra. Trong suốt một tuần lưu lại Hawaii tôi chỉ bắt gặp hai nơi bán dừa tươi. Chỉ là một cái bàn nhỏ trên bãi cỏ và ít trái dừa nằm bên cạnh. Một lần tại một công viên nhỏ, giá mỗi trái 7 đô rưỡi. Và một lần tại một bãi tắm, giá mỗi trái chẵn chòi mười đô!

Dứa, hay thơm, thì phổ biến hơn. Tại lễ hội *luao*, người ta để từng trái thơm cắt sẵn trên bàn cho du khách dùng trước khi khai mạc. Tại các nhà hàng hay các quầy giải khát, thơm nguyên trái hay đã được pha chế bán tràn lan. Trong các điểm du lịch tại Honolulu phải kể tới một nơi khuyên khách du lịch nên tới: trang trại thơm Dole. Dân Canada như tôi chỉ biết Dole là một nhãn hiệu quen thuộc dán trên các trái chuối, nhưng ở Hawaii, Dole lại đi cùng với thơm. Tôi tới trang trại trồng thơm Dole vào một ngày mưa dầm dề. Phải công nhận chủ nhân có óc kinh doanh thuộc loại thượng thừa. Chỉ là một trang trại trồng thơm, vậy mà tiền sảnh biến thành một nơi buôn bán tấp nập với giá chém du khách bằng con dao rất bén. Ngoài các sản phẩm từ trái thơm, các loại đồ dùng, đồ chơi có hình dáng trái thơm hoặc có in hình trái thơm nằm đầy rẫy trên các quầy hàng. Các tiệm ăn, tiệm bán kem và các món ăn chơi khác dùng nguyên liệu bằng trái thơm cũng lôi kéo được nhiều du khách tới mở hầu bao chi tiền. Nhưng tài tình hơn nữa là có những thứ chẳng…thơm chút nào như quầy bán đồ trang sức bằng hạt trai cũng có tới hai quầy tấp nập người đứng vòng trong vòng ngoài. Chiêu lôi kéo khách hàng của họ là một cái chậu nho nhỏ thả chừng chục con trai sống trong nước. Du khách có thể dùng chiếc kẹp để chọn trai sau khi chi ra 15 đô . Một hột trai chỉ có giá 15 đô, rẻ mạt. Nhân viên phục vụ sẽ tách trai ra, lấy hạt. Hạt có thể là màu hồng hay màu trắng, xám nhạt hay xám đậm,

Tách trai sống lấy hạt trai.

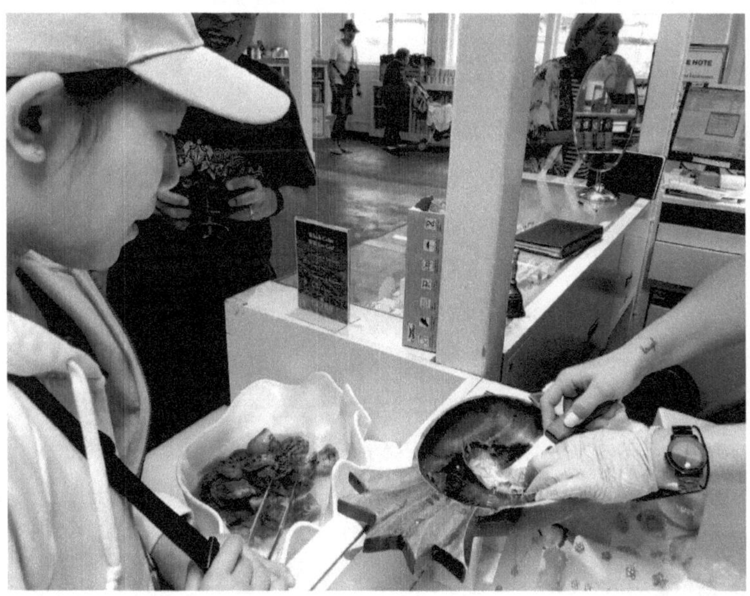

hên xui may rủi. Như đánh bạc. Tiếng bạc còn hấp dẫn hơn khi một con trai có thể cho tới hai hạt trai. Cô cháu tôi chọn ba con mà trúng hai hạt tới hai lần. Ba trai sanh ra năm hạt! Chỉ tốn có 45 đô. Nhưng tới đây, cái máy chém mới hoạt động. Chẳng lẽ cầm hạt trai chơi, phải gắn thành bông tai, nhẫn hay mặt dây chuyền. Thứ nào cũng vài trăm đô. Mất toi bạc ngàn như không!

Vườn trồng thơm nằm trong khu đất phía sau, muốn vào coi phải dùng xe di chuyển. Xe đây là xe lửa loại nhỏ như ta thường thấy tại các khu giải trí của trẻ em. Ghế ngồi lộ thiên, thấp lè tè. Vậy mà họ ăn gian, dựng hai tấm bảng ghi lịch sử xe lửa tại Hawaii, làm như đây là thứ xe lửa chính hiệu con nai vàng! Tôi vốn ưa đọc các bảng chỉ dẫn. Đọc xong, thấy xe lửa kéo còi đi tới mà hỡi ôi. Không biết vì mưa nặng hột làm lầy lội hay thất vọng vì chiếc xe lửa mà nhất định không bỏ ra 15 đô để leo lên xe.

Dù sao cũng phải khen ông James Drummond Dole, sáng lập viên của cơ sở thương mại này. Ông không phải dân địa phương mà là dân Boston. Hình như Hawaii có tình với dân ở xa. Hết bà Germaine thành công với lễ hội *luau* lại tới ông Dole tạo dựng được sự nghiệp đồ sộ bằng trái thơm. Ông sanh năm 1887 và tới Honolulu vào năm 22 tuổi với 1500 đô trong túi, văn bằng nông nghiệp trong tay và rất nhiều tham vọng. Ông mua ngay một khu đất rộng 61 mẫu và thử trồng đủ thứ. Cuối cùng ông thấy chỉ có cây thơm là thích hợp với loại đất nhiều khoáng chất ở vùng này. Vậy là…thơm! Ông thành lập vườn thơm từ năm 1901 và tồn tại tới ngày nay. Tính ra vườn đã 120 tuổi!

Vườn thơm Dole.

Ngoài thơm và dừa, thổ sản rất nổi tiếng của Hawaii còn hạt *macadamia*. Tôi biết tới thứ hạt này khoảng vài chục năm trước, khi một anh bạn đi Hawaii về cho một gói ăn thử. Ăn rồi mê luôn. Bùi bùi, thơm thơm, beo béo. Thấy ai đi Hawaii về cũng tặng *macadamia*, tôi nghĩ đây là thứ quốc hồn quốc túy của đảo quốc này. Nhưng không phải. Có lẽ Hawaii chỉ là nơi khai thác thương mại thứ hạt này thành công nhất. Thủy tổ của *macadamia* là ở Úc. Người ta tìm thấy cây *macadamia* mọc hoang đầu tiên tại Mount Bauple, gần Maryborough, phía đông nam Queensland bên Úc. Năm 1828, nhà thám hiểm và thực vật học Allan Cunningham mới nghiên cứu và phổ biến cây *macadamia*. Từ đó, dân chúng vùng Rousmill, đông nam Lismore, ở New South Wales, mới thành lập các vườn cây *macadamia* với tính cách thương mại. Năm 1881, cây *macadamia* mới được mang tới trồng ở Hawaii. Lúc đó người ta chỉ trồng như một loại cây chắn gió và chống thoái hóa đất. Năm 1948, giới nghiên cứu nông nghiệp Hawaii mới bắt tay vào việc trồng thí nghiệm và lai giống để tạo ra loại cây có triển vọng khai thác thương mại. Tuy đi sau, Hawaii lại khôn lanh khai thác rộng rãi hạt *macadamia* tới mức nổi tiếng hoàn cầu. Vậy là ai cũng tưởng hạt này là thổ sản độc quyền của Hawaii. Tôi cũng bé cái lầm từ ngày được nếm hạt *macadamia* do anh bạn đi Hawaii về cho. Ngoài Hawaii, *macadamia* còn được sản xuất tại Brazil, tiểu bang California ở Mỹ, Costa Rica, Do Thái, Kenya, Bolivia, Tân Tây Lan, Columbia, Guatemala, Malawi, Trung Quốc và Thái Lan. Tiểu bang Florida ở Mỹ cũng đã thử khai thác nhưng không thành công. Tuy nhiên, cây *macadamia* là một loại cây trồng làm cảnh và cho bóng mát trước nhà rất phổ biến tại Florida.

Chuyện ít người biết là Việt Nam đang ngấp nghé muốn khai thác thứ hạt mắc giá này. Năm 1994, Trung Tâm Nghiên

Cứu Giống Cây Rừng đã gieo hạt giống trồng thử 10 cây tại Ba Vì ở miền Bắc. Sau đó họ thí nghiệm trồng thử tại nhiều nơi khác nhau, nhất là tại vùng Tây Nguyên và Tây Bắc. Tới năm 2018, đã có khoảng hai ngàn *hectare* nuôi trồng *macadamia*. Riêng các tỉnh ở Tây Nguyên đã chiếm tới 1630 *hectare* chia ra như sau: Kontum 50 *hectare*, Gia Lai 80 *hectare*, Đắk Lắk 500 *hectare*, Đắk Nông 600 *hectare* và Lâm Đồng 400 *hectare*. Tuy diện tích đất trồng không bằng Đắk Lắk và Đắk Nông nhưng Lâm Đồng được coi là thủ phủ *macadamia* của cả nước.

Cây *macadamia* cao lớn như cây xoài. Trái nhỏ và mọc từng chùm. Tại Hawaii vùng trồng *macadamia* nhiều nhất là đảo Big Island. Tôi không tới đảo này nên chỉ nghe nói. Người ta bổ đôi trái *macadamia* để lấy hạt. Hạt *macadamia* chứa nhiều chất béo nhưng ít *protein* hơn hạt hạnh nhân hay hột điều. Theo bạn bè của tôi đã qua đảo Big Island, tới vườn *macadamia*, lượm những trái rụng, đập ra ăn liền được. Rất ngon, bùi và béo ngậy. Tôi chỉ được thưởng thức hạt *macadamia* đã đóng hộp hay vào bao, thường được phủ mật ong hay *chocolate* hoặc pha chế đủ thứ, kể cả…hành. Nhưng tôi thích nhất hạt nguyên chất, rang lên, không bao phủ chi cả. Ăn như vậy mới thấm hết vị của hạt *macadamia*.

Tôi thấy cũng cần nhắc các bạn yêu súc vật là hạt *macadamia* có độc tính với chó. Nếu nuốt phải hạt *macadamia*, chó có thể bị nhiễm độc *macadamia*. Bệnh này là bệnh *macadamia toxicosis*. Khi nhiễm bệnh, chỉ 12 tiếng đồng hồ sau, chó sẽ bị suy yếu và tê liệt hai chân sau tới mức không đứng vững. Tùy theo số lượng hạt nuốt vào và kích thước của

Hai món quà từ Hawaii: hạt macadamia và Honolulu Cookie.

chó, bệnh có thể khiến chó run rẩy, tổn thương cơ bắp và tổn thương bụng. Vậy nên các *fan* của chó đừng người một hạt, chó một hạt mà mang họa.

Đến Hawaii, tới bất cứ một tiệm tạp hóa hay quầy hàng của chợ trời nào, chúng ta cũng gặp hạt *macadamia*. Nhiều như vậy nhưng giá không rẻ. Không rẻ thì cũng phải mua làm quà. Từ Hawaii về mà không có tí hạt, quê òm! Muốn khỏi quê mà không hại quá đáng tới túi tiền, cứ Costco thắng tiến. Tại Costco có nguyên một khu chuyên bán hạt *macadamia*. Đủ thứ. Muốn chi cũng có. Giá lại rất phải chăng. Chỉ tội phải mua nhiều vì hộp nào cũng dềnh dang, chiếm nhiều chỗ trong va-ly quy hồi cố quốc.

2

Đặc sản của Hawaii còn có Honolulu Cookie. Thấy thiên hạ chen chúc lao xao đầy cửa tiệm, tôi cũng thử vào coi. Hỏi một bà khách, được biết đây là loại bánh *cookie* đặc biệt của Honolulu. Thấy trên bàn nơi góc tiệm có để một dàn lọ trong có những miếng bánh nhỏ xíu cho khách nếm thử, tôi cũng thử. Khác với các loại bánh thông thường khác thiệt. Bảo khác làm sao, tôi không mô tả được. Chỉ biết là ngon, vừa có vị ngọt, vừa có vị mặn, lại thêm vị thơm của từng loại bánh. Có bánh *chocolate,* cà phê, cam, thơm. Cứ đếm khoảng hai chục lọ cho ăn thử thì biết bánh có bao nhiêu mùi vị. Tiệm bày la liệt các hộp bánh trình bày rất đẹp để làm quà tặng. Thứ to thứ nhỏ, hình thái, màu sắc rất bắt mắt. Không mua sẽ tiếc. Nhà hàng lại còn chơi chiêu khuyến mãi, mua từ 50 đô trở lên được tặng một hộp bánh nhỏ. Vậy là khách nào cũng khệ nệ bưng vác. Bữa đó tôi cũng mỏi tay!

Cà phê cũng có thứ đặc biệt của Hawaii. Đó là cà phê Kona. Cũng nhiều loại lắm. Không biết sao Hawaii thích làm đau đầu du khách thế không biết! Sơ sơ có thể kể ra: Keala, Volcania, Koa. Là đặc sản nên giá cũng đặc biệt. Khoảng 50 đô một gói 100 gram. Cà phê Kona được trồng ở vùng Kona trên hòn đảo lớn nhất của Hawaii. Khí hậu nơi đây rất hài hòa, nắng mưa đồng đều. Cà phê được trồng trên những sườn núi lửa như Hualalai và Mauna Loa. Nơi đây có loại đất đen rất phì nhiêu, nhiều khoáng chất. Đã đụng tới cà phê Kona thì Starbucks bị làm lơ ngay. Thứ cà phê…vua này chỉ được bày bán tại các tiệm cà phê loại xịn. Tôi uống loại cà phê Hawaii này tại tiệm Honolulu Coffee ngay bên khuôn viên khách sạn Moana. Vị rất lạ. Hơi có mùi đất, nằng nặng nhưng rất thơm và đằm thắm.

Khách sạn Moana là khách sạn đầu tiên của vùng Wai-kiki. Nó nằm trên đường nào, đừng bắt tôi nhớ. Vì tên đường ở Honolulu phần lớn là tên địa phương, đọc còn trẹo họng không ra, nói chi tới nhớ. Loanh quanh bên khách sạn tôi ở có các đường: Kapiolani, Kalãkaua, Mahukona, Kona, Makaloa, Kalauokalan. Đừng bắt tôi thuộc các tên đường, tội nghiệp! Nếu cần nhớ thì chỉ hai chữ địa phương là đủ xài: *aloha* là chào mừng và *mahalo* là cám ơn. Ngay trước khách sạn có bảng đá ghi "tiểu sử". Được khai trương vào ngày 11 tháng 3 năm 1901, khách sạn được dân chúng ưu ái gọi là "Đệ Nhất Phu Nhân của Waikiki" (*The First Lady of Waikiki).* Khi đó khách sạn chỉ có 75 phòng, giá thuê là 1 đô rưỡi một đêm. Năm 1932, khách sạn được bán với giá 1

Khách sạn đầu tiên của Honolulu.

triệu 600 ngàn đô. Năm 1959, tổ hợp Sheraton mua lại, giá cả không được tiết lộ. Cũng năm này, Hawaii chính thức trở thành một tiểu bang của Hoa Kỳ.

Vào bên trong khách sạn, tôi thấy họ vẫn giữ được những

kiến trúc cổ với những hàng cột cao vút và những cầu thang vòng rất đẹp. Quá khứ huy hoàng vẫn còn hiện diện tới ngày nay. Phía sau khách sạn là khu bãi biển dành riêng cho khách trọ. Có bãi tắm và khu chơi ván trượt sóng.

Bãi biển tại Hawaii là thứ thừa thãi. Lái xe một vòng đi dọc theo bờ biển, hình như chỗ nào cũng có nơi cho người ta xuống tắm. Gặp một người thích tắm, chắc quần áo lúc nào cũng ướt nhẹp! Một bữa trời mưa, tôi tới một bãi biển khá lạ. Họ làm một cái đập ngăn sóng, chỉ chừa một khoảng nhỏ cho nước lưu thông. Tắm ở đây như tắm trong hồ nước mặn, an toàn trăm phần trăm. Các tay trượt sóng chắc chê chỗ này nhà quê! Tới một nơi khác, bãi Fort DeRussy Beach lại khác, có sóng ào ào. Đây là thiên đàng của những tay bay lượn trên sóng. Nhìn thấy những bóng người nhỏ xíu lặn hụp với sóng, khi trồi lên khi mất hút trong sóng, tôi đứng trên bãi mà thấy rùng mình. Hà Bá đâu có hiền lành chi mà giỡn mặt! Sóng ào ào bên tai, những người thân của các tay cưỡi sóng đứng trên bờ cát, mặc quần áo tắm mà người khô khốc, ngồi nhìn ra khơi. Tôi không biết tâm trạng họ ra sao. Chắc cũng thót tim thót bụng. Vậy mà hàng trăm con người nhỏ li ti đang hì hục nhồi sóng, lại có thêm hàng chục người hăm hở vác bàn trượt tiếp tục ra nhập bọn.

Tắm biển phải có sóng mới thú vị. Có một lần tôi tắm nguyên một ngày tại bãi tắm Waimea. Buổi sáng biển rất hiền hòa, tắm biển như tắm sông. Buổi chiều, từng đợt sóng xô nhau vào bãi. Càng lúc sóng càng tăng sức mạnh. Nhảy sóng theo mỗi đợt sóng đánh vào thật thú vị. Bỗng nhiên tôi nhớ tới những lần tắm ở Vũng Tàu ngày xưa. Bãi Ô Quắn cũng có những đợt sóng tương tự. Kỷ niệm dội về lảng nhách khiến nao nao lòng. Bãi tắm Waimea là một bãi tắm nguyên sinh. Sinh vật được bảo vệ. Không biết có phải vì vậy mà mỗi du khách tới tắm phải mua vé 7 đô rưỡi không. Tôi dùng chữ "du khách" để phân biệt rành rọt. Dân địa phương thì cứ thong thả tới tắm, không phải trả một xu nào. Trước khi xuống bãi, dân tắm biển, dù là du khách hay dân địa phương, đều phải vào coi một đoạn phim dài chừng chục phút. Ngoài phần trình bày lai lịch bãi tắm, phần quan trọng là những điều khách tắm biển phải tôn trọng. Không được chạm tay chân vào các phiến đá rong rêu vì đây là nguồn thực phẩm của sinh vật dưới biển. Không được chạm vào cá và các sinh vật khác. Chỉ ngắm thôi. Dụng cụ để ngắm là những mặt nạ hoặc các mắt kính có gắn ống thở. Vậy là bữa đó tôi được mục kích cảnh tượng hàng loạt chiếc mông chổng lên trời, mặt áp xuống mặt nước để coi rùa và cá. Người ta cho biết có khi đứng tắm cũng có cá lội quanh mình. Bữa đó chẳng có chú cá nào lội bên tôi. Tài liệu trong phim cho biết bãi Waimea là nơi cá voi lưng gù (*humpback whale*) tới giao phối, sanh nở và nuôi con. Mỗi năm, từ tháng 11 đến tháng 5, một nửa số cá voi lưng gù của biển Bắc Thái Bình Dương vượt ba ngàn dặm tới vùng nước ấm Hawaii. Thời gian này, dân tắm biển có thể thấy cá voi bơi gần và làm xiếc rất bắt mắt. Tới mùa xuân và mùa hạ, cá quay trở về miền biển lạnh ở Alaska và vài vùng khác trên miền Bắc.

Bãi tắm Waikiki nằm ngay giữa phố phường được nhiều du khách chiếu cố nhất. Có lẽ vì tiện lợi. Từ nơi tôi ở, chỉ mất vài phút đi bộ qua những phố phường san sát những cửa hàng bán buôn tấp nập là tới biển. Bãi tắm này đông đảo nhất. Kẻ ngồi người nằm san sát nhau như bày cá vừa từ dưới biển lội lên. Trong bày cá tạp nhạp đó có những nàng tiên cá. Không biết đây có phải là lý do khiến bãi đông người không. Muốn tư cách hơn thì thay vì trải khăn nằm trên cát, người ta có thể thuê ghế và dù. Giá cũng OK. Một chiếc dù và hai ghế trong hai tiếng đồng hồ chỉ tốn 20 đô. Tôi có cái thú ngâm người trong nước, nhìn lên phố phường rầm rập người qua lại, vừa xa cách vừa gần gũi. Tắm biển mà tầm mắt chẳng rời các giai nhân đi *shopping*. Nói như Kim Thánh Thán: chẳng là một điều khoái lắm ru!

Phố phường ngay cạnh biển san sát các cửa hàng, sang có, hèn có. Tiệm tạp hóa ABC là một tiệm không biết phải liệt vào hạng sang hay hèn. Nó như con cắc kè. Nằm ở đường sang, bán hàng sang. Nằm ở đường hèn, bán hàng hèn. Nhưng chắc chuỗi cửa tiệm này giầu nhờ…hèn. Đâu đâu cũng thấy ABC. Từ khách sạn tôi ở bước ra, quẹo hướng nào cũng ABC. Chỉ đi vài trăm thước là gần như chắc chắn sẽ đụng ABC. Anh hướng dẫn viên trên chiếc xe buýt đưa tôi tới lễ hội *luau* đã tếu khi xe bị kẹt đường: "Honolulu bị kẹt đường liên miên vì có nhiều tiệm ABC quá!". Tôi đôi khi cũng thấy nhàm với ABC nên tự hỏi tại sao không có DEF cạnh tranh nhỉ! Nói vậy chứ đây là một cửa hàng tôi lui tới ngày một. Vì nó có đủ mặt hàng. Thiếu bất cứ thứ gì, cứ ABC là có nhiều cơ may tìm thấy được. Với giá nới hơn những chỗ khác. Nhưng tiền nào của đó, đó là chân lý!

Honolulu có tất cả các cửa hàng loại xịn. Hàng hiệu cỡ nào cũng có cửa hàng riêng to đùng. Tesla cũng chiếm một góc của một trung tâm thương mại *Waikiki Shopping Plaza* lớn vào bậc nhất của Honolulu. Phòng trưng bày xe của họ nằm ngay góc đường, dân đi qua đi lại được mục kích những chiếc xe chạy điện được mở những cánh cửa thẳng đứng lên phía trên trông như đôi cánh của một loài chim quý. Tôi đã được coi *video* của một người Việt, chủ nhân của chiếc xe Tesla, biểu diễn một cuộc múa xe với hai chiếc cánh này hợp cùng dàn đèn và những chiếc cửa khác trông rất ngoạn mục.

Trong trung tâm thương mại *Waikiki Shopping* Plaza này, tôi bắt gặp bức tượng của Don Ho. Không, không phải Don Ho của chúng ta mà là Don Ho của Hawaii, tuy cả hai đều là ca sĩ. Sự trùng tên này có…lịch sử của nó. Don Ho của chúng ta tên thật là Hồ Mạnh Dũng. Tên Dũng đọc theo tiếng Mỹ không được thơm tho lắm nên khi còn là sinh viên, khá nổi tiếng về tài ca hát trong học đường, anh chọn cái tên Don Hồ mà không biết bên Honululu đã có một ca sĩ nổi tiếng mang tên này. Đây là cái lỡ rất có lợi cho Don Hồ. Một phần nào vì sự trùng tên này mà anh được biết đến nhiều hơn. Nhất là khi anh lanh trí học thuộc lòng và trình diễn tại trường nhạc phẩm nổi tiếng *"The Tiny Blue"* của Don Ho Honolulu. Từ đó anh được các thầy cô cũng như sinh viên trong trường biết tới anh nhiều hơn. Gặp bức tượng Don Ho Honululu trong thương xá này, tôi khoái chí đứng bên cạnh chụp một tấm hình. Dù sao đây cũng là một giai thoại văn nghệ vui vui.

Cũng vui như khi tôi bất ngờ đọc được tiếng Việt trên xe buýt. Đó là một thông báo về sự đối đãi đồng đều, không

Tượng ca sĩ Don Ho dưới gốc cổ thụ trong Waikiki Shopping Plaza.

phân biệt chủng tộc với tất cả hành khách của xe buýt. Nguyên văn bản tiếng Việt viết như sau: *"TheBus sẽ không dựa vào chủng tộc, màu da, nguồn gốc quốc gia, giới tính, hoặc khuyết tật v..v.. của hành khách mà có sự phân biệt đối xử, và đảm bảo giao thông vận chuyển công bằng cho tất cả các cộng đồng bất kể mức thu nhập và địa vị xã hội của họ ”.* Ngoài tiếng Anh là chính, bản thông báo này còn có bản bằng tiếng bản địa, tiếng Hoa và tiếng Tây Ban Nha. Sự xuất hiện của tiếng Việt cho biết là dân Mít ta chắc cũng đông người dùng xe buýt.

Xe buýt là phương tiện giao thông rẻ nhất. Giá vé bao nhiêu, tôi không rõ, nhưng giá đặc biệt dành cho các bậc cao niên chỉ một đô. Rẻ hơn nhiều so với *taxi* hoặc Uber và Lyft. Uber và Lyft là hai hãng chuyên chở rẻ hơn *taxi* tại nhiều thành phố trên thế giới. Điều tức cười là Uber và Lyft là hai đối thủ cạnh tranh nhau nhưng tại Honolulu các tài xế lại làm việc cho cả hai hãng. Họ dán cả hai bảng tên Uber và Lyft

Chữ Việt trên xe buýt Honolulu.

trên kiếng xe. Trên kiếng trước là tấm cạc tông, một bên viết chữ Uber, một bên viết chữ Lyft. Họ lật mặt này hay mặt kia khi khách gọi hãng này hoặc hãng kia. Chẳng giấu giếm chi. Thiệt đề huề!

Khi ngồi trên chiếc Lyft từ phi trường về khách sạn, tôi chú ý ngay tới cái tên *"Phở Old Saigon"*. Nó nằm ngay sát cạnh khách sạn. Vậy là có…bếp ăn rồi. Nhưng cửa tiệm khá rộng, có mái uốn cong cong đặc biệt Á Đông này cửa đóng then cài. Họ đóng cửa từ khuya. Nỗi mừng chưa chín đã tàn lụi. Nhưng vào *google*, thấy có vài tiệm phở khác. Vậy là nếm thử phở hải đảo. Chọn tiệm "Phở Saigon". Chắc tiệm này là…tân Sài Gòn! Tiệm khá đông thực khách tây lẫn ta. Phở nấu rất khá. Dù sao có phở ăn được tại hải đảo xa xôi này cũng đủ vui rồi. Nhưng cái giá khi tính tiền thì ít vui. Chẵn chòi 17 đô một tô. Dưới biên lai thu tiền lại có nhắc nhở tiền tip 18% là bao nhiêu, 22% là bao nhiêu. Cứ thế mà chi. Tại phố Tầu có một tiệm Việt Nam khác mà thực khách cho điểm khá cao. Tiệm đông nghẹt, phải xếp hàng chờ. Không hiểu có phải vì cái tên tiệm ngồ ngộ *"The Pig & The Lady"* không? May mà tôi cẩn thận có đặt bàn trước nên không phải rồng rắn trước cửa tiệm. Món ăn có những cái tên nghe rất lạ. Phải tham vấn anh chạy bàn không phải người Việt, mới chọn được món ăn. Bữa đó có món đặc biệt phở đuôi bò. Bèn nắm đuôi bò liền một khi. Tô phở được mang ra không ra một tô phở. Nước phở đen kịt, váng mỡ, lộn chộn nhiều thứ rau. Có cả trái tắc cắt đôi. Vậy mà chủ nhân là dân Việt chính cống, họ Lê, có treo hình đàng hoàng. Chắc phở này dành cho tây!

Đồ ăn Nhật có lẽ ăn trùm ở Hawaii. Trên đường phố, tôi bắt gặp nhiều cặp vợ chồng già người Nhật dắt nhau đi dạo. Dân Nhật tới Hawaii từ đầu thế kỷ 18. Theo thống kê dân số năm 1920 thì dân gốc Nhật ở Hawaii chiếm tới 43%. Nhưng tới năm 2000, tỷ lệ này chỉ còn 16,7%. Tỷ lệ này không phản ảnh đúng sự thực vì thống kê ghi số người lai trong một mục riêng. Vậy nên tỷ lệ số người có giòng giống Nhật lớn hơn nhiều. Có lẽ đồ ăn Nhật được nhiều người không phải là dân Nhật thích nên tiệm ăn Nhật chiếm thế thượng phong. Tôi là một trong những *fan* của đồ ăn Nhật. Chỉ trong một tuần ở Hawaii, tôi nếm không biết bao nhiêu món ăn Nhật. Từ những tiệm nhỏ xíu ở góc đường tới những tiệm to đùng. Ngay tại khu đô hội nhất ở Honolulu còn có một khu gọi là *Japanese Food Court* gồm toàn cửa hàng ăn Nhật. Nhưng nói về nhà hàng Nhật phải kể tới tiệm mì Marukame Udon. Tiệm này nằm ngay gần khách sạn tôi trú ngụ, cùng trên đường Kuhio, chỉ cách vài căn. Từ giờ mở cửa tới lúc đóng cửa, luôn có hàng người rồng rắn chờ vào ăn. Khi ít khoảng chục người, khi nhiều cả trăm người. Tôi đi ngang tiệm này hàng ngày nên không thể không vào ăn thử. Chọn giờ chiều chiều, khoảng 3 giờ, tương đối vắng, tôi xếp hàng. Khi tới lượt được vào tiệm, vẫn phải xếp hàng lấy khay và đặt món. Họ chỉ chuyên bán mì *udon*. Mì được các công nhân làm ngay tại chỗ, trước mặt khách xếp hàng. Trên đường vào bàn, họ có để các món ăn phụ, thực khách thích thứ nào bỏ vào khay thứ đó. Khi tới két trả tiền, họ tính tiền và khách bưng khay tới bàn ngồi ăn. Giờ ăn được hạn chế tối đa là một tiếng đồng hồ cho mỗi thực khách. Hàng người cứ tuần tự

Một cửa hàng bán đồ ăn Nhật nhỏ nơi đầu phố.

Hàng người xếp hàng chờ ăn trước tiệm Marukame Udon.

nhi tiến, thay nhau vào ra. Với cách tổ chức này, họ tiếp được nhiều khách hơn đồng thời cần ít người làm hơn. Phải công nhận mì *udon* nơi đây rất đặc biệt. Nêm nếm vừa ngon, sợi mì tươi rất đậm đà, nước dùng ngọt ngào mùi rau củ.

Người Nhật chiếm đa số ở Hawaii nhưng cũng chính người Nhật khai chiến với Mỹ ở Hawaii. Hầu như ai trong chúng ta cũng biết trận chiến Pearl Harbor mà sách lịch sử thế giới của chúng ta gọi là trận Trân Châu Cảng. Ngay ngày đầu tiên tới Hawaii tôi đã tới khu lịch sử này.

Sáng Chủ Nhật ngày 7 tháng 12 năm 1941, khoảng 8 giờ, Hải Quân Hoàng Gia Nhật đã tấn công căn cứ Mỹ Pearl Harbor. Lúc đó Thế Chiến Thứ Hai giữa trục Đức, Ý và Nhật một bên và các nước Đồng Minh Âu châu một bên đã kéo dài hai năm. Mỹ vẫn đứng ngoài. Bất thần Nhật tấn công Mỹ khiến thế trận thay đổi. Ngay ngày hôm sau, Mỹ tuyên chiến với Nhật. Nhật chủ động chọc giận Mỹ, vì họ muốn ngăn ngừa Hạm Đội Thái Bình Dương của Mỹ can thiệp vào các hoạt động quân sự của Nhật tại Đông Nam Á gồm các thuộc địa của Anh, Hòa Lan và Mỹ. Trân Châu Cảng chỉ là khởi đầu, Nhật còn đồng loạt tấn công trong bảy tiếng đồng hồ tại Guam, Wake Island, Malaya, Tân Gia Ba và Hương Cảng.

Tại Trân Châu Cảng, máy bay cảm tử Nhật, xuất phát từ 6 hàng không mẫu hạm, đã phá tan toàn thể 8 tàu chiến Mỹ tại cảng, trong đó có 4 chiếc bị đánh chìm. Ngoài ra còn một số tàu khác cũng ăn bom. Số máy bay Mỹ bị triệt hạ là 188 chiếc. Có 2403 binh sĩ Mỹ tử trận và 1178 người bị thương. Số thiệt hại của Nhật rất nhẹ. Chỉ có 29 máy bay và 5 tàu ngầm bị thiệt hại. Số quân Nhật chết chỉ có 64 người. Bữa tới thăm khu cảng Pearl Harbor này, tôi đọc được trên một tấm bảng câu sau: "Nhật thắng một trận chiến nhưng thua cả cuộc chiến".

Cảng Pearl Harbor ngày nay đã trở thành một di tích lịch sử nườm nượp người tới thăm. Khu di tích thật rộng, đi hoài không hết, nhất là bữa tôi tới trời mưa, di chuyển khá vất vả. Vừa vào cổng đã mất vui. Tất cả các ba-lô, giỏ xách lớn phải gửi bên ngoài trước khi vô cổng. Cỡ nào mới là lớn, họ để tại cửa vào một giỏ mẫu. Chao ơi, chiếc giỏ chỉ lớn bằng bàn tay. Vậy là coi như phải gửi tất cả bên ngoài. Giá tiền gửi cho mỗi giỏ là 5 đô. Vậy là cứ 5 đô nộp răm rắp. Hàng người xếp hàng gửi giỏ khá dài, số tiền thu vào chắc không nhỏ. Vào bên trong, nếu chỉ lang thang ngó quanh thì không tốn tiền nhưng nếu muốn xuống coi tàu ngầm, coi chiếu bóng cảnh chiến tranh xưa, coi nhiều thứ tàn tích khác thì cứ xỉa bạc chục ra. Thực ra mỗi ngày họ có tặng một số vé vào coi *free* trên *internet*, nhưng bữa đó khi tôi vào mạng thì số vé tặng đã hết.

Tôi tò mò muốn xuống coi chiếc tàu ngầm USS Bowfin nên phải xỉa 15 đô cộng thuế ra. Kể cũng đáng tiền. Nghe nói tàu ngầm nhưng có bao giờ được biết bên trong nó ra sao. Không gian trong tàu rất chật hẹp, được chia ra từng khoang. Bước từ khoang này qua khoang kia chỉ có một chiếc cửa tò vò nhỏ hẹp. Lách người di chuyển trong từng khoang thật khó khăn. Có khoang máy, khoang phóng ngư lôi, khoang chỉ huy, khoang giường ngủ, khoang sinh hoạt. Nhiều lắm, khó nhớ hết. Tất cả mọi vật dụng trong tàu đều có kích thước nhỏ tới tối đa. Vậy mà phân chia cấp bậc đâu vào đó. Như

Trong một khoang dưới tầu ngầm USS Bowfin.

khoang giường ngủ, có giường nệm dày cho chỉ huy, giường nệm mỏng cho các cấp và giường xếp, không thấy có nệm, dành cho các lính mới tò te. Chỉ có một thứ bình đẳng: nhà cầu! Tất cả các nhà cầu đều có cửa ra vào hoàn toàn bằng

Bên cạnh người thủy thủ cô đơn.

kính, bên ngoài nhìn vào rõ ràng. Vậy là từ anh lớn tới anh nhỏ, ngồi lộ hàng như nhau, chẳng có chàng nào ngồi câu giờ được.

Lang thang trên bến tàu, du khách được coi nhiều tượng

Một trái ngư lôi của Nhật có cảm tử quân ngồi lái bên trong.

đài, nhiều di tích như thủy lôi, súng cối, mỏ neo, ngư lôi của Nhật. Tôi chú ý tới tượng một thủy thủ tại một góc tối. Đó là tượng một thủy thủ, hai tay đút trong túi áo, cô đơn đứng nhìn ra khơi. Đọc tấm bia mới biết đây là bức tượng *"The Lonely Sailor"*. Người thủy thủ này tượng trưng cho tất cả những người đã, đang và sẽ phục vụ trong Hải Quân.

Bữa đó anh không còn cô đơn vì có tôi đứng bên cạnh. Tôi cũng nhìn ra khơi, thấy lòng rất bình an với những lượn sóng lăn tăn trong một ngày biển lặng, nghĩ tới chiến tranh. Tiếng súng nổ trong một ngày gần 80 năm trước tại đây. Tiếng bom đạn rơi trên quê hương tôi trong suốt cuộc chiến tương tàn kéo dài trong bao nhiêu năm. Trước khung cảnh thanh bình này, tôi mới thấy cái vô lý của chiến tranh. Buồn!

Cảnh thanh bình nơi đây kéo tôi trở về xa hơn, tới những ngày thanh xuân, tai nghe tiếng đàn Hạ Uy cầm, réo rắt từng đợt như sóng biển an bình. Hôm nay, đứng trước biển Hạ uy Di, tôi không hề nghe thấy tiếng đàn năm xưa đã từng mang mang sóng biển, lả lướt dìu dịu đưa tôi về miền được coi là thiên đàng hạ giới.

Quả thật, trong suốt những ngày ở nơi thiên đàng Hạ Uy Di này, tôi không một lần được nghe tiếng đàn Hạ Uy cầm. Thiên đàng đã mất rồi sao?

01/2020

LÊN NÚI XUỐNG BIỂN

Biển đây là biển Póvoa de Varzim ở Porto bên Portugal. Porto là thành phố lớn thứ nhì của Bồ Đào Nha, chỉ sau thủ đô Lisbon. Dân sành rượu biết tới thành phố như một nơi sản xuất rượu Porto, dân mê bóng tròn biết nơi đây có đội bóng FC Porto khá nổi tiếng.

Căn nhà thuê Airbnb tôi trú ngụ nằm ngay trước bãi biển. Đứng trên lan can nhìn sang bên kia đường, từng đợt sóng ào ào ngày đêm va vào đá. Chưa bao giờ tôi gần biển toàn thời gian đến vậy. Biển cũng có giờ giấc. Sáng sớm những cột sóng cao nghều nghệu như muốn cà khịa với nhân gian. Đây là thời khắc của những tay nhảy sóng. Họ leo lên sóng, tưởng như chìm nghỉm vào lòng nước. Nhưng khi sóng rút ra khơi, họ lếch thếch vác tấm ván trượt, vuốt mặt cười với trời đất. Tầm gần trưa, nắng đã leo khá cao, sóng biển dập dềnh va vào những tảng đá như giỡn chơi trò trẻ. Xế trưa, sóng liu riu như muốn liếm láp chân dân tắm biển, lúc này đã khá đông. Lá cờ trên cây cột cao đổi màu theo bước sóng. Đỏ, vàng rồi xanh.

Ngày nào tôi cũng thay quần tắm xuống bãi nhưng tắm thì chưa một lần thử. Chỉ mới nhúng sơ sơ chân xuống nước đã cảm thấy cái lạnh khiến ngại ngùng bỏ người xuống nước. Chỉ có đám thanh niên thiếu nữ, không ngại nước lạnh, mới nhúng nước chút đỉnh rồi ù té chạy lên như ma đuổi.

Biển lạ nên cũng có một hai thứ lạ. Trên cát, thường người ta che dù, ghế ngả lưng cho khách tắm thuê. Nơi đây khác. Khác xa. Người ta làm thành từng dẫy lều nối khít vào

Bờ biển Porto với đường đi bộ và những lều vải, nhìn từ lan can trước nhà.

nhau, ngăn ra từng ô cho thuê. Thấy lạ, tôi theo dõi. Giấc tối, khi biển không còn người tắm, người ta tháo tất cả vải bạt lợp trên nóc và ngăn bên vách ra, bỏ vào những chiếc thùng có khóa. Những khung sắt nằm trơ ra như những bộ xương của một con khủng long. Sáng bảnh mắt, người ta lợp lại để sẵn sàng cho thuê. Cái lạ thứ hai là dân tắm táp, nếu không muốn mất tiền thuê lều, mỗi gia đình cắm một cây dù và, không bao giờ thiếu, một tấm bạt cao chừng một thước, ngang chừng hai thước, có gắn ba cây gỗ để cắm xuống cát. Họ tạo thành một nơi chốn khá riêng tư đồng thời ngăn gió thổi cát vào nơi họ trải khăn nằm. Người nào cũng vác theo những tấm bạt này. Trong căn nhà tôi thuê cũng có sẵn cuộn bạt và chiếc dù cho khách dùng.

Bên bãi tắm là khu vui chơi thể thao thể dục. Từ sáng tới tối, trên các sân bóng rổ, bóng chuyền trên cát, các dụng cụ thể dục, đầy nhóc nam thanh nữ tú tới luyện tập. Dọc theo bãi tắm là con đường đá chạy và đi bộ rộng rãi. Người thích đạp xe có đường riêng song song bên cạnh. Người lên kẻ xuống tấp nập ngày đêm. Tôi vốn chậm chạp nên rất khoái con đường gạch phẳng phiu bên cạnh bồn hoa chạy dọc suốt con đường. Thành bồn hoa dài theo con đường là một bờ khá rộng làm chỗ ngồi cho bộ hành tùy nghi nghỉ chân bất cứ chỗ nào, bất cứ lúc nào. Các quán ăn uống nằm khắp nơi khắp chỗ rất vừa cái bụng mau rỗng khi đi đứng tập tành vất vả.

Sáng trưa chiều tối, lúc nào rảnh là mở một chai bia, ngồi trên lan can, hít thở mùi biển, ngắm dân chúng đi lên đi xuống, ngắm các thân hình áo tắm trên bãi cát. Chủ nhà còn để sẵn cả ống viễn vọng kính cho những người mắt kém tiện dùng. Chưa bao giờ tôi được thân mật với biển như vậy.

Nhưng tới Porto là tới với thứ rượu nổi danh mang tên địa phương. Rượu Porto, một thứ rượu được dùng khi ăn *dessert*, cũng vang tên tuổi như rượu vang. Hai năm trước, tôi đã tới Porto cùng với ông bạn văn Hán rộng Võ Kỳ Điền. Chúng tôi đã tới một cơ sở làm rượu Porto, coi từng giai đoạn làm rượu và nếm thả cửa thứ "bồ đào mỹ tửu" này. Ông bạn văn hay chữ tốt đã rỉ tai tôi đây là thứ rượu đã nằm trong thơ Đường của Vương Hàn.

> *Bồ đào mỹ tửu dạ quang bôi,*
> *Dục ẩm tì bà mã thượng thôi.*
> *Túy ngọa sa trường quân mạc tiếu,*
> *Cổ lai chinh chiến kỉ nhân hồi?*

Tuy vốn liếng chữ Hán của tôi đựng không đầy chiếc lá mít, bài thơ này tôi cũng nằm lòng. Rất nhiều vị đã dịch bài thơ này nhưng tôi lại thích bản dịch của một "vô danh". *Hồng đào rượu ngọt chén lưu ly / Bảo uống, tỳ bà dục ngựa đi / Bãi cát say nằm chê cũng mặc / Xưa nay chinh chiến mấy ai về.*

Xưa nay chinh chiến mấy ai về! Thời tuổi trẻ chúng tôi là thời chiến. Bài thơ mang cái hào hùng của một thời liên miên chiến tranh khiến chúng tôi dễ cảm. Nghe anh bạn họ Võ nói, tôi tin ngay. Chúng tôi đang ở Bồ Đào Nha, "bồ đào mỹ tửu" quá đi chứ! Cái dốt của tôi chắc làm động lòng anh bạn, anh cười cười phụ thêm: bồ đào chỉ có nghĩa là trái nho thôi ông ơi! Bồ đào mỹ tửu chẳng giây mơ rễ mà chi với Bồ Đào Nha cả. Thiệt tình!

Đã nếm rượu Porto ngay tại Porto, lần này tôi không cần phải loanh quanh với rượu nữa. Để thời giờ làm vui lòng cái bụng. Đúng hơn là cái miệng. Xứ Portugal nổi tiếng về hải sản. Chỗ tôi ở lại là vùng biển. Thiệt đúng chỉ số. Đặc sản mà khi tới xứ Bồ ai cũng phải tìm đến là cá mòi nướng. Từ Montreal, Hồ Đình Nghiêm nhắn nhủ: nhớ mang về một xâu cá mòi để nhậu nghe eng! Từ Mỹ, Duyên của "thà như giọt mưa vỡ trên mặt Duyên" với theo *e-mail*: "thiếu bạn nhậu xâu cá mòi sao chưa thấy ngon". Cá mòi Portugal vang danh như vậy, tôi nào bỏ qua được! Cá tươi, kỹ thuật nướng bằng than bậc thầy đã nâng nghệ thuật nướng cá lên hàng thượng thừa. Kỳ này, chỉ lưu lại Porto vài ngày, tôi cũng đã mò tới được một quán cá nướng nổi danh nằm ngay tại bờ biển Porto. Cá thơm phức, ngọt lịm, đưa vào miệng miếng nào miếng nấy thiệt vừa ý. Món mực cũng hết ý. Ngọt lịm, thơm phức, giòn tan. Tôi còn tìm đến món cơm hải sản. Vừa ăn vừa nghe ngóng tấm tắc. Nhìn đĩa cơm giống như món cơm *paella* của Tây Ban Nha nhưng ăn vô thì thấy rõ ràng khác vị. Thì hai anh "Nha", Tây Ban Nha và Bồ Đào Nha, nằm sát nhau, cũng phải dính chút họ hàng chi đó!

Gà nướng Portugal *peri peri* là món đặc sản đã tràn lan ra khắp thế giới. Một trong những công ty phổ biến món đặc sản gà Bồ Đào Nha này ra quốc tế là công ty Oporto. Oporto là tên tiếng Anh của Porto. Họ có chi nhánh tại nhiều thành phố trên khắp thế giới. Ngay tại Việt Nam, công ty đã mở tới 24 cửa tiệm. Có điều tức cười là công ty Oporto lại được thành lập tại Úc! Chủ nhân là ông Antonio Cerqueira, dân Úc gốc Bồ Đào Nha. Vì đâu gà Portugal danh trấn giang hồ như vậy? Người sáng lập chuỗi nhà hàng Oporto hé lộ vài chiêu: gà tươi không ướp lạnh, bỏ lò nhưng không chiên, hỗn hợp ướp gà bí hiểm, dung dịch chất cay làm bằng ớt tươi, gừng, tỏi và chanh. Cuối cùng, cách nướng lửa đặc biệt Bồ Đào Nha khiến thải ra chất mỡ và làm hương vị ướp quyện vào gà.

Tại Montreal, tôi đã nhiều lần thử ăn món đặc sản Bồ Đào Nha này. Khi mua thịt ướp sẵn ở các siêu thị, khi ngồi ăn tại tiệm chuyên bán món gà danh tiếng này. Nhưng khi ăn gà tại ngay chính quê hương Porto của…gà, cái lưỡi của tôi cảm nhận một hương vị khác hẳn. Ngon đâu mà ngon kỳ lạ. *Mail* về cho ông Hoàng Xuân Sơn, một tay sành ăn, cũng chỉ biết khoe là ngon lạ ngon lùng, ngon ra sao, chịu, không diễn tả nổi. Dọa ông bạn, muốn biết thì chịu khó bay qua Porto mới rõ sự tình.

Một món ăn làm tôi bất ngờ là món *pizza* ở Porto. *Pizza* mang quốc tịch Ý nên ai cũng nghĩ là chỉ ở Ý mới có *pizza* ngon. Tôi không hầu món ăn toàn bột này. Có thể vì ngày đi tu nghiệp tại Mỹ năm chục năm trước, đây là món bắt buộc phải ăn khi rỗng túi, chỉ 99 xu là no kềnh bụng. Ít năm trước đây, khi qua Ý du lịch, tôi có thử món đặc sản Ý này. Ngon thực! Vậy mà *pizza* ở Porto có phần trội hơn *pizza* ở Milan. Cùi bột mỏng dính ôm những thứ lỉnh kỉnh bên trên. Thứ *pizza* ngon nhất là *pizza* hải sản. Muốn biết ngon tới cỡ nào, lại mời qua Porto.

Từ mặt biển tôi leo tuốt tới độ cao gần một ngàn thước nơi vùng *Pays d'EnHaut* của Thụy Sĩ. Vùng "thượng du" này mang tên Chateau d'Oex. Leo xuyên quốc gia, thêm trèo cao như vậy, sức tôi làm chi nổi. Tôi phải cưỡi máy bay từ Porto tới Geneve, thêm hai tiếng lái xe nữa mới ngự được trên độ cao như vậy. Thấy cao như vậy chưa đủ nên một bữa kia tôi leo cao hơn nữa. Lên tới một ngàn rưởi thước. Trên độ cao chóng mặt, giữa núi rừng hùng vĩ của vùng Canton of Berne có một mặt hồ trong xanh mang tên Arnensee. Nước hồ im ắng màu xanh biếc như một miếng thạch xanh khổng lồ nằm giữa những hàng cây có dáng như thông vút cao lên trời. Hồ trên cao, giữa triền núi, tôi đã tới Lake Tahoe của tiểu bang California, Hoa Kỳ, Lac Louise ở vùng Banff của Canada. Nhưng mặt nước trong suốt một màu bích ngọc như Arnensee thì tôi mới thấy lần đầu. Đứng bên bờ, tôi có thể nhìn xuống tới đáy hồ rõ ràng. Một chiếc thuyền neo trên hồ trông như bay vì không thấy mặt nước. Tất cả các hồ trên độ

Lake Arnensee.

Thuyền trên dòng nước trong của hồ Arnensee.

cao của núi đều mang lại sự yên ắng đến lạ lùng. Tìm vào một bụi cây, ngồi ngắm hồ, con người có thể cảm thấy như trên thế gian này chỉ cô độc mình ta.

Căn nhà của cậu cháu, nơi tôi trú ngụ trong những ngày ở Chateau d'Oex, cũng có lan can nhìn sang núi. Từ lan can nhìn ra biển tới lan can nhìn sang núi, đất trời như thu gọn trong tầm mắt tôi. Không còn những đợt sóng biển hung hăng cà khịa với bờ cát, trước mặt tôi là một vàm cỏ xanh rờn lác đác có vài căn nhà nằm nép xuống dáng núi hùng vĩ vươn cao tuốt tới trời xanh. Buổi sáng, những đám mây sà xuống như muốn che chở vài mái ngói cô quạnh giữa núi rừng. Trước mặt tôi không phải một cảnh trí thực mà như một tấm bưu thiếp khổng lồ trải ra dưới tầm mắt. Từ hai lan can, tôi hít thở hai thứ khí trời. Khí của biển và khí của núi. Mấy khi hít được cả hai thứ tưởng vạn dặm xa vời trong vỏn vẹn đôi ngày.

Con đường lên tới nhà nhỏ hẹp vòng vo đến chóng mặt. Có nhiều chỗ xe chạy tới nơi mà trước mặt chẳng thấy có đường chạy. Ngõ nhỏ như giấu mình giữa những căn nhà nhô ra thụt vào mà nếu không phải dân địa phương không tài nào chạy xe được. Ngõ nằm lung tung, xiên xẹo, rộng chỉ vừa đủ cho một xe nhỏ len lách vậy mà xe lên xuống hai chiều. Khi gặp xe ngược chiều, hai xe phải cố nép vào lề để chen vai thích cánh nhường nhau lên xuống.

Từ miệt thượng du *Pays d'EnHaut* xuống phố thị Lausanne mất khoảng một giờ lái xe. Lausanne là thành phố lớn thứ tư của Thụy Sĩ, nằm cách Geneve 62 cây số. Nói tới Geneve, dân Bắc Kỳ di cư như tôi nghĩ ngay tới nơi ký hiệp định phân chia đất nước vào năm 1954 khiến chúng tôi phải bỏ nơi chôn nhau cắt rốn xuôi Nam. Tôi chỉ chạy xe ngang Geneve nhưng cũng kịp thấy hồ Leman. Tôi dáo dác nhìn nơi ông Võ Thành Minh ngồi thổi sáo phản đối các cường quốc rạch đôi sơn hà nhưng chẳng biết năm xưa ông đã ngồi nơi nao. Hồ Leman còn chạy tuốt tới Lausanne. Khi tới Lausanne, dạo bên hồ, nhìn xuống mặt nước, tôi như muốn tìm bóng dáng người đã dùng tiếng sáo tiêu cực trách cứ nhát dao phân đôi tổ quốc. Bến nước nhộn nhịp với những du khách dạo trên bờ, những con thuyền kèn cựa nhau neo bến và tiếng còi rúc lên khi con tàu rời bến qua bên kia bờ hồ Leman. Bên kia bờ là tỉnh Vichy của Pháp, nơi nổi tiếng về thứ nước suối đóng chai có mặt trên khắp thế giới.

Loanh quanh một đỗi, tôi đã đứng trước Bảo Tàng Viện Olympic, cũng là trụ sở của Ủy Ban Quốc Tế Thế Vận Hội. Trong bảo tàng viện trưng bày khoảng 10 ngàn hiện vật liên quan tới phong trào thể thao thế giới. Muốn biết về tất cả các thế vận hội được tổ chức từ trước tới nay cùng với những kỷ vật của từng kỳ thế vận, du khách có thể mãn nhãn nơi đây. Mỗi năm có khoảng 250 ngàn du khách tới thăm đất thánh của thế vận hội này. Thời giờ không nhiều, tôi chỉ coi phớt qua những tượng bên ngoài và đi vội một vòng bên trong. Tới đây phải có chút kỷ niệm mang về, tôi đảo vội một vòng quanh khu bán đồ kỷ niệm. Mua vội vài món lặt vặt, tôi trả tiền nơi cô thâu ngân viên người Thụy Điển. Khi ra cửa, còi hú inh ỏi. Tôi nhìn vào túi đồ mới mua, lùi lại vào trong, ra thử tiếp. Còi trên hai tấm *radar* êm ru. Trọng tài cũng có lúc việt vị! Nhưng chuyện không vui này khiến tôi có cơ hội để

Shopping is not a sport on the Olympic programme.

ý tới hàng chữ trên hai tấm *radar*. *"Shopping is not a sport on the Olympic programme"*. Mua sắm không phải là một môn thể thao có trong lịch trình Thế Vận Hội! Tôi khoái câu tếu này hết biết.

Khoái nọ câu khoái kia. Rời khu bảo tàng Thế Vận Hội, tôi bắt gặp cái tên Hội An. Trèo lên mấy bậc thang, tôi đã ở trong khung cảnh của một tiệm ăn Việt Nam. Vài đồ cổ miền Trung, một gian phòng *vip* gồm bàn ghế khảm xà cừ, vách tường là những tấm đan gỗ chạm khắc hoa văn mang không khí Việt Nam. Những đôi quang gánh với chiếc nón lá úp lên trên được chủ nhân nhà hàng cho biết được dùng để đựng các món ăn cho *buffet* buổi tối. Tôi tới vào buổi trưa, không được nhìn thấy cảnh *buffet* quang gánh nhưng cũng thú vị trước món chả giò được bày trong một chiếc quang gánh nho nhỏ. Đã lâu ngày không được ăn đồ ăn Việt, tôi náo nức không biết chọn món nào. Phở, bún, cơm canh, bún bò… Rồi cũng phải quyết định. Món nào cũng có giá khá đắt. Từ

Nhà hàng Hội An.

Chả giò và gỏi cuốn.

Lũ quang gánh sửa soạn cho buổi buffet.

25 đến 40 đô Thụy Sĩ. Đô Thụy Sĩ cao ngang ngửa với đồng *euro*, gấp rưỡi đô Canada. Nhưng dân chơi xá chi tới chuyện vụn vặt. Cứ có tí quốc hồn quốc túy bỏ vào miệng nơi đất khách quê người là quý.

Thường đi tới đâu tôi cũng để ý tìm tòi "chất Việt Nam" tại địa phương. Chateau d'Oex đất rộng người thưa. Dân số chỉ khoảng ba ngàn ngoe nhưng lại có ông cha xứ người Việt trăm phần trăm. Ông tên Khánh, nguyên quán tại miền Bắc nhưng được sanh ra tại Thủ Đức khi gia đình di cư vào Nam. Đi tu từ năm 10 tuổi, ông hết đường tu khi miền Nam thất thủ trong tay Cộng sản. Ông vượt biên năm 1979, tiếp tục tu và chịu chức linh mục tại Thụy Sĩ. Ông được giao cho giáo xứ chỉ vỏn vẹn có 1200 giáo dân tại vùng…thượng du này. Ngày đầu tiên tới nhậm chức, ông lạc lõng giữa núi rừng. Ông hỏi thăm và vui mừng khi được biết có một người Việt Nam làm nha sĩ trong vùng. Đó là cậu cháu của tôi. Ông vội tới văn phòng làm quen. Gặp chúng tôi từ Canada qua, ông mừng rỡ bắt chuyện. Tôi gặp ông lần đầu trong dịp Quốc Khánh Thụy Sĩ. Bữa đó, chính quyền miền núi có tổ chức một cuộc diễn hành có bắn pháo bông. Trên khán đài nho nhỏ, người đọc diễn văn đầu tiên là ông xã trưởng. Người thứ hai là ông cha xứ Việt Nam. Trên vùng cao, giáo dân đã lưa thưa lại lười tới nhà thờ. Ngôi giáo đường không lớn lắm nhưng lễ nào cũng rỗng tuếch rỗng toang. Vậy thì tiền đâu để điều hành nhà thờ? Chuyện này có nhà nước lo. Trong bản khai thuế hàng năm của chính phủ, những người Công giáo đều bị trừ nghiến mỗi người 50 đô tiền giúp nhà thờ! Ông vui chuyện, khôi hài: "Nơi đây bò nhiều hơn người!".

Cha Khánh và tác giả.

Cha nói chắc đúng. Đây là đất của bò. Những con bò đeo lục lạc kêu vang vang theo mỗi bước đi làm cho thứ du khách ở tạm bợ như tôi thích thú. Chiếc lục lạc thường ngày nơi cổ những chú bò tôi gặp trên núi có kích thước nhỏ, kêu leng keng. Nhưng khi đàn bò dẫn đầu cuộc diễn hành ngày quốc khánh, những chiếc lục lạc lớn như quả chuông thứ bự khua vang vang làm vui tai đám dân chúng lơ thơ đứng coi bên lề. Đàn bò dẫn đầu cuộc diễn hành khá đông khiến tôi tưởng khi chúng đi qua là hết. Nhưng một khúc dài sau đó mới tới đội kèn, các thiếu nữ trong y phục cổ truyền, đội *hockey* địa phương và đoàn người cưỡi ngựa theo sau.

Chateau d'Oex trước kia là một ngôi làng. Tôi còn thấy dấu vết qua những chữ *"village"* nhạt nhòa còn sót lại đó

Bò diễn hành trong ngày Quốc Khánh.

đây. Vậy mà ngày quốc khánh họ cũng rộn ràng treo cờ đỏ rực, thả khinh khí cầu, diễn hành, đốt pháo bông khá xôm tụ.

Chắc tôi phải cho biết thêm là quốc khánh Thụy Sĩ nhằm vào ngày 1 tháng 8 mỗi năm. Đó là ngày sinh nhật của tôi. Người ta quốc khánh mà mình vơ vào sinh nhật, lập lờ như vậy cũng có cái thú. Lấy vui của người làm của ta. Nghĩ vậy thì kể ra dân Thụy Sĩ cũng điệu nghệ với tên khách lãng du này quá chừng!

08/2019

THÁI LAN

1

Tôi tới Bangkok kể là muộn. Các bạn tôi, nhiều người đã tới từ khuya. Nhưng đặt chân tới Bangkok thì tôi lại không muộn. Gần 35 năm trước, vào tháng 6 năm 1985, tôi đã đi tị nạn bằng máy bay, tới Bangkok như tới cửa thiên đàng. Bước chân xuống phi trường từ máy bay *VietNam Airline* quốc doanh, tôi đã thở phào. Cửa thiên đàng ngày đó chỉ là vài giờ hé mở chờ chuyến bay kế tiếp của hãng *British Airway* đi Canada qua ngả Luân Đôn.

Lần này coi như tôi trở lại cửa thiên đàng xưa. Nhưng tôi không cô đơn. Cùng tới với tôi có Đức Giáo Hoàng Francis I. Cùng tới nhưng không hẹn hò chi. Ngài đi tông du, còn tôi lông bông du. Hai chuyện khác nhau như trời với đất.

Điều đập vào mắt tôi là những bức tường của nhiều công sở được trang hoàng bằng những tấm vải nửa vàng nửa trắng, màu cờ của Vatican. Đường phố rợp bóng cờ vàng bên cạnh cờ Thái Lan. Tôi nghĩ họ trang hoàng để đón vị chủ chăn của đạo công giáo La Mã. Nhưng khi tới gần một lá cờ vàng, tôi thấy có huy hiệu hoàng gia được in ở giữa. Vậy chắc màu vàng này dành cho Đức Vua của Thái Lan. Trên các vỉa hè của nhiều con phố, hình Đức Vua được trưng bày uy nghi như trên một bàn thờ. Ban đêm đèn đuốc sáng trưng chiếu rực rỡ chân dung của người đứng đầu hoàng gia. Khách sạn tôi trú ngụ cũng trưng bày chân dung to tổ chảng của vua chạy dài trên nhiều tầng nhà. Bên trong sảnh tiếp tân cũng có bàn thờ vua. Vua Thái còn rất ung dung vì được thần dân tôn

Bàn thờ vua trong khách sạn.

Hình vua trước khách sạn.

phục. Vị tân vương Vajirelongkorn, 66 tuổi, vừa đăng quang vào tháng 5 năm 2019, sau khi vua cha Bhumibol Adulyadej thăng hà ở tuổi 88. Có lẽ những gì tôi thấy là những thứ còn lại của ngày hội đăng quang mới xảy ra sáu tháng trước chăng?

Tân vương du học tại Anh và Úc, phần lớn thời gian sống ở ngoại quốc nên ít được dân chúng biết đến. Diện mạo của vị vua với tước hiệu Rama X không được điển trai bằng vua cha. Cuộc sống của ông cũng rất lôi thôi. Nhiều người dân coi ông là một *playboy*. Năm 1977, ông kết hôn với công chúa Soamsawali Kitiyakara, có một con gái. Ông ly dị bà này vào năm 1993. Trong thời gian này ông có 5 con với bà Yuvadhida Polpraserth và chính thức kết hôn với bà này vào năm 1994. Hai năm sau ông lại ly dị bà vợ thứ hai này. Năm 2001, ông lại cưới bà Srisasmi Suwadee. Rồi ly dị vào năm 2014. Ngay sau khi lên ngôi, ông kết hôn với bà vợ thứ tư là bà Sineenat Wongvajirapakdi và ban tước vị Chao Khun Pra, Hoàng Quý Phi, cho bà này. Tôi có thấy hình bà hoàng này được trưng bày trên một công trình đèn đuốc sáng trưng trên vỉa hè một con lộ chính của Bangkok.

Người ta đón Đức Giáo Hoàng ở đâu tôi không rõ, chỉ biết Ngài cử hành một thánh lễ tại một vận động trường và một thánh lễ khác tại một nhà thờ. Tôi có ý định tới dự thánh lễ tại sân vận động nhưng bị lỡ bộ vì không có giấy vào cửa. Tại khách sạn tôi ở có khoảng hai chục người Việt Nam sinh sống ở Lào sang đón Đức Thánh Cha. Tôi định theo họ nhưng khi thấy họ đeo lủng lẳng thẻ vào cửa có hình Đức Giáo Hoàng trên ngực, tôi biết mình không được phép. Đó là lần duy nhất tôi thấy có hơi hướm của vị chủ chăn công giáo La Mã tại Bangkok trong thời gian Ngài tông du. Còn thì trong khách sạn, ngoài đường phố vẫn êm ru bà rù, chẳng thấy có dấu hiệu chi của người mà mỗi bước chân được đón nhận nồng nhiệt khắp năm châu bốn biển. Có lẽ vì đây là đất Phật.

Bước ra đường là thấy chùa chiền. Từ nơi tôi trú ngụ, bước hướng nào cũng gặp chùa. Có cái to, có cái nhỏ. Nhưng chùa nào cũng mang những dấu vết cổ xưa. Có những chiếc tháp khổng lồ, rêu phong phủ kín, những viên gạch không còn nguyên vẹn nằm ôm nhau có lẽ đã qua nhiều thế kỷ. Có nhiều chùa thu tiền vào cửa, bắt mọi người phải ăn mặc kín đáo khi qua cửa. Phụ nữ mặc váy không kín chân phải đóng

Trang hoàng cho vua hay Giáo Hoàng?

Một cảnh chùa tại Bangkok.

tiền cược 100 baht, khoảng 5 đô Canada, để mượn chiếc khăn quấn quanh hạ thể cho tôn nghiêm. Dân Thái sùng Phật một cách lạ thường. Trên lề đường trước cửa khách sạn có một ngôi miếu nhỏ, lúc nào cũng đèn đuốc sáng trưng, hương khói nghi ngút. Người người đi qua đều không quên vái vài cái. Tại một cửa hàng loại sang trong một *shopping mall,* sáng sớm, ngay sau khi mở cửa, tôi đã thấy các cô bán hàng quỳ cầu nguyện trước tủ kính chưng bày hàng. Không hiểu ngày nay các thanh niên Thái khi tới tuổi trưởng thành có phải vào chùa tu trong một thời gian không nhưng tôi đã gặp một đoàn tăng trẻ măng, rất vui vẻ, đi thăm ngọn núi có điểm cao nhất Thái Lan tại Chiang Mai.

Ngôi chùa nổi tiếng nhất là chùa Phật Ngọc, nằm sát

Một tháp cổ trong chùa.

cạnh hoàng cung. Nơi đây có tượng Phật bằng ngọc nguyên khối. Vé vào chùa là 200 baht.

Vào hoàng cung phải chi trả nhiều hơn, tới 500 baht lận.

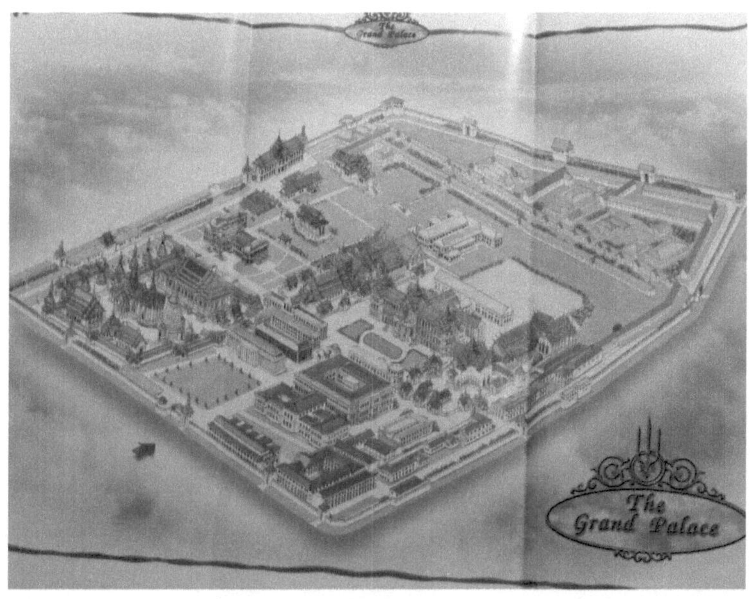

Sơ đồ hoàng cung Thái Lan, phía bên phải là nội thành, nơi vua và gia đình sinh sống.

Móc 25 đô Canada ra rất đau cái túi vì vật giá rất rẻ nên tiền ở đây có giá trị nhiều bội phần. Nhưng đã tới đây thì phải coi nơi ở của quốc vương ra sao. Vòng ngoài hoàng thành là những kiến trúc kiểu Thái vàng chóe và xanh đậm, với những mái cao vút. Điểm phải coi nơi đây là một ngôi nhà có trần cao vút, tượng Phật và tường vách đều dát vàng lấp lánh trông rất lộng lẫy. Tiếc rằng nơi đây cấm chụp hình. Cả một quang cảnh nhấp nhô tượng lớn tượng nhỏ, nhà cao nhà thấp. Trông ra rất lộn xộn hoa mắt. Qua phần ngoài hoàng cung, khung cảnh bên trong, chỗ vua ngự và sinh sống, khác hẳn. Vàng chóe xanh rờn đều biến mất. Chỉ có một tòa nhà kiến trúc khá mới, rất tây, khác hẳn phần vành ngoài của cung điện. Sự tương phản làm tôi băn khoăn. Có chăng một

Trước điện vua ngự.

cuộc xung đột văn hóa vào thời kỳ người Tây phương qua Thái Lan? Anh lính gác cửa, đứng như tượng, mặc cho thiên hạ ghé mặt vào chụp tấm hình kỷ niệm. Trời nắng chang chang, nhiệt độ khá cao, tôi chỉ phong phanh một chiếc áo mỏng cũng đã muốn điên người, vậy mà chàng lính, áo trong áo ngoài, trông nực nội, đứng nghiêm như trời trồng trong mấy tiếng của ca gác, mồ hôi chảy khắp mặt, vẫn không dám động đậy. Quân phục màu trắng, mũ trắng, trông giống như anh lính gác cổng cung điện bên Âu châu. Kể cũng là điều lạ!

Mồ hôi mồ kê nhễ nhại, tôi rời cung điện, bắt chiếc xe *tuk tuk* gần đó cho nhẹ chân. *Tuk tuk* là loại xe ba bánh, tựa như xe lam của Sài Gòn ngày xưa nhưng chỉ có một hàng ghế ngồi đủ chỗ cho hai người hoặc ba người nếu nhỏ con. Xe được trang hoàng rất lòe loẹt, rất hoa lá cành, đèn xanh đèn đỏ chớp loang loáng, mỗi xe là một…tác phẩm! Trang hoàng xe là một đặc tính của các tài xế xe chở khách. Ngay những chiếc xe van chở được chừng chục người, trông bề ngoài không có chi khác các xe ở Canada chúng ta vẫn thường thấy, nhưng trần và vách xe bên trong là những hoa văn màu trắng bạc hoặc kim nhũ rất tinh xảo. Cứ như xa mã của vua chúa.

Bangkok là nơi du khách không cần phải lo chuyện di chuyển. Ngoài xe *tuk tuk*, xe van, taxi, còn có loại xe màu đỏ, tôi chẳng biết gọi là xe gì. Loại xe này chạy rảo rảo đầy đường, thấy ghi trên hông giá 30 baht một người. Xe có hai

Xe tuk tuk

Xe chuyên chở đỏ.

hàng ghế dọc như xe lam Sài Gòn, ngồi được khoảng 10 tới 12 người. Chẳng biết lộ trình của chúng ra sao nhưng cứ vẫy là xe ghé vào, mặc cả giá, đi tới đâu họ cũng OK hết. Trước cửa khách sạn luôn luôn có đủ loại xe túc trực. Họ chào mời một cách nồng nhiệt. Muốn đi tới chân trời góc biển nào cũng được hết. Bangkok còn có phương tiện chuyên chở trên kênh nước. Đó là những con thuyền chứa được khoảng vài chục người, chạy trên hệ thống kinh lạch chỉ rộng chừng chục thước. Họ có những bến đậu được kè bằng những chiếc vỏ xe hơi cũ. Thuyền cặp bến, dập dềnh chao đảo, chỉ nối với đất liền bằng một dây thừng cột nhẹ vào chiếc cọc bê tông trên bờ. Khi cặp bến, người phụ thuyền, phần đông là phái nữ, đầu đội mũ rộng vành có miếng vải che kín xuống tới cổ để tránh nắng, nhảy xuống bờ, kéo chiếc dây thừng trên thuyền, quấn vội vài vòng vào chiếc cột. Hành khách leo lên rất khó khăn, nghiêng ngả như say rượu, gieo mình xuống những hàng ghế thấp lè tè trên thuyền. Thuyền di chuyển trên dòng nước đen kịt, mùi hôi chẳng kém gì kênh Tàu Hũ. Bên mạn thuyền có tấm bạt ni lông trong, có dây kéo lên kéo xuống cách nhau chừng hơn một thước. Khi tàu cặp bến, bạt được hạ xuống cho khách trèo lên, khi chạy hành khách nào ngồi đúng chỗ có dây kéo phải kéo bạt lên để tránh nước bắn vào người, nhất là khi hai tàu xuôi ngược làm làn nước đục ngầu xô lệch hắt những bọt nước lên tàu.

Nhưng so với chuyến ca-nô chở tôi từ Pattaya ra tới đảo San Hô (Coral Island) tắm biển thì chẳng thấm vào đâu.

Thuyền chở khách trên kinh lạch.

Ca-nô có ráp máy Yamaha. Tôi không vượt biên nên không rõ mấy lốc. Viên tài xế chạy văng mạng trên một quãng biển dài, gió thổi rít rát bên tai, người người mặt xanh lè, có người đã cầu nguyện. Ôi! Sao không vượt biên mà cứ như là vượt biên. Chuyến đi và chuyến về đều mang một nỗi sợ như nhau. Sở dĩ các anh tài xế chạy bạt mạng như vậy là vì phải chạy nhanh cho kịp đón khách chuyến khác. Nghe người ta nói tắm biển ở Pattaya thì tôi cũng tắm biển. Nhưng bãi biển ngay tại thành phố thì đông đảo và xô bồ. Bãi biển ngoài các đảo cũng xô bồ không kém. Dây phao an toàn trên biển cho người tắm chỉ quy vào một vùng nhỏ bé. Ngay bên cạnh là bãi đáp của *skidoo*, tiếng máy kêu điếc tai nhức óc. Váng dầu trên mặt biển loang loáng dưới ánh mặt trời chiếu xuống gắt gao. Trên bãi cát, ghế ngồi san sát nhau. Phần lớn khách là người Ấn Độ. Đảo chỉ có vài nhà hàng ăn thì đã có một nhà hàng Ấn Độ!

Nhưng khách Việt Nam có lẽ cũng không ít. Bữa tôi tới chỉ gặp một gia đình người miền Bắc Việt Nam. Nhưng nơi bảng chỉ tới *toilet* và nhà thay quần áo thì lại có tiếng Việt chen giữa tiếng Thái, tiếng Hoa và thứ chữ ngoằn ngoèo của Thái Lan và Ấn Độ.

Đã nói tới các phương tiện giao thông thì nói cho hết. Đáp máy bay từ Bangkok tới Chiang Mai chỉ mất hơn một tiếng đồng hồ. Vậy mà hãng máy bay Bangkok Air lại cho ăn đàng hoàng. Món ăn nóng với đủ nước uống và tráng miệng. Máy bay vừa bình phi là các tiếp viên vội vã dọn ăn. Khi các tiếp viên vừa thu dọn xong thì tiếng máy vi âm yêu cầu hành khách thắt nịt để đáp xuống. Thiệt...văn minh! Chẳng bù cho các chuyến bay ở Bắc Mỹ. Bay sáu tiếng mà muốn có chút chi bỏ vào bụng đều phải móc hầu bao.

Mặc cả là chuyện du khách phải làm khi mua hàng. Họ nói rất thách, có khi gấp đôi, gấp ba giá bán. Đó là chuyện buôn bán ngoài đường. Còn trong các *shopping mall* thì tùy nơi tùy chỗ. Có những tiệm sang, có bảng giá đàng hoàng thì không có chuyện mặc cả. Nhưng không nhất thiết như vậy. Có khi mặc cả vẫn có lợi.

Hầu như chuyện mua bán tại Bangkok đều diễn ra trên vỉa hè. Đường phố nào cũng có những khu chợ chồm hổm. Chợ thường có hai loại hàng chủ yếu: hàng ăn và sập bán trái cây.

Nói chuyện ăn trước cho yên cái bụng. Thức ăn đường phố rất ngon. Món chi cũng vừa miệng. Từ món chân truyền *pad Thai* cho tới các món cơm, món nước, món nào cũng như được nấu đúng gu ăn uống của người Việt Nam. Chỉ có tội món nào cũng cay xè. Dân yếu ăn cay như tôi khi nào cũng phải dặn trước để họ đừng bỏ ớt vô. Tôi nghĩ nếu không có ớt dân Thái chắc chết! Ớt chủ yếu là ớt khô tràn đầy trên quầy hàng hoặc bàn ăn. Món ăn đã cay trời ơi đất hỡi mà họ vẫn còn để nguyên từng tô ớt khô cho khách hàng có thể múc thêm ớt vào chén. Món gỏi đu đủ Thái là món tôi rất thích mỗi khi đi ăn tiệm Thái tại Montreal nhưng chịu không thể ăn tại Bangkok. Họ ném khoảng năm bảy trái ớt khô vào cối giã với tôm khô và các thứ phụ gia khác. Sau đó mới trộn với đu đủ và vài con ba khía mặn chát trước khi rưới nước sốt lên trên. Trông thì hấp dẫn nhưng rất ngại cho chiếc lưỡi có nhiều nguy cơ bị quấn tít! Món nướng có lẽ là thứ làm khổ

Bảng giá các món ăn lề đường.

lỗ mũi của khách qua đường nhất. Họ nướng thịt bò thịt heo, thịt gà và đủ thứ lòng ruột heo gà thơm lừng một cõi. Giá cả rất dễ chịu. Chỉ khoảng 30 tới 70 *baht* một món. Khoảng 1 đô rưỡi tới 2 đô rưỡi tiền Canada. Rẻ như bèo. Nhưng nếu so với đĩa thức ăn ở Bắc Mỹ thì đĩa thức ăn ở Thái ít chỉ bằng nửa.

Giá cả trái cây ở Thái chỉ là bèo so với Montreal chúng tôi. Quá bèo là đằng khác! Ngày đầu đi chợ trái cây, tôi thấy họ để giá bằng vẻn vẹn con số 32 trên rổ xoài. Trái nào trái nấy bự tổ chảng trông rất muốn cắn. Nghĩ là 32 *baht* một trái, so với Montreal đã quá rẻ, chỉ 1 đô rưỡi, tôi lựa. Bà hàng đưa cho chiếc túi nhựa. Cầm trái xoài ưa ý bỏ vào, tôi móc tiền trả. Bà hàng ra hiệu lấy thêm. Tưởng bà kèo nài mua

Chợ trái cây.

thêm, chọn thêm một trái nữa. Bà vẫn lắc đầu chỉ tay bảo thêm nữa. Cuối cùng mới hiểu ra 32 *baht* một kí! Chúa mẹ ơi, rẻ chi mà rẻ vô hậu!

Trái cây rẻ như bèo nên dân ta kĩu kịt vác về từng chục kí, tưởng có thể ăn trái trừ bữa. Đang mùa ổi, bòn bon, măng cầu, thanh long, nhãn, chôm chôm, bưởi, mít, cốc. La liệt trên có trời dưới có trái cây. Có một thứ trái ăn chua chua bùi bùi mà tôi chưa từng thấy ở Việt Nam nhưng dân miền Trung rất thích là trái me keo. Trái trông như trái me nhưng màu sắc xanh và hồng đẹp một cách mong manh. Tôi chỉ hẩu ổi, măng cầu, táo, nhãn và thanh long nên ăn mệt nghỉ. Ổi ở Bangkok trông rất mát mắt, ăn vừa ngọt vừa thơm vừa giòn. Cũng ổi Thái Lan nhưng thứ nhập khẩu ở Montreal vừa mắc vừa lạt lẽo. Hay tại vì mắc nên lạt lẽo để khỏi phải mua thêm! Măng cầu không lai căng bình bát hay măng cầu xiêm nên trái nhỏ, vỏ ngoài có mắt cũng nho nhỏ, ăn vào thì chỉ có kêu trời. Ngọt lừ. Ăn ba bốn trái một lúc cũng chưa thấy ngán. Nhãn cũng ngọt hết xẩy! Trái mọng rất bắt mắt và cùi dễ tróc khỏi hạt. Ăn một trái lại muốn bóc trái thứ hai. Chẳng mấy chốc đã bay cả chùm bự thù lù. Táo Thái Lan có hai loại. Loại vỏ ngoài có màu tím tía và xanh là trái táo tầu ăn không ngon bằng loại trái nhỏ chỉ thuần một màu xanh. Ăn vào làm tôi nhớ tới những trái táo ngày xưa khi tôi còn nhỏ ở Hà Nội. Ngày đó nhà tôi có cây táo cao to rất sai trái. Muốn hái phải leo lên cây. Thân con nít làm sao mà trèo. Nhờ những trận gió, táo rụng như sung, tha hồ lượm ăn. Ăn táo ngày nay nhớ tới táo ngày xưa, trái cây kể ra cũng có tình! Thanh long ở Bangkok có đủ hai loại ruột trắng và đỏ. Thứ ruột đỏ ăn ngọt và thơm hơn. Chỉ tội ăn ngày hôm trước, hôm sau tàn dư được thải ra đỏ màu máu. Nếu nghễnh ngãng không nhớ thứ mình ăn hôm trước, lo toát mồ hôi.

Bòn bon Thái Lan là thứ các bà rất khoái. Vị chua chua ngọt ngọt. Cùi khá dày và dễ tróc ra khỏi hột. Thực ra chúng hầu như không có hột, ăn vào giòn tan. Bòn bon đang rộ mùa nên la liệt trên các sạp. Ngay đêm đầu tiên tới Bangkok, ngao du phố Tàu, thấy bòn bon, nhiều bà như gặp người thân. Bà bán hàng bên lề đường đòi giá 150 *baht* một kí. Mới tới nên chưa thông thạo tình hình giá cả, trả giá một hồi được bớt xuống 130 *baht* với điều kiện phải mua chục ký. Chục ký, chuyện nhỏ. Các bà chụm lại dư sức qua cầu chục ký. Có bà sung sướng chơi luôn ba bốn ký. Hớn hở vừa đi vừa nhai

Trái me keo.

bòn bon. Ngày hôm sau, chung quanh khách sạn nhan nhản bòn bon. Chỉ có 40 *baht* một ký! Phe ta thua nặng. Lòng bảo lòng lúc nào cũng phải cảnh giác với…*China*!

2

Trái cây ê hề, nhất là thứ thổ sản dừa tươi. Một trái dừa ướp lạnh, khoét một lỗ, cắm cái ống hút giá chỉ từ 20 *baht* tới 40 *baht* tùy theo địa điểm. Có một loại trái không biết có phải thổ sản không là trái thơm *mini*, nhỏ không bằng một nắm tay, được cắt sẵn, để nguyên trái, bỏ vào miệng vừa đủ một miếng. Thứ này là thứ bé hạt tiêu, ăn vào ngọt lịm hơn thứ thơm lớn xác.

Trái cây đầy rẫy và rẻ rề chung quanh khách sạn chỗ tôi

ở, thuộc khu Bobae. Có lẽ đây là khu đầu mối bán sỉ đi khắp nơi. Lều trái cây nào cũng ngổn ngang từng bao tải trái cây đóng sẵn, đủ các loại xe *tuk tuk*, xe lam chuyên chở mang đi. Không những trái cây mà quần áo, chăn mền, cũng đầy rẫy chung quanh bán với giá sỉ. Khi chúng tôi hỏi mua, họ bắt phải mua từng lố hoặc từ ba cái trở lên mới bán. Cũng như trái cây, sạp hàng nào cũng ngổn ngang những gói lớn sẵn sàng chở đi các nơi khác. Đất nơi đây chắc là đất vàng. Ngay trước tiền sảnh khách sạn có một lối cho khách xuống hành lý, họ cũng cho thuê để bán quần áo từ sáng sớm, chẳng biết mấy giờ, cho tới đúng 9 giờ sáng phải dọn hàng cho quang đãng. Không hiểu chỉ trong vài tiếng đồng hồ vào lúc sáng sớm, họ bán được bao nhiêu mà khi dọn hàng, tôi thấy họ vất vả tháo dỡ khung sắt, mang xe tới chở đi. Chắc họ dùng nơi này để bày hàng đón mối buôn. Làm gì có khách mua lẻ vào giờ người ta còn nằm nướng trên giường này.

Khách sạn loại lớn, có tới 744 phòng trên 32 tầng lầu của ba tòa nhà mà họ gọi là *tower*, vậy mà cũng phải nhượng bộ cho chợ bán buôn. Ngoài miếng đất vàng phía trước, họ còn dùng tới 6 tầng lầu dưới để mở một trung tâm buôn bán. Phía trong là các sập hàng được chia ra đều tăm tắp như trong chợ Bến Thành của ta. Khách tới thuê phòng sẽ được các nhân viên khách sạn trong đồng phục mang va ly hành lý từ cửa bên dưới lên sảnh chính nằm trên tầng thứ 11. Tại đây mới là tiền sảnh chính của khách sạn để làm thủ tục nhận phòng. Tổ chức không giống ai này tuy vậy cũng không làm phiền khách.

Chúng tôi khoái nhất là tại lầu 6, có một khu ăn uống lớn

bán đầy đủ các thức ăn như quán xá ngoài đường, giá cũng rẻ như vậy, nhưng sạch sẽ và khang trang hơn nhiều. Cơm gà Hải Nam, mì vịt tiềm, lẩu hải sản và các món ăn Thái cay sè sóng đôi với các cửa hàng giải khát. Dân ta khoái nhất là món chè Thái tự lựa. Trên quầy là các tô lớn chứa đủ các thứ như trái thốt nốt, sương sa, sương sáo, bắp ngọt, thạch trắng, thạch xanh. Nhiều kể không xiết. Khách có thể chọn bất cứ thứ nào. Chọn một thứ giá 20 *baht*, hai thứ 30 *baht*, ba thứ 35 *baht*, muốn thêm nữa cứ 5 *baht* cộng vô cho mỗi món. Cô hàng lúc nào cũng tươi cười múc vào thêm một nắm đá bào, rưới thêm chút nước đường, ăn mát cả ruột. Mát cả tim khi cô hàng kèm thêm nụ cười được tặng không!

Nhan sắc cô hàng chè ngọt ngào này là thứ nguyên thủy được tạo hóa nặn. Tại Bangkok ngày nay nhan nhản những nhan sắc do bàn tay con người chỉnh lại. Những sản phẩm nhân tạo này nhiều khi đi ngược với sáng tạo của ông trời. Tại cửa hàng bán đồ điện tử trong *shopping mall* MBK, tôi gặp một nàng bán hàng son phấn rất kỹ càng. Nhưng khi nàng cất giọng lên, thứ giọng thổ trầm trầm, tôi mới biết đây là hàng…nhân tạo. Thái Lan là đất lành của những người chuyển giới. Kể từ năm 2009, chính phủ cho phép con dân có thể tự quyết định giới tính của mình thì y khoa Thái Lan đạt những bước tiến lớn cho việc thay đổi giới tính. Người chuyển giới không còn bị nhìn với con mắt chế giễu, khinh bỉ nơi công cộng. Họ công khai sống theo bản tính chôn giấu của họ. Trên chuyến bay từ Chiang Mai về Bangkok, ngồi ghế bên cạnh tôi là một nam nhân mặt hoa da phấn. Khi máy bay sắp đáp xuống, chàng tỉnh bơ hạ miếng bàn ăn trước mặt, bày gương lược, son phấn ra trang điểm kỹ càng như một nữ nhân. Tôi không bắt chuyện nên chẳng hiểu giọng của nàng là thổ hay kim. Những "mỹ nhân" đã qua khổ ải đại tu có nhan sắc bắt mắt hơn nhiều.

Từ trai qua gái hay từ gái qua trai một cách hoàn hảo là một cuộc lột xác. Lột xác đòi hỏi những chịu đựng khôn tả. Tiếng Thái gọi những người chuyển giới là *"katoeys"*. Trung bình một cuộc lột xác tốn khoảng 50 ngàn đô Mỹ. Đó là bước khó khăn đầu tiên. Có tiền mới qua được bước gian khổ thứ hai: chịu đựng đau đớn qua khoảng một chục cuộc giải phẫu lớn nhỏ. Mỗi bước đi là một xót xa mới. Từ một đấng nam nhi muốn lột xác thành một nữ nhân mặt hoa da phấn phải gọt xương vai, rút đi vài cái xương sườn, gọt xương hàm để có được hình dáng thon thả của một nữ nhân. Rồi bơm ngực, bơm mông, cắt bỏ cái của nợ để tạo ra một cái cũng của nợ nhưng thuộc phe đối lập. Thái Lan ngày nay là nơi nổi tiếng về phẫu thuật chuyển giới. Dân muốn thay đổi vị trí từ khắp nơi đổ về. Dân Việt ta cũng rất quen với địa chỉ này.

Tôi đã gặp nhiều người chuyển giới trong chỉ hai tuần lễ du lịch ở Thái. Nơi quy tụ những người sinh khác, sống khác này là Alcazar hay Calypso. Đó là hai sân khấu do dân chuyển giới trình diễn. Alcazar ở Pattaya và Calypso ở Bangkok. Một đêm kia, tôi tới Calypso. Rạp hát rất tráng lệ với những cầu thang uốn lượn, tay vịn bằng đồng được chùi bóng loáng. Bên trong có từng dãy bàn ngồi có thể uống nước, uống rượu như tại rạp Moulin Rouge bên Paris. Thực ra tôi không biết giá vé bao nhiêu tuy cầm vé trong tay. Tại khách sạn có một quầy để du khách mua vé đi các *tour* hay

Một màn vũ của các nàng chuyển giới.

xem các *show* trình diễn. Họ bao xe đưa đón luôn. Tôi hỏi và được cho giá 1200 *baht* một người. Tính ra khoảng 60 đô Canada. Nhưng khi hỏi mấy ông tài lái xe đưa đón khách lúc nào cũng túc trực bên ngoài khách sạn thì họ cho giá 800 *baht*. Khoảng 40 đô Canada. Vậy là bắt ngay. Mỗi vé được tặng một ly rượu hay nước uống.

Buổi trình diễn kéo dài 1 giờ 15 phút không ngừng nghỉ. Tưởng là họ chỉ biết khoe thân thể đáng giá 50 ngàn tiền phẫu thuật nhưng không phải. Các màn trình diễn rất chuyên nghiệp và hấp dẫn. Họ biết cách làm vừa lòng du khách bằng những tiểu khúc nghệ thuật của các nước. Tôi thấy có các màn mang hơi hướm Trung Quốc, Nhật Bản, Đại Hàn, Ấn Độ, Ả Rập. Tôi có ý chờ nhưng không thấy màn nào của

Free your mind!

Việt Nam. Nhưng có một màn làm tôi chú ý. Đó là màn có tính…chính trị. Trên sân khấu tiến ra một đoàn người cầm biểu ngữ trong tiếng nhạc nhộn nhịp. Biểu ngữ gồm nhiều thứ chữ. Tôi chỉ đọc được tiếng Anh. *Free Your Mind!* Hãy mở tâm hồn thông cảm. *You are Wrong! I Am Right!* Nghe ra như tuyên ngôn của chuyển giới. Họ là những người đẹp. Đẹp từ người đứng soát vé ngoài cửa cho tới những người biểu diễn trên sân khấu. Phải nói là đẹp lộng lẫy kiêu sa. Rất nhiều màn được sắp đặt để họ có thể khoe phần hạ thể, ẩn hiện trong lớp vải óng ánh. Chỉ nhìn qua đã biết họ đã phẫu thuật tới màn chót để có bộ phận đặc trưng của người nữ.

Nhưng khi biết nhan sắc đó không phải trời cho mà là sự gọt dũa của con người, người ta tự nhiên cảm thấy như xa cách. Nhiều người thấy ngại ngùng. Kể cũng tội cho họ. Để có được thân hình như ý muốn, họ đã chịu nhiều gian truân khổ ải. Không phải như cái đẹp tự nhiên trời cho, muốn giữ gìn được nhan sắc để đêm đêm phô bày trân sân khấu, họ phải liên tục dùng *hormone* và các loại kem đặc biệt để giữ gìn được nhan sắc. Nhưng cái giá phải trả đắt nhất có lẽ là tuổi thọ của họ. Tuổi thọ trung bình của những người chuyển giới chỉ có 42 tuổi. Từ tuổi 40, sức khỏe của họ đã bắt đầu sa sút. Những vết cắt, vết gọt của dao kéo bắt đầu hành hạ. Họ chịu đau đớn cho đến chết. Hoặc nếu không kham nổi, nhiều người trong số họ đã chán nản và tự tử.

Một *show* trước khi tới Thái tôi đã nghe nhiều người nói nên rất tò mò tự hứa phải đến, đó là *show*…nội công. Nghe như một thứ võ. Đúng là võ nhưng là loại võ đặc biệt chỉ có tại Thái. Các cô gái vận dụng nội công, dùng vưu vật của mình để làm nhiều trò tưởng cái thứ sức yếu thịt mềm không thể làm nổi.

Ông tài có chiếc xe van trang hoàng bên trong rất cung đình, người đã bao thầu chuyển coi *show* chuyển giới của tôi, lại khuyến mãi cho cái *show* nội công này. Khách sạn đòi 800 *baht* một người, ông chỉ tính 600 *baht* thôi. Rẻ được 200 *baht*. Nghe bạc trăm tưởng nhiều nhưng thực ra chỉ tương đương với 10 đô Canada. Nhưng tiền nào chẳng là tiền. Rẻ đồng nào hay đồng đó.

Nơi ông chở tôi đến không phải là một rạp hát quy mô như nơi trình diễn *show* chuyển giới mà là một hộp đêm nho nhỏ trong một khu phố vắng vẻ. Sân khấu nhỏ có một cột ở chính giữa, khách ngồi chung quanh. Y chang như nơi múa

Hoa văn trên trần xe van.

khỏa thân tại Montreal. Nhạc dập dình chói tai, đèn xanh đèn đỏ chớp tắt lia lịa hoa cả mắt. Mỗi khách cũng được tặng một ly nước hoặc bia cầm hơi. Một cô gái trong bộ *bikini* đang múa một cách miễn cưỡng chờ khách.

Buổi trình diễn bắt đầu khi một cô khá bụ bẫm bước lên sân khấu. Cô múa tiếp cho cô gái câu khách đi xuống rồi cởi quần lót. Trước mặt cô là một chiếc ly lớn đựng chừng chục trái banh *ping-pong* màu đỏ và trắng. Cô lấy từng trái, đút vào hạ bộ, dùng nội công bắn trái banh vào một chiếc ly khác. Màn đầu trái banh tưng dưới sàn rồi nhảy vào ly. Màn hai bắn trái banh thẳng vào ly. Có trái trúng, trái trật. Một cô khác cầm chiếc vợt đỡ những trái trật, hất trở lại cho cô làm tiếp. Diễn viên thứ hai móc ra một sợi dây hoa dài giăng ngang bốn chiếc cột thành nhiều vòng. Sao cái kho chứa tưởng như toen hoẻn lại có sức chứa dữ dội như vậy. Cô mời một anh tây còn trẻ ngồi ở ghế đầu cầm đầu dây rút ra. Sợi dây hoa chui ra tưởng như bất tận. Anh tây con khoái chí ra tay kéo. Khi hết sợi dây, cô ngồi xổm trước mặt anh tây đòi tiền boa. Anh tây hết vui, nhất định không chi tiền. Cô lầm bầm chửi thể tên keo kiệt. Ấy là tôi đoán thế vì cô nói tiếng Thái, tây có hiểu mô tê chi đâu.

Tiếp theo là màn bắn tên làm bể trái bong bóng do một cô khác thả lên phía trước. Diễn viên đứng ưỡn người, mũi tên cắm vào điểm chiến lược, vận nội công phóng ra. Trái bong bóng bể với tiếng nổ giòn giã gặt được những tràng vỗ tay của khán giả. Tiếp theo là màn khó dàn trời. Dùng nội công mở nút chai *coca*. Ấn người xuống chai *coca* dưới sàn, loay hoay một lúc, chiếc nút kim loại bật lên, hơi bọt trong chai sủi lăn tăn. Loài nhuyễn thể sao có thể hạ gục được chiếc nút sắt? Chuyện khó tin nhưng thấy rõ ràng trước mắt. Chính ra trong chương trình còn có màn cắt chuối nhưng sao không thấy trình diễn. Như vậy cũng may vì nếu coi màn này các ông sẽ bị ám ảnh suốt đời, rất hại cho sức khỏe tinh thần!

Màn cuối cùng là một màn…văn học. Đút cây viết lông vào bướm, diễn viên ngồi xổm trên một tờ giấy trắng. Nhấp nha nhấp nhổm, đưa qua đưa lại, tới lui một hồi, cô giơ tờ giấy có hàng chữ "*Welcome to Bangkok*" lên. Tôi nghĩ "tay" cầm bút phải kẹp khá chắc mới viết nổi ra chữ như vậy!

Tôi chỉ kể ra vài màn tôi còn nhớ được. Phục tài các cô nhưng cũng thương cảm cho thân phận thuyền quyên. Nghề ngỗng chi mà vất vả. Bướm mà đến thế thời thôi! Câu nhại

Kiều bỗng nhảy ra trong tôi. Cụ Nguyễn Du tài thiệt!

Nhà thơ Bảo Sinh cũng tài. Ông cũng đi du lịch Thái Lan. Tới đất Phật, ông cũng thăm dân cho biết sự tình như tôi. Nhưng giỏi hơn tôi, ông đã nảy ra thơ.

Thái Lan lắm thuẫn nhiều mâu
Chùa chiền càng lắm, thanh lâu càng nhiều
Đạo Phật huyền bí bao nhiêu
Sếch-xi lộ liễu cũng nhiều như nhau.

Chuyện chi bướm làm được thì vòi cũng làm được. Vòi tôi muốn nói tới là vòi voi. Trong một *show* trình diễn của voi tại Chiang Mai, tôi đã thấy voi dùng vòi kẹp cây viết để vẽ. Vẽ tranh đàng hoàng chứ không chỉ vẽ chữ. Không phải một mà năm chú voi vẽ cùng một lúc, mỗi chú vẽ một bức

Voi đang vẽ.

Các "tác phẩm" của voi vừa vẽ xong.

tranh riêng.

Các bác nài đặt trước mặt voi một giá vẽ trên có ghim một tờ giấy trắng. Hộp màu nước đặt bên cạnh gồm nhiều màu. Bác nài đưa một bút vẽ có chấm một màu cho voi quặp trên vòi. Chú voi ngắm nghía rồi đặt bút vẽ trên giấy. Ngọn bút lông nhỏ xíu nhưng chiếc vòi to tổ chảng quặp giữ rất gọn gàng. Vẽ xong phần màu của cây bút, chú trả lại và bác nài đưa một cây bút màu khác. Chú lại chăm chú vẽ trên giấy. Tờ giấy so ra rất nhỏ với cái vòi. Vậy mà cái vòi quờ quạng đặt bút không sai nét. Tôi nghĩ chắc tài lắm chú voi cũng chỉ vẽ đại khái được những nét thô vụng như bản vẽ của con nít. Nhưng khi voi hoàn thành bức vẽ bằng vòi, tôi thấy đó là những bức họa phong cảnh rất được mắt. Kể ra

Một cảnh chùa cổ với tượng voi.

Một công trình sáng tạo của voi.

voi cũng có mắt nhìn của một họa sĩ dù mắt voi không được lớn. Mỗi chú voi được đặt một cái tên và chúng nhớ được tên mình. Khi hoàn thành bức vẽ, voi ký tên đàng hoàng lên "tác phẩm".

Những bức vẽ voi vừa hoàn tất được trưng bày cho khán giả coi, và rao bán với giá 1000 *baht* mỗi bức, khán giả đã dành nhau thỉnh hết. Người ta còn in những hình vẽ này lên áo thung và bán cho khán giả. Chẳng biết các tác giả tranh được chia chác ra sao. May ra chắc được vài khúc mía gặm cho đỡ buồn!

Voi hình như là thứ thú đại diện cho Thái Lan. Đâu đâu cũng thấy hình voi. Ngay trước dinh của quốc vương cũng có tượng hai chú voi tổ chảng đứng chễm chệ phía trước. Có một điều tức cười là có một *tour* du lịch đi tắm voi. Du khách phải mặc đồ tắm, lội xuống nước, kỳ cọ tắm cho voi. Mất công, mất thời giờ tắm cho voi, du khách còn phải chi ra cỡ 1500 *baht* tiền công cho hãng du lịch. Đây là *tour* mắc nhất trong các *tour* tại Chiang Mai. Ngoài chợ, các đồ dùng, ví bóp, quần áo mang hình voi tràn đầy. Khi chúng tôi rời khách sạn tại Chiang Mai để trở về Bangkok, họ cũng tặng mỗi người một dây đeo chìa khóa lủng lẳng một chú voi nhồi bông nho nhỏ *technicolor* rất dễ thương.

3

Con voi nhỏ dễ thương trên chùm chìa khóa đã theo tôi về tới Montreal. Như một kỷ niệm của một nơi đã trở thành thân thương. Khách sạn Pastell nằm ngay tại phố cổ Chiang Mai là một khách sạn nhỏ. Chỉ có ba tầng lầu, mới hoạt động

Phía trước khách sạn Pastell ở khu phố cổ Chiang Mai.

được tám tháng, gây cho khách cảm tưởng như một chốn quê nhà. Các nhân viên khách sạn luôn ân cần, miệng lúc nào cũng nở nụ cười. Khách sạn đãi khách khiến họ có cảm tưởng như không phải ở khách sạn. Tòa nhà và các trang thiết bị trong các phòng đều mới tinh và rất hiện đại. Tuy không hỏi nhưng tôi có cảm tưởng chủ nhân là người Nhật qua cách xây cất và trang trí. Gỗ mộc đánh bóng được dùng tại mọi ngóc ngách tạo vẻ ấm cúng. Cách xếp đặt trong từng phòng có phong cách tân tiến, giản dị nhưng mỹ thuật.

Khách sạn có dọn bữa ăn sáng miễn phí. Thường thì ăn sáng *free* của khách sạn là loại *continental breakfast* lưa thưa ít đồ nguội và sang nhất cũng chỉ có trứng và *hotdog* nóng. Nhưng ăn sáng tại khách sạn Pastell khác xa. Các nhân viên phục vụ khách tại bàn. Mỗi khách được dọn một đĩa gồm

Phía sau của khách sạn Pastell tại Chiang Mai.

trứng, *bacon,* xúc xích tùy theo chọn lựa. Ngoài ra còn cháo thịt nóng và các loại bánh mì và trái cây muốn dùng bao nhiêu cũng được. Nước cam được bưng tới tận bàn, cà phê loại ngon và trà khách có thể dùng theo ý thích. Đúng là một bữa ăn sáng thịnh soạn như tại nhà hàng.

Cách phục vụ của nhân viên rất khác mọi khách sạn khác. Họ ân cần một cách đáng mến. Khi chúng tôi rời khách sạn, họ ra tận xe, chắp tay tiễn biệt và hẹn gặp lại. Nếu còn trở lại Chiang Mai chắc tôi không thể không trở lại nơi đây. Như trở về nhà!

Tại Chiang Mai có hai loại chợ đặc biệt: chợ đêm và chợ nổi. Chợ đêm có loại chỉ họp vào cuối tuần, có loại họp búa xua, ngày nào cũng…chợ. Tôi đã đi cả hai loại chợ này. Chúng chẳng có chi khác nhau. Đại khái gồm các gian hàng ăn là chính và các gian hàng bán quần áo, đồ kỷ niệm và các đồ gia dụng khác. Có chợ lộ thiên và chợ có mái vòm. Dân chúng coi bộ không đi chợ để mua mà để ăn. Các quán ăn đều đông nghẹt. Có một thứ mà các chợ chồm hổm bên lề đường không thấy có nhưng tại các chợ đêm thì nơi nào cũng có. Đó là hàng bán các thứ côn trùng nướng. Họ xâu thành từng xâu rất tiện vừa đi vừa ăn. Châu chấu, dế là chuyện thường. Ngày nhỏ tôi đã từng ăn qua. Nhưng bọ cạp và các loại bọ tôi không rõ tên cũng ê hề. Trông thấy ghê nhưng có những du khách người phương Tây cũng nhắm mắt thử cho biết. Tôi ít máu phiêu lưu nên chỉ trông thấy đã kính nhi viễn chi. Một du khách da trắng, không rõ quốc tịch, đã vừa nhăn vừa nhai, nói với tôi: "Đây là thứ thực phẩm tương lai của nhân loại!". Ông này nói không sai nhưng thứ thực phẩm tương lai

Bán côn trùng tại chợ đêm.

phải chế biến chứ không nguyên con nuốt trọng như vậy. Tại bảo tàng côn trùng *Insectarium* ở Montreal, tôi đã từng thấy có một máy bán các thực phẩm đóng bao được chế tạo bằng thịt côn trùng. Chúng được biến chế rất tinh vi và hợp khẩu vị. Hàng năm nơi đây còn tổ chức những bữa ăn côn trùng được chế biến thành *pizza*, mì và các loại món ăn khác. Sâu bọ ngày nay đã thành thực phẩm chống đói tại nhiều quốc gia trên thế giới. Sâu bọ chưa thể đánh bại được bò, heo, gà và các loại gia súc khác. Sâu bọ tại các chợ đêm chỉ là một món ăn…phiêu lưu cho các du khách thích của lạ.

Tại chợ đêm có nhiều nghệ sĩ mang các sản phẩm văn hóa của họ ra mại dzô. Tôi đã gặp một cô họa sĩ ngồi sáng tác và bán ngay tại chỗ các bưu thiếp và dây chìa khóa rất mỹ thuật. Tại một gian hàng bán ngọc và đá quý do một anh trung niên rất vui tính bán, tôi đã trò chuyện và bất ngờ được anh cho biết đã sang Việt Nam ở vài năm. Thoạt đầu tôi nghĩ anh theo đoàn quân Thái Lan đồng minh qua tham chiến tại Việt Nam nhưng với độ tuổi của anh, cuộc chiến xảy ra quá sớm. Anh cho biết anh là một thợ chạm gỗ và qua Việt Nam làm việc tại một ngôi chùa ở Nha Trang. Anh vui thích mở phôn tay khoe tôi những tấm hình anh chụp ở Nha Trang, chẳng phải chỉ chụp ở trong chùa! Ngôi chợ đêm này nằm sát một con lộ sầm uất và rộng mênh mông. Những mái vòm cao rộng tỏa ra bốn hướng. Lớ ngớ là lạc như chơi. Loanh quanh qua các sạp bán đồ, khi ra về, tôi đã lạc hướng. Dừng lại, định hướng, cố nhớ lại những lối vòng đã đi qua, lấy các sạp hàng làm điểm tựa, vậy mà phải một thời gian khá lâu tôi mới tìm được đúng hướng về.

Đi chợ nổi không vất vả như vậy. Xe chở tới một địa điểm bên sông, nơi bán vé thuê thuyền vào chợ nổi. Mỗi thuyền chứa được năm người. Thuyền cũng được trang hoàng rất hoa lá cành chẳng kém gì các xe *tuk tuk*. Mỗi mạng phải chi một ngàn *baht* cho một chuyến đi chợ sông nước dài một tiếng. Thuyền men theo con lạch, hai bên bờ là những quán hàng. Lúc đầu lơ thơ một vài quán nằm cách xa nhau. Họ bán chủ yếu là các tranh ảnh, mũ mãng, tượng, quạt và các đồ kỷ niệm cho du khách. Hàng chợ nên tôi thấy chẳng có chút mỹ thuật nào. Tới một cửa hàng, thuyền ghé bến cho khách coi. Nếu có người mua, họ dừng lại. Nếu khách làm thinh, thuyền sẽ tự động tách ra đi tiếp. Gặp những khu chợ, thuyền sẽ đổ khách lên và chờ tới khi khách xuống đủ số mới đi

Chợ nổi.

tiếp. Cuối cùng, thuyền mới tới nơi đô hội. Thuyền bán chen lẫn thuyền mua. Họ ép sát nhau, nhiều khi đụng nhẹ nhau. Có thuyền máy nhưng cũng có thuyền chèo tay. Hàng bán thường là trái cây và các món ăn. Bánh trái, kem dừa, kem sầu riêng, chè cháo cũng chen vai thích cánh rao mời ầm ĩ. Gặp món ăn phải dùng tới chén bát, du khách cứ tự nhiên ăn, không cần vội vã. Chén bát sẽ được nhà thuyền trả lại sau. Cảnh kẹt thuyền cũng trầm trọng như cảnh kẹt xe trên đường phố. Họ lách rất tài. Thuyền nào cũng có lối thoát sau một hồi lạng lách. Đi chợ nổi là một thú vui hiếm có. Du khách trên thuyền, nhất là các du khách tây phương trẻ tuổi, người nào cũng mặt mày rạng rỡ, giơ máy hình hay phôn tay chụp lia lịa. Người nào cũng muốn có một kỷ niệm của lối mua bán lạ lẫm này.

Rời sông nước, chúng tôi leo núi. Chiang Mai có ngọn núi Doi Inthanon cao nhất Thái Lan. Cao 2.565 thước trên mực nước biển. Trên độ cao này có dựng một tấm bảng trên có một dấu *scan*. Ai có điện thoại thông minh có thể *scan* dấu này để ra cái điều ta đã lên cao hết mức trên đất Thái Lan. Tôi dùng điện thoại *scan* ngay. *Scan* thành tích leo cao nhưng lòng xuống thấp hết mức. Vì thực ra tôi có leo chút nào đâu. Xe chạy vòng quanh con đường hình xoắn ốc quanh núi leo lên tới tận tấm bảng. Chỉ cần bước xuống xe và *scan*. Người ta toa rập nhau ăn gian. Tôi mang mặc cảm đồng lõa!

Trên ngọn núi này có một nơi mà du khách thường vãng lai. Đó là ngôi làng của người thiểu số Karen cổ dài. Khi tới, chúng tôi chạm vào một thực tế. Mỗi người phải mua vé vào cửa với giá 500 *baht*. Mua vé thì được nhưng chỉ coi mấy cái cổ dài làm chi mà hành hạ nhau tới 500 *baht*. Lúc đó nơi đây vắng tanh, không có bóng một xe chở du khách nào. Thấy chúng tôi lưỡng lự, bác tài cho biết có thể điều đình với giá 200 *baht*. Giá phải chăng vậy thì OK. Cô gái bán vé ngồi trơ trọi trong chiếc quầy nhỏ làm ngơ cho chúng tôi vào. Chẳng vé viếc chi. Vậy là họ toa rập với nhau chia số tiền của chúng tôi. Đây là cách làm ăn của các bác tài đón đưa du khách. Cũng phải có kẽ hở cho người ta làm ăn.

Đường lên núi gập ghềnh những bực thang đẽo gọt bằng đất. Hơi khó đi nhưng trời không mưa, không trơn trượt. Trèo một quãng, chúng tôi bắt gặp một khu nhà lá xập xệ. Trong mỗi căn là một cửa hàng bán các sản phẩm của bộ lạc. Người bán toàn là các bà các cô cổ đeo một chuỗi vòng

Bảng scan đã lên tới độ cao nhất trên ngọn núi Don Inthanon của Thái Lan.

cao nghều nghệu. Trên cổ tay, cổ chân, đầu gối cũng toòng teng những chiếc vòng màu vàng chóe. Họ không phải là bộ lạc sinh sống tại Thái mà trước đây định cư tại Miến Điện. Trong hai thập niên 1980 và 1990, họ bị chính phủ Miến Điện đuổi ra khỏi nước và chạy tới Chiang Mai.

Quang cảnh nơi bán hàng của các cô gái người Dran.

Hiện nay, tại tòa án quốc tế La Haye, đang xử vụ nước Gambia, được sự ủy thác của 57 thành viên Tổ Chức Hợp Tác Hồi Giáo, kiện chính phủ Miến Điện vi phạm công ước chống diệt chủng nhắm vào người Rohingya. Bà Aung San Suu Kyi, một người đã từng được trao giải Nobel Hòa Bình, hiện là người đứng đầu chính phủ Miến Điện trên thực tế, đã phải tới La Haye, Hòa Lan, bèo nhèo như một tấm giẻ rách, để chống đỡ cho cuộc diệt chủng. Không biết những người Ragan phải bỏ bản làng qua sinh sống tại Thái trước mặt tôi đây có phải là những nạn nhân của cuộc săn đuổi diệt chủng này không. Xa bản làng bên Miến Điện, họ vẫn giữ chế độ mẫu hệ và phụ nữ vẫn mang những chiếc vòng cao cổ.

Tất cả các bé gái từ 5 tuổi đều phải bắt đầu mang vòng

bằng đồng trên cổ. Cứ mỗi chu kỳ 4 năm, số những chiếc vòng trên cổ lại được thêm vào. Vòng nọ chồng lên vòng kia khiến chiếc cổ ngày càng phải dài ra. Khi đã đeo vòng, cổ của các bé gái không bao giờ được rời khỏi vòng. Họ quan niệm cổ càng dài, vẻ đẹp của người phụ nữ càng tăng thêm.

Cô gái trong cửa hàng ngay đầu đường nơi chúng tôi vừa trèo lên là một cô gái rất xinh xắn. Trông là có cảm tình ngay. Mọi người xúm vào vừa mua hàng vừa xin chụp hình với cô. Cô sẵn sàng đứng chụp dù với phái nam. Tôi cũng ghé mặt vào chụp sau khi mua một tượng gỗ người đàn bà với những chiếc vòng cổ. Cô nói tiếng Anh được. Tôi hỏi cô học tiếng Anh ở đâu, cô nở nụ cười tươi cho biết chẳng học ở đâu cả. Bán hàng cho du khách lâu ngày tự nhiên biết nói.

Cô người Dran đeo vòng cao cổ dễ thương.

Dệt vải kiểu truyền thống.

Kể ra cô cũng thông minh. Tôi lân la hỏi và được biết sức nặng của chuỗi vòng cô mang trên cổ nặng tới 2 kí. Cô chỉ vào đống vòng trên chiếc sạp và cho biết cô sắp mang thêm cho đủ nặng tới 3 kí. Cô cũng cho biết là không bao giờ được cởi vòng ra kể cả khi ngủ. Cấn cái là cái chắc. Vậy mà cô có một bé gái khoảng 3 tuổi đang chơi bên cạnh. Cô cho biết là nhìn vào số vòng trên cổ người ta có thể biết số tuổi của người đàn bà đó. Tôi nhìn vào những chiếc vòng trên cổ của cô nhưng chịu không đoán được niên kỷ của người đẹp. Cô nói ngay, không một chút che giấu, là cô đã 32 tuổi. Trông cô trẻ hơn tuổi nhiều.

Gian hàng của cô, cũng như những gian hàng khác, gồm những chiếc áo, khăn choàng, túi vải làm bằng thứ vải do chính họ dệt tại chỗ. Cô gái ngồi dệt cho tôi chụp hình. Khung dệt bằng gỗ rất giản dị. Chất lượng hàng ở đây tốt hơn hàng bán tại các chợ đêm nhiều.

Rảo quanh làng, tôi ngửi thấy mùi cà phê thơm phức tỏa ra từ một túp lều lụp xụp. Tôi tò mò ghé vào. Trước cửa có tấm bảng bằng chữ Thái nhưng cũng có một hàng tiếng Anh: *Coffee by Somsak*. Tôi bước vào và thấy ngay một cảnh đã từ lâu không thấy. Một người đản ông đang dùng chiếc ống tre thổi cho lửa bùng lên dưới một ấm đun nước đen kịt. Bên cạnh chiếc bếp bằng kiềng ba chân còn để hai chiếc ấm móp méo khác lấy hơi nóng. Trên chiếc bàn gỗ bên cạnh là chỗ pha cà phê bằng vợt. Như cà phê bí tất của Sài Gòn xưa. Một vài ly cà phê được để sẵn mời khách nếm

Nấu nước pha cà phê Somsak.

thử. Tôi với tay lấy một ly. Cà phê khá đậm, có mùi khét nhưng mang vị rất lạ. Thứ cà phê này được trồng và rang ngay tại chỗ. Từng bao cà phê được để sẵn cho khách mua. Khách lúc đó gồm phần lớn là người Tây phương. Nhưng cũng có một ông người Việt. Hỏi ra mới biết ông từ Hà Nội qua du lịch Thái.

Tại Bangkok, dân chúng coi bộ cũng mê chơi xổ số như dân Việt ngày nay. Trên con lộ dẫn tới hoàng cung, tôi thấy một chợ xổ số trên lề đường. Cả trăm quầy bán vé số, bày ra nhiều loại vé. Có vé chỉ 2 *baht* nhưng cũng có vé tới 50 *baht*. Người bán người mua tấp nập. Không hiểu sao họ có nhiều loại xổ số như vậy. Chẳng biết có phải họ cũng có những loại xổ số của mỗi tỉnh thành như bên Việt Nam không. Những sạp xổ số có lẽ là những địa điểm được phép bán chính thức. Tại các gốc cây bên cạnh sạp, tôi thấy từng toán người ngồi bệt trên lề đường. Mỗi người đều có những chiếc túi đầy nhóc vé số. Họ thậm thụt mở ra đóng lại. Người mua người bán rầm rì bên cạnh nhau. Họ di chuyển khi có cảnh sát tới.

Cảnh sát Bangkok khá hiền hòa. Họ cũng dẹp những xe bán hàng trên lề đường nhưng cách dẹp của họ rất nhẹ nhàng. Trong một lần tôi đứng mua nước mía của một xe bán đồ giải khát và trái cây, cảnh sát tới. Anh bán hàng vẫn tiếp tục bán cho khách. Viên cảnh sát đứng bên cạnh nhỏ nhẹ bảo anh rời đi. Anh gật đầu nhưng vẫn tiếp tục bán. Khi hết khách anh mới tuân lệnh.

Dân Thái rất hiền hòa. Có lẽ đây là đất Phật nên con người cũng rất…Phật. Họ kính trọng các tu sĩ. Tôi đã thấy có

Xổ số, mại dzô!

Bán vé số chui.

những đoàn các vị sư đi khất thực được dân quỳ dâng thức ăn rất thành kính. Trong giao tiếp, họ khá thật thà. Tôi nhiều khi không quen với đồng *baht* nên có khi trả tiền, tôi đưa nguyên xấp tiền cho họ lấy. Vậy mà họ không bao giờ lấy dư. Có khi tôi trả tiền lớ quớ đưa lộn, họ trả lại với nụ cười.

Tiền của Thái tính bằng *baht*. Trước ngày đi, tôi đổi một số tiền tại Montreal. Một đô Canada được 21 *baht*. Khi đổi thêm ở Bangkok, một đô được hơn 22 *baht*. Đổi tiền ở Thái dễ dàng hơn tại nhiều nước khác. Chỗ đổi tiền ê hề. Ngay trước khách sạn tôi ở cũng có quầy đổi tiền. Trong các *shopping mall*, mỗi tầng lầu đều có quầy đổi tiền. Thường khi đổi, du khách phải đưa thông hành. Có nơi họ chỉ coi nhưng cũng có nơi họ làm *photocopy* lưu giữ lại. Quầy đổi tiền thường là của các ngân hàng. Mỗi nơi một khác. Một lần đang mua sắm ở *shopping mall* MBK, tôi hết tiền. Chạy ra quầy đổi, tôi không mang theo thông hành. Họ không đổi nhưng chỉ cho tôi lên tầng khác, chỉ cần đưa bằng lái xe cũng được. Theo lời chỉ dẫn, tôi tới và xuất trình bằng lái xe, họ đổi ngay. Hí hửng như được kẹo! Nhưng khi lên tầng lầu khác để ăn, một ông bạn cho biết vừa đổi tiền nơi quầy cạnh *food court*, chẳng cần giấy tờ chi, chỉ đưa tiền ra là họ đổi. Cục kẹo của tôi bỗng hết ngọt!

Những ngày đi chơi là thời gian hưởng hương vị ngọt ngào của cuộc sống. Tới Thái Lan tôi cảm được vị ngọt thấm đậm nhất. Ngọt từ trái cây qua chè Thái. Nhưng ngọt hơn cả có lẽ là tình người nơi đất Phật. Rời Thái, vẫn còn bám theo tôi ánh mắt của cô gái người Dran, cái thân tình của cô gái nơi khách sạn Pastell ở Chiang Mai và nhất là cái khép nép của cô gái Thái bán hàng quỳ trước tủ kính cầu nguyện vào một buổi sáng tinh mơ, khi cửa hàng vừa mở.

12/2019

PHỤ LỤC

DU TỬ LÊ, RẤT RIÊNG

Thường buổi sáng, ngủ dậy, tôi hay vào *Facebook* coi có chuyện chi lạ không. Sáng thứ tư 9/10/2019, thấy cái *post* của Hạnh Tuyền: "Ông ngoại đã lên trời". Định lướt qua. Chuyện ông ngoại Lê và hai cháu Rock và Roll là chuyện vui chơi mà Hạnh Tuyền hay mang lên *facebook* cho vui. Những *post* này cho thấy một Du Tử Lê khác, rất hồn nhiên. Nhưng thấy mấy cái *comment* ở dưới mới giật mình. Lê đã bỏ đi thật. Như một phản xạ tự nhiên, tôi nhấc phôn, bấm số của Luân Hoán. Giọng Luân Hoán trầm buồn: "Tôi cũng vừa đọc đây!". Rồi cúp. Biết nói với nhau những gì đây.

Tháng 9, Nguyễn Đức Bạt Ngàn cũng đã chuồn đi. Tháng 10, Sa Giang Trần Tuấn Kiệt cũng bai bai anh em. Tin muộn còn ghi những ra đi của họa sĩ Nguyễn văn Trung và nhà văn Nguyễn Mạnh An Dân. Giờ tới Du Tử Lê. Anh thần chết coi bộ láo lếu dữ! Hàng phòng thủ của chúng tôi như đã vỡ. Anh thần khốn nạn đã đột nhập và chém lung tung. Ai cũng ngơ ngác, thấy trống vắng ở lưng. Cú chém nào sẽ giáng xuống tiếp đây? Ông Luân Hoán, vốn cả lo, đã thơ:

> *đang ở tận nỗi buồn / thật khó buồn thêm nữa*
>
> *mất người mến đã buồn / buồn chính mình đợi cửa*
>
> *người người sẽ giống nhau / khi đi vào cửa tử*
>
> *nhưng hoàn toàn khác nhau / những gì đã dự trữ*
>
> *lớn hơn 2 đã mất / nhỏ hơn 1 cũng đi*
>
> *chẳng thể không lạnh gáy / nhưng đâu biết làm chi*
>
> *thêm một dòng "cung kính / tiễn đưa và phân ưu"*
>
> *ngẫm tuổi đời kề cận / vừa lo vừa ngậm ngùi*

Sa Giang Trần Tuấn Kiệt hơn Luân Hoán 2 tuổi, Du Tử Lê nhỏ hơn 1 tuổi. Ông Luân Hoán kẹt ở giữa, lo là phải. Nhưng anh em chúng tôi chẳng nỡ để mình ông Luân Hoán lo, tội ông ấy. Chúng tôi đều cùng lo. Nhưng cần chi lo. Anh Du Tử Lê đã từng thơ: *khi em hiểu cuộc đời không thể khác:/ đi với về cùng một nghĩa như nhau.*

Sinh thời, nhà thơ Du Tử Lê có mối giao tình rất sâu đậm với anh em cầm bút Montreal chúng tôi. Đầu thập niên 1990, anh qua thành phố này để đón chị Hạnh Tuyền và cháu Lâm Quỳnh từ Việt Nam sang đoàn tụ với anh. Chúng tôi đã có những ngày vàng bên nhau. Hồi đó, chúng tôi còn trẻ, rất chịu khó đàn đúm nhậu nhẹt. Có ngày chiếc xe 5 chỗ ngồi của tôi chồng chất không biết bao nhiêu văn nhân, coi mấy anh bạn dân như pha. Đó cũng là lần đầu tiên tôi gặp nhà thơ rất hào hoa mà tôi đọc thơ anh từ ngày còn ở Việt Nam. Chất hào hoa của anh quả thật ăn đứt hết chúng tôi dù chúng tôi có những người ít tuổi hơn anh rất nhiều. Anh thủ thỉ, nhỏ nhẹ, để ý từng chút khi tiếp xúc với phụ nữ là điều chúng tôi học hỏi được rất nhiều nơi anh. Cách anh kéo ghế, cách anh thăm hỏi, cách anh nói chuyện. Anh được lòng mọi người, nam phụ lão ấu. Anh thành công trong mọi trường hợp. Đã có lần anh tự nhận là "tên ma đầu trong tình trường". Người trẻ nhất trong bọn chúng tôi, nhà văn Hồ Đình Nghiêm, lăm le bắt chước nhưng anh ngăn ngay: "Các toa có gia đình đầm ấm, đó là hạnh phúc, moa là thứ *homeless!*".

Từ ngày có Hạnh Tuyền, anh đổi tính. Anh cứ đường thẳng mà đi, chẳng rẽ ngang rẽ dọc. Quý nhất là anh còn giữ được cho tới khi nhắm mắt cái tính nhỏ nhẹ với nữ giới. Nữ giới của anh thu hẹp lại chỉ còn chị Hạnh Tuyền. Chị Hạnh Tuyền thường *post* lên *Facebook* các lời xin lỗi viết trên những mẩu giấy mỗi khi anh thấy mình làm không đúng.

Những mẩu giấy "T. ơi" để lại.

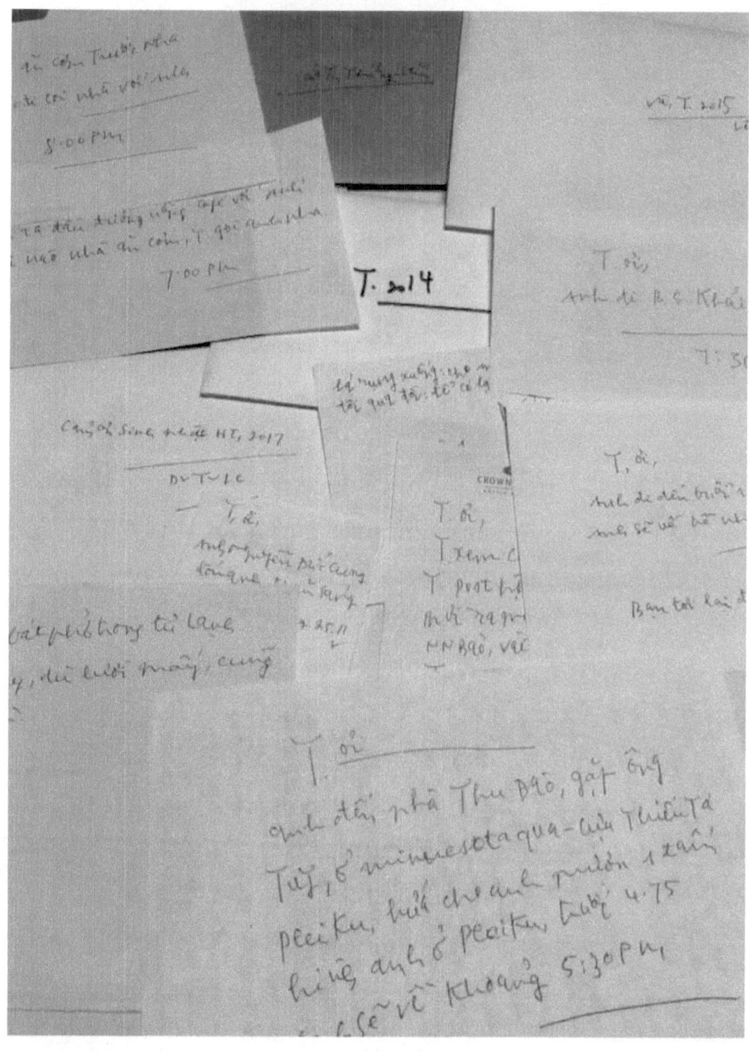

Khi thi sĩ nấu cơm.

Chuyện đình đám nhất là chuyện bếp núc. Anh có tài làm thơ nhưng không có tay thổi cơm nấu nước. Có lần chị *post* lên hình chiếc nồi cơm điện anh nấu. Anh đổ gạo ngay vào phần điện, coi nồi nấu như pha! Nhưng tôi thấy chị Hạnh Tuyền có vẻ "bêu riếu" anh vì, trong một *post* khác, anh đã hiên ngang dặn: "Cơm đã thổi – cho 5 người".

Đãng trí nhưng anh không bao giờ quên việc nhỏ nhẹ với chị. Khi anh mất, chị Hạnh Tuyền còn *post* lên tờ giấy anh nhắn chị. "Anh cất ½ bát phở trong tủ lạnh. Khuya T. dạy, dù lười mấy, cũng ráng ăn, T. à". Những mẩu giấy bắt đầu bằng "T. ơi" từ nay chính là anh ở với chị.

Tôi đã gặp một Du Tử Lê dễ mến như vậy. Có lần tôi đã thực sự cảm động. Ngày 11 tháng 6 năm 1997, anh viết thư

Ra mắt sách tại Montreal, 1997.

tay cho tôi. Ngày đó đâu đã có *internet* để *mail*. Nhờ vậy mà tôi còn giữ được thủ bút của Lê. Anh nhờ tôi và anh em bên Montreal tổ chức một buổi ra mắt sách cho anh. Chuyện nhỏ. Đêm ra mắt sách được tổ chức vào ngày 13 tháng 9 năm 1997. Chỉ có một thay đổi nho nhỏ: anh em Montreal thấy nên có một tác giả địa phương kèm theo để dễ dàng cho các thủ tục tổ chức nên đề nghị tôi cùng ra mắt sách với Lê. Lúc đó tôi có tập truyện "Còn Đó Bóng Hình" đang được nhà Văn Mới in ở Cali. Sách không kịp gửi cho ngày ra mắt. Du Tử Lê đã tình nguyện ôm 100 cuốn sang Montreal. Phiền nỗi anh không đi thẳng qua Montreal mà ghé Hoa Thịnh Đốn trước. Vậy mà anh đã cõng 100 cuốn sách của tôi trên máy bay qua thủ đô Hoa kỳ, rồi cùng với Bùi Bảo Trúc lái xe qua Montreal. Sách chỉ theo anh tới địa điểm tổ chức đúng một tiếng đồng hồ trước buổi ra mắt!

Ký mục gia Bùi Bảo Trúc là người giới thiệu Du Tử Lê với cộng đồng Montreal vào bữa đó. Trúc nói trên diễn đàn: thơ của Du Tử Lê là thứ thơ lang chạ! Lang chạ với biết bao nhạc sĩ. Thơ của Lê có lẽ là thơ được phổ nhạc nhiều nhất. Ít nhất cũng có thể kể Từ Công Phụng, Phạm Đình Chương, Đăng Khánh, Hoàng Thanh Tâm, Anh Bằng, Trần Duy Đức. Từ Công Phụng là người phổ thơ Lê nhiều nhất. Hai người hình như có mối cảm thông thắm thiết. Nhạc sĩ họ Từ cho đó là một cuộc hôn phối. Khi nghe tin Lê nằm xuống, máu Phụng đã lên cao! Tính ra có tới 300 bài thơ của Lê được phổ nhạc, có bài được tới 6 nhạc sĩ phổ. Con số này tôi lượm được trên *net*, không biết có chính xác không.

Với bạn văn, Lê rất trân quý. Cách anh đề tặng sách cho

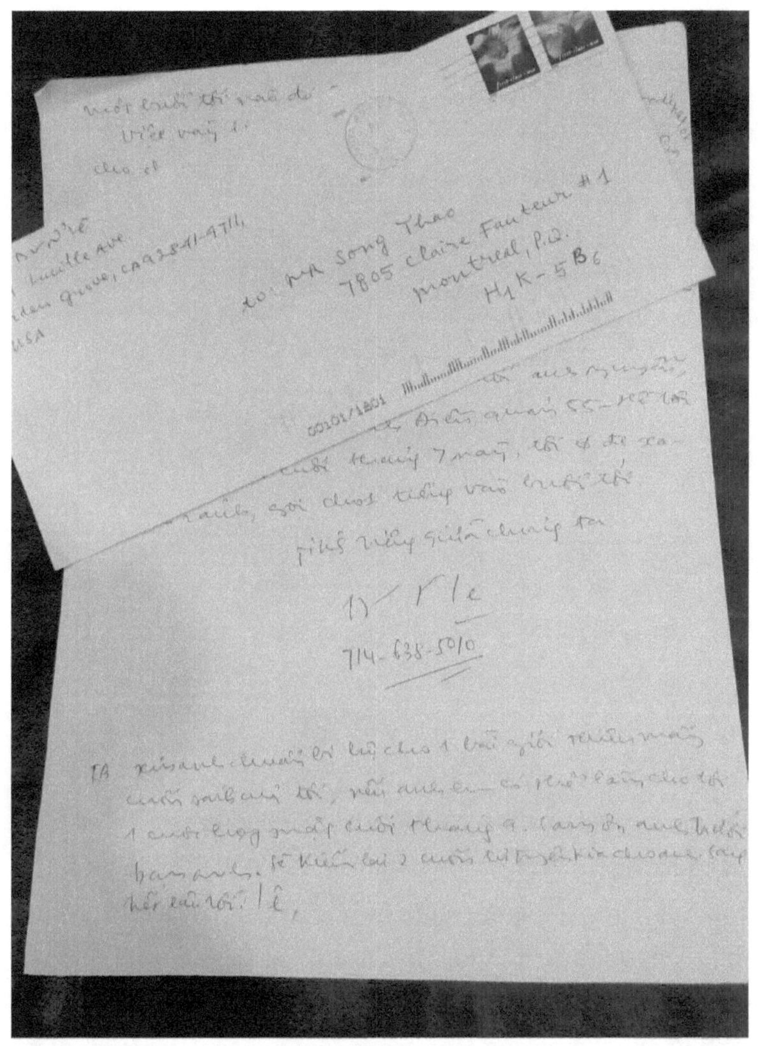

Thủ bút của Du Tử Lê.

bạn chứng tỏ điều đó. Mở sách Lê tặng, tôi ghi lại được vài lời sau: "và Song Thao, và ngôn ngữ chúng ta ở quê người"; "và Song Thao, nhà văn, 1997"; "và, đệ nhất Phiếm

Trong vườn nhà Du Tử Lê , Garden Grove, tháng 12/2006.

chủ Song Thao".

Mỗi lần có dịp qua Cali, tôi vẫn dành thời giờ tới thăm Lê, nói chuyện bù khú với nhau trong khu vườn có cây cỏ, có cá chim và có tượng bán thân của Lê. Chúng tôi có một tình bạn đẹp. Đôi khi anh dành cho tôi những ngạc nhiên thích thú. Anh đã từng kéo tôi lên đài truyền hình SBTN để mạn đàm trong mục "Du Tử Lê và Bằng Hữu" khi tôi qua Cali. Anh đã nhiều lần lẳng lặng mang tôi lên báo. Có lần tôi đang ở Paris, mở báo Người Việt Online, thấy anh giới thiệu tôi, ngạc nhiên và thú vị vô chừng. Kỳ qua Cali vừa qua, tôi hụt gặp anh. Anh đã dọn nhà, có lẽ xa và không tiện đường hơn. Mỗi sáng, anh ra ngồi ở tiệm cà phê gặp bạn bè. Dù mưa dù nắng, anh luôn có mặt đúng giờ. Và ra về đúng giờ. Tôi đến trễ lần này nên không gặp anh. Ngày thứ hai đó, ngày hẹn với tử thần, anh cũng cà phê với bạn trước khi quay người bỏ lại cõi thế.

Tặng người anh vốn không được khỏe. Orchid Lâm Quỳnh cho biết: "Đã từ lâu bố tập cho tôi một thói quen: phải làm việc ngoài phòng khách, để bố cần gì thì bay tới ngay để phụ. Sau mấy lần bạo bệnh bố yếu đi khá nhiều. Tay chân lọng cọng nên làm gì cũng sai, bưng gì cũng đổ. Tôi có nhiệm vụ "canh" bố buổi trưa, và mẹ "rình" bố buổi tối. Tội nghiệp. Đường đường là một tên tuổi lớn, mà luôn bị rình rập bởi hai người phụ nữ trong nhà".

Có lẽ Lê là một bệnh nhân hiên ngang nhất. Hồi anh bị bệnh *thyroid* anh đã thơ:

> *ô kê cũng tốt thôi Thyroid*
>
> *cám ơn bạn đã chọn tôi*
>
> *như đất chọn trời*
>
> *như đại bàng chọn đỉnh núi*
>
> *như cọp vằn*
>
> *chọn rừng sâu*
>
> *....*
>
> *Thyroid, chính bạn*
>
> *(chứ còn ai vào đấy)*
>
> *đã xơi của tôi miếng mắt trong*
>
> *chính bạn chủ mưu đẩy con ngươi của tôi lồi ra khỏi hốc mắt*
>
> *bạn chơi khăm quá đi*
>
> *chơi đểu quá đi*
>
> *chơi sát ván*

chơi tôi ná thở...

Khi bị ung thư đại tràng, anh đăng đàn la cho cả nước biết và kể lại kinh nghiệm để mọi người đề phòng. Khi nghe tin Lê mất, ai cũng tưởng là vì bệnh ung thư nhưng có lẽ không phải. Bệnh ung thư thường chơi cú hành hạ chót đau tới xương tủy. Anh ra đi rất thanh thản. Trên Facebook, tin về cái chết của anh nằm kín từ đầu tới cuối. Chị Hạnh Tuyền kể lại: "Sáng thứ hai (7/10/2019) còn chở anh ra cà phê, thả anh xuống rồi đi làm. Bốn giờ chiều còn nhận e-mail của anh: "Tuyền, chiều nay 6 giờ mình có hẹn đi ăn với bạn nghe". 5:40 chở anh ra quán rồi đi về. Không đi cùng vì phải trông cháu. 7:45 bạn dìu anh về. Anh nói: "Anh mệt, anh cần cởi giầy, anh muốn đi vào phòng". (Cũng còn nhớ cởi giầy vì sợ nhà dơ). Vào phòng còn đòi cái gối. Đỡ anh nằm ngay ngắn rồi đi ra. Mười phút sau vào phòng *check* coi anh cần gì không, thấy anh ngủ rất say, yên chí. Roll chạy vào tót lên ôm ông ngoại, hôn ông ngoại. Roll nói: "Ông ngoại lên trời rồi!". Ủa, sao Roll nói cái gì vậy? *Check* lại thì anh đã ra đi. Trước sau chỉ chừng hơn 10, 15 phút là anh ngủ rồi đi luôn. Gọi 911, sau khi làm hô hấp, họ đưa anh thẳng vào nhà thương, tìm đủ mọi cách cứu nhưng không thành công. Anh ra đi khoảng 8 giờ tối thứ hai, ngày 7 tháng mười 2019, tại nhà riêng, nơi căn phòng của anh, nhẹ nhàng, thanh thản, ở tuổi 77 với 77 tác phẩm".

đêm nào đó tôi thấy mình gõ cửa
nhầm nhà ai
có áo quan quàn một góc
và lúc ấy

Từ trái qua: nhà thơ Phan Ni Tấn - nhà văn Hồ Đình Nghiêm - nhà thơ Trang Châu - nhà thơ Du Tử Lê - nhà thơ Hoàng Xuân Sơn - nhà thơ Lưu Nguyễn - nhà thơ Luân Hoán - ký mục gia Bùi Bảo Trúc - Song Thao (1997)

> *tôi biết rằng Chúa chưa kịp tới*
> *trong khi đời đã vội lánh xa rồi*

Đời không lánh khi tin Lê mất được tung ra. Chúng tôi đã bàng hoàng. Đã ngỡ ngàng. Cái bóng của anh quá lớn để lại một khoảng trống trong mỗi chúng tôi. Nhà thơ Hoàng Lộc đã tê tái.

> *một thi sĩ vừa qua đời*
> *bạn bè gửi theo lời tiễn*
> *cầu Chúa đón linh hồn ông*
> *cầu Phật một lần tiếp dẫn*
> *mong ông ngủ giấc bình yên*
>
> *anh cũng sắp đi thôi*

em khép cửa phòng em lại

một mình đọc câu thơ cũ

hình như mình có một thời?

Có một thời Lê đã sống với bạn bè, với vợ con, với cháu ngoại. Rồi Lê biến mất. Hình như với nụ cười. Thanh thản. Bạn bè an ủi nhau: Lê đi cách mà mọi người chúng ta đều mong được như vậy. Có lẽ Lê đã tính trước lối đi của mình.

-lành thay con đã tới cửa thiên đường

trước khi tra chiếc chìa khóa này vào ổ khóa

ta cần hỏi con vài câu gọi là, chiếu lệ

-vâng thưa ngài. Lành thay cho những kẻ chính trực

-nơi dương gian con thuộc sắc dân nào?

-Việt Nam, ngài có bao giờ nghe tới?

-thế à.....! Nghề nghiệp sau cùng?

-thi sĩ

-tốt! tốt! ta nghĩ con nên quay về

-sao vậy, thưa ngài?

-thiên đường không có chỗ cho những hạt giống có

tới hai mầm:

dối gian, và buồn bã

như hạt giống Việt Nam, Thi sĩ

bảy giờ 3 phút sáng thứ hai

tôi ngạc nhiên thấy mình vẫn còn xếp hàng

ngoài cửa văn phòng INS.

Đây là bài thơ *"Cuộc đối thoại đâu chừng một phút giữa thánh phê rô và thi sĩ"*. Lê làm bài thơ này vào tháng 2 năm 1997 và được in trong tập thơ "Chỉ Như Mặt Khác Tấm Gương Soi".

Lê ra đi khoảng 8 giờ tối, cũng thứ hai! Liệu thánh Phê Rô, trong một lúc dễ dãi, có trả Lê về trần không? Tôi mường tượng, nếu được về, Lê sẽ không tới sở di trú INS mà ra thẳng quán cà phê, ngồi chưa nóng chỗ đã vội vã trở về nhà. Vì đó là nơi anh ra đi. Và đó là nơi anh phải trở về. *Đi với về cũng một nghĩa như nhau!*

10/2019

TRÒ CHUYỆN CÙNG NGƯỜI VIẾT PHIẾM SONG THAO

Triều Hoa Đại

THĐ: Thưa anh kể từ ngày chúng ta gặp nhau ở Boston cho đến nay dễ chừng cũng đã ngót nghét 20 năm. Vâng, hai mươi năm cuộc đời ngó vậy mà đã một thoáng bay vèo. Những người thân yêu, những bạn bè thân thiết nhiều người đã bỏ cuộc chơi, đã "về trời", hoặc đã "ngựa nản chân bon".

Hôm nay lại được cùng anh chuyện vãn, với tôi đó là một hạnh phúc, bởi vì biết đâu hai mươi năm sau chúng ta mới lại gặp nhau lần nữa. Gặp ở nơi nào ai mà biết được (biết ra sao ngày sau)? Thế thì trong câu chuyện giữa chúng ta hôm nay nếu tôi có lỡ lời cũng mong anh đánh chữ đại xá cho.

ST: Anh Triều Hoa Đại, chúng ta là những người rơi rớt lại cho tới bây giờ. Bạn bè văn nghệ của chúng ta đã nhiều người ra đi. Nhiều quá không kể hết. Vừa giã biệt chúng ta là Du Tử Lê. Tôi muốn nhắc tới Nguyễn Xuân Hoàng, người mà anh và tôi cùng gặp hồi chúng ta tới Boston trong buổi ra mắt sách của Phan Xuân Sinh. Đó cũng là lần gần nhất tôi gặp anh. Vậy mà đã hai chục năm. Hai chục năm mà vật đổi sao dời quá cỡ! Tới hôm nay, chúng ta còn trò chuyện được với nhau là vui rồi, anh đừng rào trước đón sau làm chi cho khách sáo. Mình cứ thoải mái trò chuyện. Còn chuyện hai mươi năm sau nữa, chà! Lúc đó chúng ta có còn nhận ra nhau không?

THĐ: Không biết anh thì thế nào chứ riêng tôi thì cứ thấy người sang bèn bắt quàng làm họ cho nên dù cho 20 năm hay hơn thế nữa tôi vẫn nhận ra anh một người vừa đẹp giai vừa văn hay chữ tốt cho nên dù cho anh có ở nam tào hay bắc đẩu nơi nào anh tới tôi cũng cố bám theo mè nheo, nhận họ, nhận hàng.

ST: Anh nói quá lời! Anh là người đi trước tôi trong trường văn trận bút, tôi mới là người phải bám theo anh. Nhưng theo tôi nghĩ, những người cầm bút như chúng ta không bao giờ đồng dạng. Chẳng ai bám ai. Những người vụ vào sáng tạo mỗi người đều có con đường riêng, song song với nhau, nhưng vẫn liếc con mắt bạn bè qua bên nhau. Tôi rất cảm kích với con mắt thân tình của anh liếc qua con đường tôi đi.

THĐ: Có lần chuyện vãn với anh em, anh đã bảo: "Phiếm là trò chơi của tôi khi tới tuổi hưu... Tưởng đã là trò chơi thì chỉ nhất thời khi nào chán thì nghỉ chơi. Vậy mà tôi đã chơi hơi lâu...", tôi yêu thích chữ "vậy mà tôi đã chơi hơi lâu.." của anh quá chừng chừng, sao nghe nó dễ dàng, nghe nó sướng một bên mé đìu hiu một cách lạ thường, cũng chính vì cái "chơi hơi lâu" ấy mà những người yêu phiếm đã có 23 đầu sách trong tủ sách vậy thì liệu ra mai này sẽ còn có bao nhiêu đầu sách nữa sẽ trình làng?

ST: Ở tuổi chúng ta mà nói chuyện tương lai coi bộ tham lam anh Triều Hoa Đại à! Cứ để thời gian dắt đi, nó dắt được

Từ trái: nhà thơ Triều Hoa Đại - nhà thơ Hoàng Lộc - nhà thơ Luân Hoán - nhà thơ Quan Dương, Song Thao (Boston, 2000)

tới đâu ta cám ơn nó tới đó. Sao cái câu hát hồi nhỏ *Que sera sera* cho tới hồi…không còn nhỏ như bây giờ vẫn đúng. Có điều hồi đó chúng ta hát với giọng trong trẻo hơn, bây giờ ồm ồm hơn, nghe thều thào như đứt hơi! Anh có biết là anh ác lắm không, anh Triều Hoa Đại? Anh dắt tôi lạc vào vùng ngậm ngùi, ngược với cái lạc quan tếu của tôi. Thôi thì (thở dài một cái!): *que sera sera!*

THĐ: Một năm có 365 ngày kể cả chẵn và lẻ v..v... thế mà trong có hai năm anh "chơi" liền tù tì ba (03) cuốn mà mỗi cuốn có độ dày trên dưới ngót nghét 400 trang thế thì anh đào đâu ra thời giờ mà làm cái công việc trần ai ấy?

ST: Hiện giờ, thời giờ là thứ chúng ta có bộn bề nhất.

Đó là tôi đồ chừng anh cũng đã hưu hiếc như tôi. Tôi đã hưu được gần 15 năm, anh đừng cho cô Kiều biết chuyện này kẻo cô ấy tủi thân khi thấy tôi thanh thản bằng thời gian cô ấy long đong. Tội! Anh cứ lấy 15 năm nhân với 365 ngày thì biết tôi thừa thãi thời gian tới mức nào. Cái gì thừa thì, như luật bù trừ, chúng ta…vẽ. Tôi không vẽ ra voi mà vẽ ra… phiếm. Vậy nên mới làm khổ mọi người, trong đó có anh.

THĐ: Vẫn biết viết là một phương thức thể dục đầu óc, chống bệnh lãng quên mà anh tiết lộ "bí quyết" ấy với nhà văn Hồ Đình Nghiêm nhưng xem ra cái tập thể dục đầu óc này có vẻ thái quá mà cái gì thái quá thì theo người xưa quan niệm nó trở thành bất cập, anh thấy thế nào?

ST: Đó, như tôi đã nói ở trên, tôi thấy làm phiền mọi người đủ rồi nên không phóng thêm phiếm ra. Sợ…bất cập! Mà mới thể dục sơ sơ đầu óc như vậy cũng đã thấy hậu quả. Cứ ngồi mà tập thể dục đầu óc có một kết quả ngược: cái bụng lại bự ra! Bất cập thiệt! Sao anh tài quá vậy? Chuyện chi cũng biết. Hay là bụng anh cũng mang cái trống như tôi? Được cái may là tôi cũng có tập tành khá chăm chỉ từ ngày về hưu nên bụng tôi mới chỉ là cái trống cơm. Chắc anh không quên đây là thứ trống được các nường ca múa khen lấy khen để.

THĐ: Hai mươi ba (23) cuốn phiếm, qua cái tài "gia giảm liều lượng cay, chua, mặn, nồng", vẫn theo nhà văn Hồ Đình Nghiêm, thì đầu bếp Song Thao đã chạm trổ cho đời sống này thêm những nụ cười, bớt đi những oán trách, giận hờn, đó có phải là công việc của một nhà văn nói chung và việc làm của nhà văn Song Thao nói riêng?

ST: Nhà văn đâu có trọng trách mang lại cho độc giả nụ cười. Có nhiều ông bà vắt nước mắt của độc giả một cách không thương tiếc. Chẳng kém gì cô Kim Cương ngày xưa. Vậy nên tôi mới không bao giờ tự nhận mình là nhà văn. Chọc cười thiên hạ cũng không phải là công việc của nhà văn mà là của những anh hề. Tôi chẳng là gì cả nên cứ khơi khơi đứng giữa. Thời bây giờ có cả một giai cấp đứng giữa, không đực không cái, vậy nên đứng giữa coi bộ là một chỗ đứng hợp thời trang không chừng!

THĐ: Tác phẩm Moby Dick và Stendhal của nhà văn Herman Melville (1819- 1891) khi xuất bản chỉ bán được có ba (03) cuốn, và nhà văn này phải đợi đến nửa thế kỷ sau mới nổi tiếng, còn Phiếm của anh thì bán chạy như tôm tươi là vì nó đã mang đến cho độc giả những niềm vui, những nụ cười vậy thì anh có cảm thấy là mình may mắn hơn không?

ST: Thiệt vậy không anh? Bán được có ba cuốn mà nửa thế kỷ sau mới nổi tiếng. Tôi nghĩ đó là chuyện ngày xưa, thời mà cái chi cũng tà tà. Bây giờ cái chi cũng như ma đuổi, tiếng chưa kịp nổi đã chìm. Tôi chưa bao giờ nghĩ tới chuyện nổi tiếng. Thấy phải viết thì viết. Còn viết làm chi thì thây kệ, nghĩ tới làm chi cho mệt óc.

THĐ: Trước đây anh viết văn nếu tôi nhớ không sai thì cuốn Bỏ Chốn Mù Sương là cuốn truyện ngắn đầu tiên (1993), rồi kế tiếp là Đong Đưa Cuộc Tình (1996), Còn Đó Bóng Hình (1997), Chân Mang Giầy Số 6 (1999), Cuối Ngày, Một Lần Ngồi Lại (2000), Bên Lưng Những Con Chữ (2003) rồi bây giờ anh chuyển sang viết Phiếm, vậy thì giữa VĂN và PHIẾM cái nào anh tâm đắc nhất. Tay trái, tay phải Văn và Phiếm anh thuận tay nào?

ST: Coi như tôi có hai dòng con. Phiếm là thứ sanh sau đẻ muộn nhưng được các chú các bác cưng nên hay ăn chóng lớn, qua mặt thằng anh cái vù. Đã là con thì đứa nào cũng quý hết. Tới chừ, tôi vẫn ân hận là không viết thêm được truyện dù rất muốn. Viết truyện đòi hỏi nhiều công sức hơn nhưng thích thú hơn. Mình dựng nên nhân vật, cho nó cử động theo ý mình, cứ như bé gái chơi búp bê, muốn vặn chân vặn tay thế nào cũng được. Viết xong một truyện ưng ý, sướng cách chi đâu. Hồi đó, báo văn nghệ được mùa. Viết xong phải tính gửi báo nào cho thích hợp. Hợp Lưu, Thế Kỷ 21, Văn Học, Văn, mỗi tạp chí đều có khí hậu riêng. Cho thằng nhỏ vừa ra đời vào môi trường nào là một chọn lựa thích thú. Nghĩ tới ngày đó, đông vui biết mấy, nay thấy tiếc. Cái không khí nhộn nhịp đó thúc đẩy người viết sáng tác. Ngày đó, chúng tôi còn "trẻ", trái tim còn đỏ tươi, truyện ra đều đều, in hết cuốn này tới cuốn khác.

Nhưng rồi, như một chu kỳ, thịnh rồi cũng tới hồi suy. Suy trước hết là chính người viết. Tới một tuổi nào đó, đầu óc cùn mằng đi, đang đi xoành xoạch bỗng khựng lại, tay viết lơi ra, thấy đóng góp của mình không như ý muốn, nghỉ chơi. Người đọc là những người cùng thế hệ với người viết, có cách nhau cũng chẳng bao lăm, cũng rơi rớt dần. Thế hệ tiếp nối hầu như không có, cả phía người viết lẫn người đọc. Báo chí cũng rơi theo. Thêm những tiến bộ của kỹ thuật truyền thông, lôi chữ nghĩa lên trời, vậy là báo in dưới đất hụt chân hụt cẳng. Người viết cũng hụt theo. Có người im hơi lặng tiếng. Có người chuyển hướng viết. Tôi cũng vậy, tay không có cây viết thì buồn, phải viết để tránh cảnh ngồi than trời trách đất. Nhưng tuổi ngày càng cứng, cái đầu cũng cứng theo, chuyện văn chương hư cấu không còn kham nổi nên quay qua Phiếm nhập thế hơn, thực tế hơn. Nhưng cái hứng văn chương vui lắm anh à. Tưởng nó ngỏm củ tì mất tiêu nhưng khi gặp dịp nó lại ngo ngoe lại. Sau khi đã ngả sang Phiếm, tôi đã về thăm lại Hà Nội, nơi tôi rời xa từ hồi còn ở tuổi *teen*. Chuyến về quê cũ đã đánh thức những xúc động trong tôi khiến tôi hứng chí viết thêm được tập truyện "Chốn Cũ" xuất bản năm 2006, một năm sau khi cuốn Phiếm đầu tiên ra đời. Suy ra thì thấy cái chi mất không hẳn mất, còn không hẳn còn. Cuộc đời cầm viết nó rắc rối như vậy đó anh!

THĐ: Anh nhắc tới chuyện "về thăm lại Hà Nội, nơi tôi rời xa từ hồi còn ở tuổi teen" Ấy, chuyện này thì không những chỉ một mình anh được độc quyền "xúc động", nhiều người trong đó cũng có tôi được ăn ké cái xúc động này, nhớ lắm những cây bàng trụi lá, những cây me, cây sấu, nhớ cả đến những cây hoa sữa bên đường, nhớ chùa Keo, chùa

Từ trái qua phải: nhà thơ Triều Hoa Đại, Song Thao, nhà văn Hoàng Thị Bích Ti, nhà thơ Phan Xuân Sinh, nhà thơ Nguyễn Xuân Thiệp. (Boston 8/2004)

Trầm, hàng Ngang, Hàng Đào, và đã không có ít người gửi tình vào "ô mai sấu ngon", nhớ buổi sáng tinh sương một cô bé đạp xe đi bán hoa cúc Nghi Tàm. Còn nhớ gì thêm nữa không hả anh nhà văn của Hà Nội năm nảo năm nào, xin anh cứ tự nhiên trút bầu "tâm sự", độc giả đang lắng nghe chuyện kể của anh đây?

ST: Hà Nội là nơi tôi rời bỏ khi vừa 16 tuổi. Không biết anh ra sao chứ lúc đó tôi còn ngơ lắm. Đừng nói chi tới chuyện bỏ lại người yêu, ngày đó đâu đã biết yêu đương chi. Tôi chỉ nhớ được khu phố quanh quẩn chỗ tôi ở. Nhà tôi ở ngay sau rạp Đại Nam, cũng là phía sau chợ Hôm. Tôi chỉ đạp xe đạp vui chơi cùng các bạn trong những khu Hàm Long, Hòa Mã, Nhà Rượu. Phố cổ và các nơi khác tôi ít biết tới. Có lẽ anh là người biết nhiều về Hà Nội hơn tôi. Nhưng Bờ Hồ thì tôi có nhiều kỷ niệm. Vì khi lên trung học, tôi theo học trường Dũng Lạc, ngay bên hông Nhà Thờ Lớn. Câu cá, chọi đá, vớt nòng nọc, mua phát-sa húng lìu của ông già Tầu, bánh mì kẹp ba-tê của những chú nhỏ vác cái bao tải đựng bánh mì nóng chạy loanh quanh chào hàng. Rồi còn chuyện đi tàu điện lậu không mua vé, chuyện ghé các rạp chiếu bóng khổ công kiếm được tờ *programme* bằng mọi cách: xin tại quầy bán vé, nhặt trên đất, xin khán giả khi họ ra về. Ngày đó, chúng tôi có cái thú chơi sưu tập các tờ chương trình chiếu bóng. Xin hoài trong quầy vé họ không cho. Phải "sáng tạo" ra nhiều cách để có được, trong đó có cả cách trao đổi hình *tarzan, zorro* với chúng bạn để đổi lấy tờ chương trình còn thiếu. Kể lan man chuyện một thời biết bao giờ mới hết, chúng ta tạm để cho những ngày tháng vàng đó ngủ yên nghe anh.

THĐ: Ủa, anh có nói lầm không đấy khi nãy anh bảo với tôi rằng: "...Ngày đó, chúng tôi còn "trẻ", trái tim còn đỏ tươi, truyện ra đều đều, in hết cuốn này tới cuốn khác", thế sao tôi được nghe người ta nói: Nhà văn là những người có trái tim không bao giờ già?

ST: Trái tim chúng ta không bao giờ già vì già là hưu rồi, hết xài. Nhưng màu đỏ của trái tim dĩ nhiên phải bớt tươi hơn khi còn trẻ chứ. Thứ chi cũng vậy hết anh ạ! Có thứ gì đứng được với thời gian đâu!

THĐ: Nghe anh "tâm sự" khi viết Phiếm là một cách "giết" truyện xin anh giải thích thêm?

ST: Nói vậy cho có hình tượng thôi, chuyện giết chóc nghe kinh quá, tưởng có máu đổ thịt rơi. Truyện và Phiếm là hai thể loại tôi gian díu từ lâu. Thoạt đầu, từ sáu chục năm trước, tôi viết Phiếm. Văn nghiệp của tôi, nếu gọi được những gì tôi đã viết ra là văn nghiệp, là sự đan xen giữa Phiếm và Truyện. Tôi viết phiếm cho báo hàng ngày, hàng tuần, hàng tháng từ năm 1959 cho tới khi mất nước. Sang tới bên đây, tôi mon men vọc chữ lại vào năm 1990 và chuyển sang truyện. Sau đó lại quay về phiếm. Rồi xen lẫn phiếm và truyện. Nói như vậy có vẻ như có biên giới rõ rệt, thực ra không phải vậy. Hứng thứ chi tôi mần thứ đó. Giờ thì đang mùa phiếm, biết đâu mai mốt, "đã già hơn xưa", hết làm nghé được, tôi lại quay về với truyện. Tóm lại, tôi chỉ muốn thưa với anh là con tim chỉ tới đâu tôi theo tới đó. Làm chi có chuyện giết chóc !

THĐ: "Tiếng lành đồn xa, tiếng dữ đồn xa", người Việt Nam chúng ta có câu nói ấy cho nên có lần anh em bên nớ kháo nhau rằng: anh cẩn thận đến nỗi mỗi một bài viết trước khi được trình làng đều phải qua tay "Bộ Trưởng Bộ Thông Tin" là chị nhà đọc trước và sau khi được phê chuẩn độ "an toàn" thì sách mới được đến tay đọc giả. Tiếng đồn đãi ấy thực hư thế nào?

Từ trái qua phải: nhà thơ Phạm Nhã Dự, nhà thơ Nguyễn Xuân Thiệp, nhà thơ Phan Xuân Sinh, nhà văn Lâm Chương, nhà thơ Triều Hoa Đại, nhà văn Lương Thư Trung, nhà văn Thu Thuyền, nhà thơ Hoàng Xuân Sơn, vợ chồng Song Thao, họa sĩ Chung Thanh Thủy.(Boston 8/2004)

ST: Cuộc sống hôn nhân là chia sẻ. Có chi đều chia sẻ hết. Huống chi thứ rẻ rề là những con chữ. Tôi nghĩ hai cái đầu tốt hơn một cái. Anh có nghĩ như vậy không? Và tình hình nội bộ chính phủ nơi anh ra sao? Có khác chi không?

THĐ: Kiểm duyệt gắt gao như thế về văn hoá của "Bộ Trưởng Bộ Thông Tin" nghe vậy mà sao có rất nhiều anh em viết lách cũng mong cầu được như vậy. Thế thì còn về đời sống riêng tư thì sao, "Bộ Trưởng Bộ Thông Tin" có để mắt vào không?

ST: Bộ Trưởng (chữ của anh) của tôi cũng rất thích đọc anh ạ! Không những để mắt vào những con chữ của tôi mà còn để mắt vào tất cả những con chữ được in trên giấy hay phóng lên trời. Không chừng trong đó có chữ của anh nữa!

THĐ: *Trong 23 cuốn Phiếm, hai mươi ba (23) đứa con tinh thần có người "théc méc" hỏi anh: Cuốn nào anh ưng ý nhất, tại sao lại là cuốn ấy mà không là cuốn khác?*

ST: Phiếm là phản ảnh của thời gian. Chuyện của một thời. Mỗi thời có những dấu vết của thời đó. Làm sao có thể nói thời nào hơn thời nào. Anh nói chuyện hơn thua là làm khó tôi quá.

THĐ: *Xa cách quê nhà đã lâu, là một nhà văn, anh có thường quan tâm đến những sinh hoạt chữ nghĩa bên nhà?*

ST: Biên giới địa lý ngày nay không còn là một trở ngại với chữ nghĩa. Trong nước và ngoài nước vẫn có thể kề vai sát cánh với nhau trên mạng và ngay cả trên sách báo. Tôi muốn nói tới sách báo tại hải ngoại. Một số nhà văn nhà thơ từ trong nước ra gặp gỡ những người viết tại hải ngoại là điều thường xảy ra, thường đến mức người ta không để ý tới nữa. Đã xa rồi thời tờ Hợp Lưu của Khánh Trường mới ra mắt.

THĐ: *Anh thích đọc nhà văn, nhà thơ nào nhất?*

ST: Tôi không chú ý tới một người nào mà tìm đọc tất cả những bài tôi muốn đọc.

THĐ: Trong thời gian chiến tranh, Nam Bắc chia hai, lửa khói tùm lum chúng ta thường đổ lỗi cho súng đạn nên những nhà văn, nhà thơ, điêu khắc, hội họa... v...v.. chưa có một tác phẩm ngang tầm với thế giới bên ngoài. Đến nay chiến tranh đã lùi khuất cũng gần nửa thế kỷ ấy vậy mà những tác phẩm được coi là lớn vẫn còn mù khơi, theo anh thì phải có lý do gì chứ?

ST: Tôi cũng muốn hỏi lại anh câu này. Anh có câu trả lời cho tôi không?

THĐ: Vẫn cái chuyện văn học ấy, anh là một trong "tứ trụ triều đình" gồm: Hồ Đình Nghiêm, Nguyễn Vy Khanh, Luân Hoán đã tạo dựng lên tờ NGÔN NGỮ, động cơ nào đã thúc giục các anh làm cái công việc "đội đá vá trời" này giữa lúc hai nền văn hoá trên trời và dưới đất đang trong cuộc chiến khốc liệt một mất một còn, ý tôi muốn nói đến báo mạng và báo giấy?

ST: Chúng tôi có năm người tất cả. Ngoài bốn người mà anh kể trên còn có nhà thơ Lê Hân là người lo gạo nước, mắm muối cho Ngôn Ngữ. Ngoài ra, Ngôn Ngữ cũng được sự giúp tay rất tận tình và đáng quý của anh Trần Triết trong việc trình bày, chị Nguyệt Mai trong phần sửa lỗi chính tả (rất cần! cần lắm!) và anh Nguyễn Thành trong việc chăm sóc kỹ thuật. Chúng tôi hình như là những người đi ngược chiều. Thấy phải đi thì đi, còn đi được bao lâu, đi tới đâu, đó là chuyện của mai sau. Nếu nói chúng tôi nhắm mắt bước tới chắc cũng không sai. Nhưng chuyện phải bước tới, cứ bước anh ạ. Mong anh và các bạn văn tiếp sức cho chúng tôi.

THĐ: Trong một cuộc phỏng vấn cách nay cũng khá lâu xin trích ra đây câu trả lời của nhà văn Nguyễn Huy Thiệp để xem anh có ý kiến gì về vấn đề này ".... Cần có thêm văn học hải ngoại trong nước, và văn giới hai nơi cần liên hệ gần gũi, trao đổi với nhau, để làm phong phú thêm cho đôi bên, và không nên kỳ thị, không nên để bị thành kiến chi phối"

ST: Tôi thấy đây là một ước vọng. Mà ước vọng cần rất nhiều điều kiện mới hoàn thành được. Chắc anh hiểu ý tôi nói?

THĐ: Chúng ta có muốn được như thế không, theo thiển ý thì là có. Nhưng, trước hết và trên hết chính quyền CSVN cần phải có cái nhìn bao dung hơn đối với những người viết văn ở hải ngoại và nhà cầm quyền nên hiểu rằng "quan điểm của nhà văn nó khác với quan điểm của nhà cầm quyền, nó khác với quan điểm của những người có tham vọng chính trị". Anh nghĩ thế nào về ý kiến nêu trên?

ST: Tôi ít khi có ảo tưởng lắm anh ạ. Cứ để con tạo xoay vần coi sẽ tới đâu.

THĐ: Có giòng sông thì người ta mới đóng thuyền, tàu bè để di chuyển, nhưng nếu có tàu bè mà không có giòng sông thì liệu tàu bè có cần thiết chăng. Cũng vậy, xin được thỉnh ý anh thế thì giữa người đọc và người viết ai mới là người cần thiết để tạo nên văn chương chữ nghĩa, ai "quan trọng" hơn ai?

ST: Theo tôi thì cả người viết lẫn người đọc đều phải níu kéo nhau. Thiếu một phía thì tình hình ủ dột nhãn tiền. Tình hình văn học hải ngoại của chúng ta hiện nay là một minh chứng. Phía người viết hầu như không có thế hệ tiếp nối, phía người đọc không có lớp người trẻ trong khi lớp độc giả của chúng ta đang cằn cỗi đi vì mắt mũi kém, trí nhớ cùn và vì cứ đều đều rủ nhau tìm về với các cụ. Chúng ta có nên thở dài không, thưa anh?

THĐ: Ôn lại một chút "chuyện xưa tích cũ" đi anh, trước đây nghe như anh cũng đã một thời chữ nghĩa trong làng báo ở Sài Gòn, thế thì có khi nào anh bị "đói ăn" như dịch giả, nhà văn Bửu Ý "Nhiều khi hai, ba ngày không có cái ăn, không có tiền đi xe buýt" nhưng "Sống cơ cực song bù lại đó thời gian hào hùng, tôi thấy tôi sinh ra mình trên từng con chữ", anh thì thế nào?

ST: Thực ra tôi không không sống bằng chữ nghĩa, trước đây cũng như bây giờ. Ngày còn ở trong nước, tôi là một công chức, viết là nghề tay trái. Di tản qua bên này, cây viết vẫn nằm bên tay trái. Tôi chưa bao giờ vụ vào chữ nghĩa để sống. Vậy nên chữ nghĩa chỉ là chuyện vui chơi. Thường là chuyện chơi bao giờ cũng hấp dẫn hơn. Tôi cảm thấy may mắn và hạnh phúc khi được vui chơi với con chữ trong suốt 60 năm qua. Vui lắm anh!

THĐ: Trước khi từ giã, anh có cần thêm bớt điều gì trong câu chuyện hôm nay giữa chúng ta, anh có muốn nhắn gửi gì thêm đến độc giả mà trong lúc trò chuyện tôi đã sơ ý không đề cập đến?

ST: Anh quay tôi như vậy là quá đủ. Xin phép anh cho tôi gửi lời cám ơn tới tất cả các bạn văn đã cùng tôi rong ruổi trong một thời gian không ngắn, cám ơn các độc giả đã rộng lượng đẩy cái ghe chữ nghĩa của tôi bềnh bồng tới tận ngày hôm nay. Không có các bạn văn và bạn đọc chắc hành trình chữ nghĩa của tôi không được dồi dào phong phú như bây giờ. Một lần nữa xin đa tạ tất cả.

THĐ: Xin cám ơn nhà văn Song Thao. Và cũng xin được nhắc với anh là đọc giả và ngay cả tôi nữa vẫn đang chờ cuốn PHIẾM thứ một trăm (100) của anh đấy!

Phiếm 10 (Nhân Ảnh, Toronto, Canada 2011)

      (In lần thứ hai - Nhân Ảnh, San Jose, 2016)

Phiếm 11 (Nhân Ảnh, Toronto, Canada 2012)

      (In lần thứ hai - Nhân Ảnh, San Jose, 2016)

Phiếm 12 (Nhân Ảnh, Toronto, Canada 2012)

      (In lần thứ hai - Nhân Ảnh, San Jose, 2016)

Tuyển Tập Truyện Ngắn Song Thao, Tập I

      (Nhân Ảnh, Toronto, Canada 2013)

      (In lần thứ hai - Nhân Ảnh, Toronto, 2015)

Phiếm 13 (Nhân Ảnh, Toronto, Canada 2013)

      (In lần thứ hai - Nhân Ảnh, San Jose, 2016)

Tuyển Tập Truyện Ngắn Song Thao, Tập II

      (Nhân Ảnh, Toronto, Canada 2013)

Phiếm 14 (Nhân Ảnh, Toronto, Canada 2014)

      (In lần thứ hai - Nhân Ảnh, San Jose, 2016)

Tuyển Tập Truyện Ngắn Song Thao, Tập III

      (Nhân Ảnh, Toronto, Canada 2014)

Tuyển Tập Truyện Ngắn Song Thao, Tập IV

      (Nhân Ảnh, Toronto, Canada 2014)

Phiếm 15 (Nhân Ảnh, Toronto, Canada 2014)

      (In lần thứ hai - Nhân Ảnh, San Jose, 2016)

Phiếm 16 (Nhân Ảnh, Toronto, Canada 2015)

Phiếm 17 (Nhân Ảnh, Toronto, Canada 2016)

Phiếm 18 (Nhân Ảnh, Toronto, Canada 2016)

Dấu Chân Lang Bạt (Nhân Ảnh, Toronto, Canada 2016)

Phiếm 19 (Nhân Ảnh, San José, Hoa Kỳ 2017)

Phiếm 20 (Nhân Ảnh, San José, Hoa Kỳ 2017)

Phiếm 21 (Nhân Ảnh, San José, Hoa Kỳ 2018)

Phiếm 22 (Nhân Ảnh, San José, Hoa Kỳ 2019)

Phiếm 23 (Nhân Ảnh, San José, Hoa Kỳ 2019)

Phiếm 24 (Nhân Ảnh, San José, Hoa Kỳ 2020)

Nhà xuất bản NHÂN ẢNH
375 Destino Circle
San Jose, CA 95133
U.S.A.
E-mail: han.le3359@gmail.com

Liên lạc với tác giả:
TẠ TRUNG SƠN
7805 Claire Fauteux, #1
Montréal, Qc.,   H1K 5B6 - Canada
Điện thoại: 514-354-5338
Cell: 514-916-5338
Email: tatrungson@hotmail.com

9 781989 705476